# *Chúng ta nói...*

## CONVERSATIONAL
## VIETNAMESE

### AN INTERMEDIATE TEXT

# Chúng ta nói . . .

**CONVERSATIONAL**

**VIETNAMESE**

*an intermediate text*

Lê Phạm Thúy-Kim
*Arizona State University*

Nguyễn Kim-Oanh
*University of Washington*

Copyright © 1998, 2001 by Nguyễn Kim-Oanh and Lê Phạm Thuý-Kim
Printed in the United States of America
12 11 10 09 08 07 06        7 6 5 4 3

Illustrations by Lý Thanh Sơn

The three instructional audio CDs that accompany this book copyright © 2001 by
Nguyễn Kim-Oanh and Lê Phạm Thuý-Kim.

University of Washington Press
PO Box 50096
Seattle, WA 98145-5096
www.washington.edu/uwpress

Library of Congress Cataloging-in-Publication Data
Lê, Phạm Thuý-Kim.
    Chúng ta nói— : conversational Vietnamese : an intermediate text / Lê Phạm
Thuý-Kim, Nguyễn Kim-Oanh.
    p.  cm.
    ISBN-13: 978-0-295-98089-8 (pbk.: alk. paper)
    ISBN-10: 0-295-98089-3 (pbk.: alk. paper)
1. Vietnamese language—Readers. 2. Vietnamese language—Social aspects.
3. Vietnamese language—Conversation and phrase books. 4. Language and
culture—Vietnam. I. Nguyễn, Kim-Oanh. II. Title.
PL4375.L39   2001
495.9′2283421—dc21                              2001017114

# Contents

| Vocabulary and Spoken Activities | Grammar and Usage | Listening Comprehension |
|---|---|---|
| Travel and Transportation | 1. Using *sắp... chưa?* | Survey on Vacation Preferences |
| Making Travel Plans | 2. Using *đã* as a final particle | |
| | 3. Using indefinites + *cũng* | **Reading Comprehension** |
| | 4. Using quantifiers *đông, vắng, ít, nhiều* as predicates | Travel in the Year 2005 |
| | 5. Using *còn* as a verb and as an adverb | |

| Vocabulary and Spoken Activities | Grammar and Usage | Listening Comprehension |
|---|---|---|
| Weather and Climate | 6. Using comparatives *giống nhau* and *khác nhau* | Radio Weather Forecast |
| | 7. Using *vừa...vừa..* to express simultaneity | **Reading Comprehension** |
| | 8. Using *thảo nào* to indicate reasons | Storm Damage in North Vietnam |
| | 9. Denoting plurality with *các* and *những* | |

vi

## Contents

## Contents

**Chương 10 - *Chạy việc vặt*** ............................................................ 185-210

**Vocabulary and Spoken Activities**
At the Barbershop and the Beauty Salon
At the Post Office and the Bank

**Grammar and Usage**
24. Suggesting with *thôi*
25. Using *luôn* and *luôn luôn*
26. Using *tự, lấy, một mình*
27. Using verbs of direction

**Listening Comprehension**
At the Post Office

**Reading Comprehension**
Home Banking

**Chương 11 - *Giải trí & thể thao*** ............................................ 211-230

**Vocabulary and Spoken Activities**
Pastimes
Sports
Entertainment

**Grammar and Usage**
28. Asking rhetorical questions with *chẳng được?*
29. Expressing an ultimate condition: *miễn là* or *miễn là...là được*

**Listening Comprehension**
Talking about Pastimes

**Reading Comprehension**
The New "Star Wars"

**Chương 12 - *Ôn tập ba*** ....................................................... 231-241

**Chapter 13 - *Hình dáng & tính tình*** ...................................... 243-267

**Vocabulary and Spoken Activities**
Facial Features
Physical Appearance
Character

**Grammar and Usage**
30. Summary of *có*
31. Predicting or affirming with *thế nào cũng...*
32. Expressing difficulty with *làm sao (mà) ...được*
33. Relative pronoun *mà*

**Listening Comprehension**
Matchmaking

**Reading Comprehension**
Personal Ads

**Chương 14 - *Thân thể & sức khoẻ*** ...................................... 269-294

**Vocabulary and Spoken Activities**
Body Parts
Illnesses
Going to the Doctor
Going to the Dentist

**Grammar and Usage**
34. Using *đau, nhức, mỏi, sưng, viêm*
35. Indicating increased intensity between two related events with *càng...càng.*
36. Expressing frequency of action
37. Expressing mental and physical changes with *đi, ra, lên, lại*

**Listening Comprehension**
Medical History

**Reading Comprehension**
Elderly Woman Growing Teeth

**Vocabulary and Spoken Activities**

Geography

Fauna and Flora

**Grammar and Usage**

53.  Using *ngoài* and *ngoài ... còn*

54.  Indicating an unlikely event with *mà*

55.  Expressing wishes with *ước gì*

**Listening Comprehension**

Facts about Hometowns

**Reading Comprehension**

Hanoi and Ho Chi Minh City

**Vocabulary and Spoken Activities**

Hai Bà Trưng

Ngô Quyền

Trần Hưng Đạo

Lê Lợi

Quang Trung Nguyễn Huệ

**Grammar and Usage**

56.  Summary of *được*

57.  Summary of *bị*

58.  Using *phải*

59.  Noun formation

**Listening Comprehension**

Legendary Origins of the Viets

**Vocabulary and Spoken Activities**

Religions

Ceramics and Folk Paintings

Traditional Theatre

**Grammar and Usage**

60.  Adding a point with *hơn nữa, ngoài, ngoài ra*

61.  Enumerating with *nào là...nào là...*

62.  Summary of *mà*

63.  Addressing an Audience

64.  Tips at Improving an Oral Presentation

65.  Facilitating a Discussion

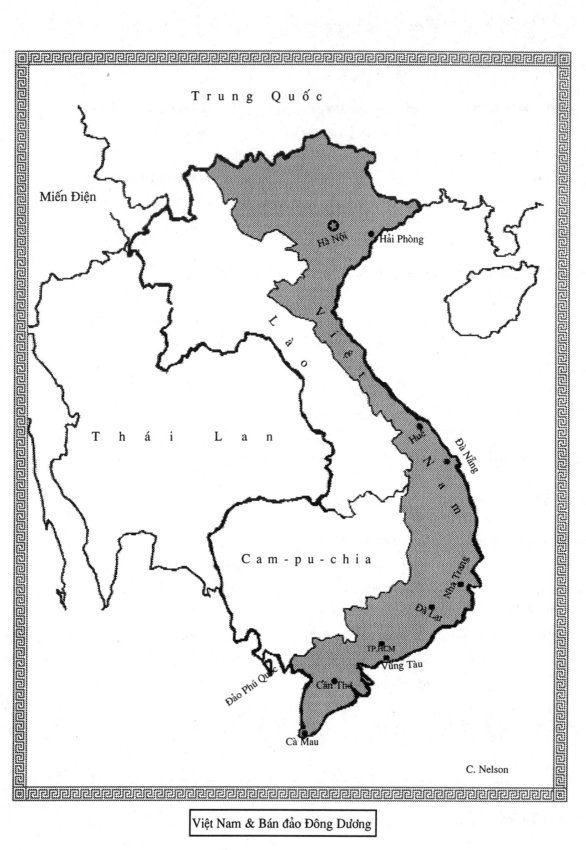

Trung Quốc

Miến Điện

Hà Nội

Hải Phòng

Lào

Việt

Thái Lan

Huế

Đà Nẵng

Nam

Cam - pu - chia

Nha Trang

Đà Lạt

TP.HCM

Vũng Tàu

Đảo Phú Quốc

Cần Thơ

Cà Mau

C. Nelson

Việt Nam & Bán đảo Đông Dương

# PREFACE

*Chúng ta nói ... Conversational Vietnamese -- An Intermediate Text* is written for learners who already have a basic working knowledge of Vietnamese. The goal of *Chúng ta nói ... An Intermediate Text* is to help further the ability to communicate and interact through all the four major skills: speaking, listening, reading, and writing. Toward that end, *Chúng ta nói ... An Intermediate Text* incorporates many features of the communicative/interactive approach to language learning.

*Chúng ta nói ... An Intermediate Text* simultaneously introduces Vietnam's multi-faceted culture, which has a profound influence on its people's language and daily life. It features 18 topic chapters and 6 review chapters. Each review chapter focuses on recapitulating what is covered in the preceding three chapters.

Each chapter of *Chúng ta nói ... An Intermediate Text* includes:

1.  A **title page** listing the competencies to be achieved and the concepts to be studied. When the chapter is completed, the list of competencies serves as a checkpoint. The drawing on the title page, whose theme is related to the topic at hand, can be used as a starting point for classroom discussions or spoken activities.

2.  The section **Từ vựng và thực hành,** which provides the learner with the building blocks to achieve the competencies listed on the title page. The use of vocabulary lists, both basic and expanded; pronunciation drills; dictations; dialogues; explanations of terminology; and spoken activities is aimed toward that goal.

3.  The section **Ngữ pháp và cách dùng từ,** which teaches usage and grammar with applicable exercises. The explanations are given in clear and concise English to help the learner grasp grammatical intricacies with speed and ease.

4.  The box **Tóm tắt từ vựng và câu mẫu,** a cumulative review of the vocabulary, grammar points, common expressions, and pattern sentences used throughout the chapter. It is designed for ready access and for taking stock of what has been learned before tackling the other skills: listening, reading, and composition writing.

5.    The box **Culture Note,** which presents the most salient cultural features relevant to the topic of the lesson being studied.

6.    The box **Tục ngữ/ca dao,** which introduces the learner to proverbs and popular verses that form an integral part of the Vietnamese language and culture. It is recommended that at least one Tục ngữ/ca dao per lesson be memorized and recited by heart as part of a tone drill exercise.

7.    The section **Tập nghe,** which trains the learner to listen for pertinent information. Some exercises also include pre-listening and post-listening activities to facilitate a quick grasp of the text.

8.    The section **Tập đọc,** which trains the learner to read for information, without undue dependence on the dictionary, by introducing helpful reading strategies.

9.    The section **Tập viết luận,** which concludes each chapter with a guided composition. The dual purpose of this section is a) to train the learner in the basic skill of organizing ideas into more complex sentences and into paragraphs; and b) to encourage the recyling of current and previous vocabulary and grammar points, making each subsequent chapter an opportunity to review the ones that precede it. The composition can then be used as notes for a talk on the topic being studied.

*Chúng ta nói ... An Intermediate Text* includes a Grammar Index for quick reference as well as a Glossary of vocabulary. It is also accompanied by 3 audio CDs for easy listening and oral practice.

Throughout *Chúng ta nói ... An Intermediate Text* the learner interacts with the Vietnamese people through four key characters, all students at the University of Hanoi: Monique, an American; Robert, a Frenchman; and Mai Linh and Việt, both of Vietnamese descent. Mai Linh lives with a host family while the other three share a house near the University.

# ACKNOWLEDGMENTS

*Chúng ta nói ... Conversational Vietnamese -- An Intermediate Text* was completed in part with the support of (and heartfelt thanks to):

* The Center for Advanced Research Technology in the Arts and Humanities (CARTAH) at the University of Washington.

* The Group of Universities for the Advancement of Vietnamese Abroad (GUAVA).

* The Southeast Asian Studies Program at Arizona State University.

* The Southeast Asian Studies Center at the University of Washington.

* The 1998 Tuttle Language Grant.


**The authors also wish to thank:**

* Dan Copp, whose untiring and meticulous attention to desktop publishing detail made it possible for a more user-friendly textbook. Dan Copp is a graduate of the University of Washington.

* Kim-An Lieberman, who edited the English in many parts of the text. Kim-An Lieberman is a Ph.D. candidate in English at the University of California, Berkeley.

* Carey Nelson who, as a talented illustrator and graphic artist, put the finishing touches on the text. Carey Nelson is a graduate of the University of Washington.

* Heath Bjodahl, a graduate of Arizona State University, who edited the English of the 1996 version of the manuscript.

* Rene Fisher of the Arizona State University Language Lab, and Lê Hùng Tiến, who spent many long hours recording the 1996 version of the manuscript.

* The teachers who test-taught the materials and whose invaluable suggestions contributed to the improvement the text:

    - Kim Loan Hill, University of California, San Diego
    - Lê Công Khanh, Texas Tech University
    - Nguyễn Thị Nga, University of Michigan
    - Ông Tông Nhơn, University of Washington
    - The teachers from SEASSI 96, 97 & 00
    - Tôn Nữ Kim Thư, University of Hawaii
    - Trần Hoài Bắc, University of California, Berkeley
    - Văn Phú Quang, Yale University

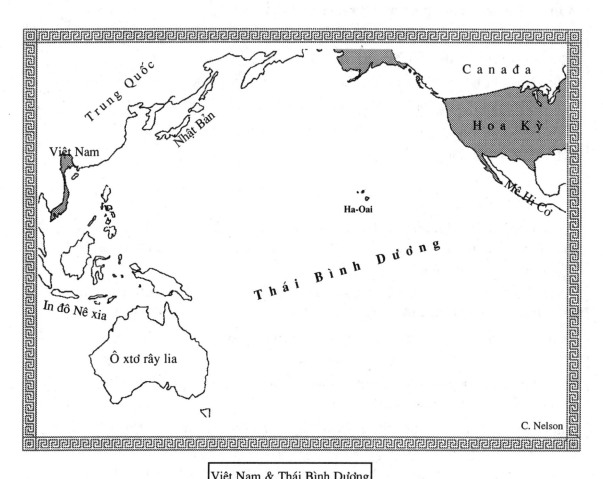

Việt Nam & Thái Bình Dương

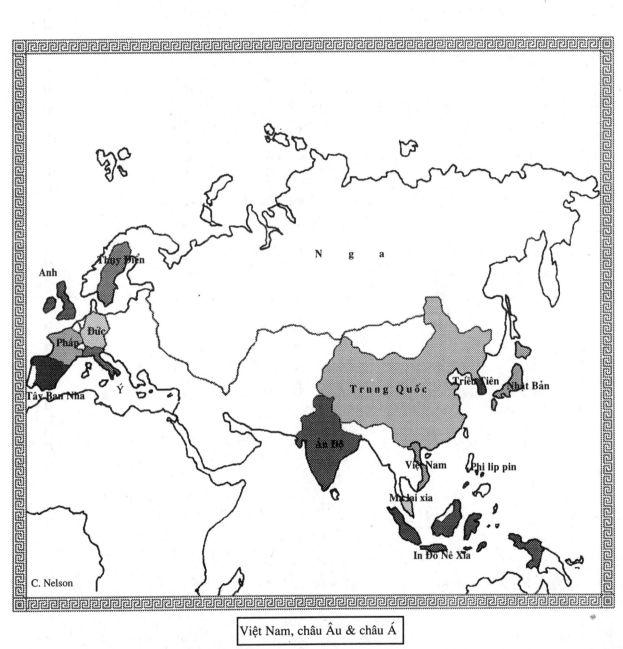

Anh

Thuỵ Điển

N      g      a

Đức

Pháp

Tây Ban Nha

Ý

Trung Quốc

Triều Tiên      Nhật Bản

Ấn Độ

Việt Nam      Phi lip pin

Ma lai xia

In Đo Nê Xia

C. Nelson

Việt Nam, châu Âu & châu Á

# Từ vựng dùng cho bài tập

| | |
|---|---|
| bàn luận/thảo luận | to discuss |
| báo cáo | to report |
| cho ý kiến | to give your opinion |
| chọn | to choose |
| chuẩn bị/soạn | to prepare |
| dùng...làm mẫu | to use...as a model |
| đánh dấu | to check |
| đặt câu | to make sentences |
| điền thông tin | to fill in with information |
| đoán | to guess |
| đọc cho trôi chảy | to read until fluent |
| ghép/nối mệnh đề | to connect the clauses |
| giải thích | to explain |
| hoàn chỉnh/hoàn tất | to complete |
| kể | to tell |
| khoanh tròn | to circle |
| lắng nghe | to listen carefully |
| phỏng vấn | to interview |
| sắp thứ tự/sắp xếp | to put in order |
| so sánh | to compare |
| tả | to describe |
| tập | to practice |
| thay phiên nhau | to take turns |
| thay thế | to substitute |
| tìm từ tương đương | to find equivalent terms |
| tóm tắt | to summarize |
| xếp hạng | to rank |
| vẽ | to draw |
| (Hãy) viết một bài luận 200 từ | write a 200-word composition |

# Làm quen

*IN CHAPTER 1 YOU WILL LEARN TO INTRODUCE YOURSELF AND OTHERS WITH EASE AND CONFIDENCE. THE NEW VOCABULARY LISTED HERE AND THROUGH-OUT THE BOOK IS MEANT TO BE USED FOR PRONUNCIATION DRILLS, DICTA-TIONS, AND SPELLING EXERCISES.*

## Từ vựng, phát âm và chính tả:

| | | | |
|---|---|---|---|
| chuẩn bị | to prepare | phong tục | custom |
| cử nhân | B.A. | sở thích | preference, hobby |
| dân tộc học | ethnology | thạc sĩ | M.A. |
| hy vọng | to hope | thương mại | commerce |
| lịch sử | history | tiến sĩ | Ph.D. |
| ngành | field of study | tốt nghiệp | to graduate |
| nghiên cứu | to research | văn hoá | culture |

Các bạn sẽ có dịp làm quen với bốn sinh viên người Việt, Mỹ, Pháp và Canađa. Các bạn cũng sẽ có dịp đi thăm Việt Nam và sống ở đó cùng với bốn người này. Có lẽ các bạn muốn biết họ tên là gì, bao nhiêu tuổi, học ngành nào, năm thứ mấy và có sở thích nào giống bạn không? Tại sao họ định đi Việt Nam? Hãy nghe họ tự giới thiệu.

Chào các bạn. Tôi tên là Việt. Năm nay tôi 23 tuổi. Tôi sinh ở Việt Nam nhưng lớn lên ở Mỹ. Tôi đã tốt nghiệp đại học ngành thương mại và đang chuẩn bị đi Việt Nam để nghiên cứu và học thêm tiếng Việt. Tôi nói tiếng Việt cũng được nhưng đọc và viết chưa giỏi lắm. Hy vọng là sau một năm học ở Hà Nội và sáu tháng ở Sài Gòn, tôi sẽ nói, đọc và viết tiếng Việt khá hơn. Khi rỗi tôi thích đọc sách, nghe nhạc và chơi bóng chuyền. Tôi biết chơi ghi ta và piano. Còn các bạn thì sao?

Thân ái chào các anh chị. Tên tôi là Mai Linh. Tôi 20 tuổi và là sinh viên năm thứ ba ngành sử. Tôi là người Canađa gốc Việt. Gia đình tôi sống ở đấy hai mươi mấy năm rồi. Sau học kỳ này tôi sẽ đi Việt Nam học tiếng Việt, lịch sử và văn hóa Việt Nam một hai năm gì đó. Khi rảnh rỗi tôi thích đọc sách, đi bơi hay chơi ten-nít và nghe nhạc. Khi vui tôi thích đi xem phim hay đi phố mua sắm với bạn bè. Thế các anh chị thích làm gì khi rảnh rỗi?

Các bạn thân mến, tôi tên Monique, 27 tuổi. Tôi là sinh viên tiến sĩ ngành dân tộc học ở bang California. Tôi học tiếng Việt ba năm rồi nhưng nói chưa được giỏi lắm. Vì thế, tôi định đi Việt Nam học tiếng Việt cho giỏi và học về lịch sử và văn hoá Việt Nam ở Hà Nội. Tôi không có nhiều thì giờ vì bận học quá. Cuối tuần tôi thích đi thư viện mượn sách để nghiên cứu, đi lang thang và đi ăn cơm Việt với bạn bè. Các bạn thích ăn cơm nước nào nhất?

Chào các bạn. Tôi xin tự giới thiệu. Tôi là Robert. Năm nay tôi 24 tuổi và đã tốt nghiệp cử nhân năm ngoái. Bây giờ tôi đang học thạc sĩ kinh tế ở Pháp. Tôi chưa đi Việt Nam bao giờ cả nhưng đã học tiếng Việt được hai năm rồi. Tháng chín năm nay tôi cũng sẽ đi Hà Nội học tiếng Việt và lịch sử. Tôi thường tập bóng rổ và đánh ten-nít. Tôi cũng thích đi nghe nhạc và xem phim với bạn bè vào cuối tuần. Thế cuối tuần các bạn thích làm gì?

Khi đến Việt Nam, các bạn cũng sẽ có dịp làm quen với nhiều người. Đó là những sinh viên Việt Nam đang học ở Hà Nội hay ở những thành phố khác và gia đình của họ. Các bạn sẽ cùng Việt, Mai Linh, Monique và Robert đi thăm Việt Nam và làm nhiều việc như đi mua sắm, đi ăn hiệu, đi cắt tóc, đi may quần áo, đi bưu điện, ngân hàng, vân vân... Như vậy các bạn sẽ có dịp học hỏi được nhiều về cách ăn ở, lối sống, phong tục và văn hoá của người Việt. Bây giờ các bạn đã sẵn sàng để đi du lịch Việt Nam và sống ở đó một hai năm chưa?

**Thực hành 1**

**Trả lời câu hỏi:**

1.    Trong các sinh viên này ai là người lớn tuổi nhất?

2.    Ai là người Việt?

3.    Ai sống ở Pháp?

4.    Sinh viên nào đang học <u>cao học</u> (graduate studies)?

5.    Tại sao họ định đi Việt Nam?

6.    Bạn nghĩ bạn <u>hợp</u> (to be compatible) với ai và muốn làm quen với người nào nhất?  Tại sao thế?

**Thực hành 2**

Hãy viết một lá thư ngắn để làm quen với một sinh viên bạn thấy hợp nhất: Mai Linh, Việt, Monique hay Robert.

**Thực hành 3**

| A | B | C | D |
|---|---|---|---|
| Tên | SV 1 | SV 2 | bạn học |
| Tuổi | | | 20 |
| Nơi sinh | | | Van, WA |
| Quốc tịch | | | US |
| Sinh viên năm thứ mấy? | | | 4 |
| Ngành học | | | Kinh tế |
| Thông tin khác (sở thích v..v..) | | | youngest of 4 3 puppies 1 siam rocko siam tập |

been to Japan
volly ball
love cmyou

 3.1 Hãy nghe 2 sinh viên trong lớp tự giới thiệu. Họ nói về tên, tuổi, nơi sinh, quốc tịch, vân vân.

Điền (to fill out) thông tin (information) vào cột B và C ở trên.

 3.2 Tập nói chuyện với bạn học. Hãy hỏi người này nhiều câu hỏi để điền vào cột D.

VÍ DỤ : *Bạn học ngành nào?* *Bạn lớn lên ở đâu?*

 3.3 Dùng thông tin ở cột D để giới thiệu người bạn này với cả lớp.

**Thực hành 4**

Hãy thay phiên nhau (to take turns) tự giới thiệu với các bạn trong lớp.

*Tục ngữ, Ca dao*

*Trước lạ, sau quen.*

*Dao năng liếc thì sắc,*
*Người năng chào thì quen.*

*Tiếng chào cao hơn mâm cỗ.*

## T Ậ P    Đ Ọ C

---

**READING STRATEGY: USING THE DICTIONARY**

When reading Vietnamese, always try to guess the meaning of unknown words from the context first. If you still need to use the dictionary, follow the guidelines below:

1.    Look up the word to confirm your guess. Choose the appropriate meaning based on the context.

2.    If the word is a compound word, make use of the radical. For instance, since you know that *gia đình* = family, compound words formed with *gia* will have something to do with the family or the household.

        EX:    *gia cảnh* = marital status
                 *gia dụng* = household use
                 *gia súc* = domestic animals

---

    **"Thư gửi bạn"**

## Chúng ta đọc

Lá thư sau đây là của một sinh viên người Việt ở Mỹ viết cho một sinh viên ở Việt Nam.

| Từ vựng: | |
|----------|---|
| **bỡ ngỡ** | to be new and inexperienced |
| **ước mơ riêng** | personal dream |
| **may mắn** | to be lucky |
| **rau muống** | Vietnamese watercress |

Metropolis 4-7-xxxx

Thân gửi bạn,

Mình viết thư này để làm quen. Hy vọng cũng sẽ nhận được thư của bạn. Tên mình là Quyên, Hoàng Uyển Quyên, nhưng ở nhà gọi mình là Rau Muống vì mình rất thích ăn thứ rau ấy.

Muống sang Mỹ được bảy năm rồi. Thời gian đi nhanh thật! Nhớ lúc Muống mới sang, không biết một chữ tiếng Anh, bỡ ngỡ lắm. Bây giờ thì biết rồi, nhưng Muống vẫn nghĩ là mình mới sang. Bảy năm chưa lâu lắm.

Bố mẹ Muống là người Hà Nội, nhưng Muống sinh ra và lớn lên ở Sài Gòn. Năm ngoái Muống có về thăm Việt Nam với mẹ và hai chị. Về thăm chưa được một tháng. Bố Muống không đi được vì phải làm việc. Bố Muống là bác sĩ, còn mẹ Muống thì ở nhà nấu ăn cho gia đình.

Gia đình Muống có tất cả ba chị em. Chị lớn nhất đã có chồng và hai con rồi. Chị thứ hai đang học làm y tá. Còn Muống thì chưa biết sẽ làm gì. Bố mẹ muốn Muống làm dược sĩ và Muống cũng dự định sẽ làm như thế. Nhưng gần đây, Muống nghĩ lại, không biết có phải đó là ước mơ riêng của mình không.

Thôi nhé, thư đã dài. Muống xin ngừng ở đây. Chúc bạn và gia đình mạnh khoẻ và được nhiều may mắn. Mong thư bạn.

                                        Thân mến,
                                        Quyên (Rau Muống)

## Sau khi đọc

**1.**      **Trả lời những câu hỏi sau đây:**

1.1      Gia đình Muống có mấy người?  Họ làm việc gì?

1.2      Tên thật của Muống là gì?  Vì sao chị có tên Rau Muống?

1.3      Vì sao Muống bỡ ngỡ khi mới đến Mỹ?

1.4      Bố mẹ Muống muốn chị làm nghề gì sau này?

1.5      Muống có thích nghề ấy không?

1.6      Cuối thư, người Việt thường chúc nhau như thế nào?

**2.**      Hãy dùng thư trên để tập đọc cho <u>trôi chảy</u> (fluently).

## T Ậ P   V I Ế T   L U Ậ N   2 0 0

**Viết một <u>bài luận</u> (composition) 200 từ về đề tài sau đây:**

Bạn vừa làm quen với một <u>nhân vật</u> (character) trong sách: Mai Linh, Việt, Monique hay Robert. Hãy viết thư cho gia đình nói về nhân vật ấy.

**Use the ideas suggested below to organize your composition before writing**

### DÀN BÀI

Thành phố, ngày, tháng, năm

**1.    Nhập đề**

Use the correct terms of address depending on to whom you are writing.

Vì sao bạn viết thư này?

**2.    Thân bài**

*   Nhân vật bạn vừa quen sinh ra và lớn lên ở đâu?

*   Người ấy bao nhiêu tuổi?  Người gốc gì?

*   Người ấy học gì? Thích gì?

*   Người ấy <u>dự định</u> (to plan) làm những gì?  vân vân...

Ngữ pháp nên dùng:

*   *Hãy (imperative) -- đang+verb (progressive) -- trước/sau -- trước khi/sau khi -- vì...nên-- hơn (comparative) -- nhất (superlative) -- sẽ -- đã -- sắp -- vừa+verb*

**3.    Kết luận**

Vì sao bạn thích làm quen với người ấy?

ký tên

(Use the correct term of reference for yourself)

# Chương 2

# Du lịch Việt Nam

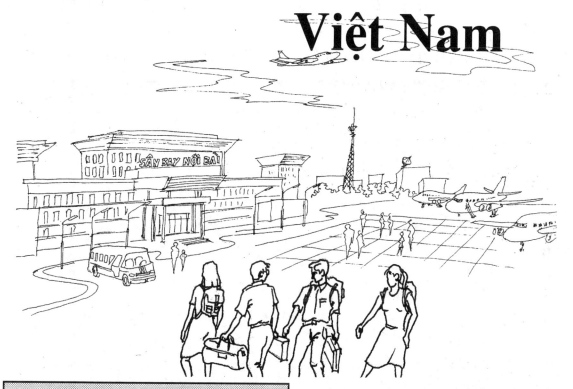

*THE VOCABULARY LISTS IN CHAPTER 2 ARE USEFUL FOR MAKING TRAVEL
RESERVATIONS, PURCHASING TICKETS FOR A VARIETY OF MODES OF TRANS-
PORTATION, AND DISCUSSING TRAVEL PLANS.*

# TỪ VỰNG VÀ THỰC HÀNH

## I  *Du lịch và phương tiện di chuyển*

### Từ vựng, phát âm và chính tả 1:

#### Du lịch và phương tiện di chuyển

*Travel and Modes of Transportation*

| | |
|---|---|
| bến tàu | pier |
| bến xe khách | inter-city bus station |
| chuyến | classifier for trip, flight |
| chuyến bay | flight |
| điểm chờ xe buýt | bus stop |
| đỗ | to park, to stop (for cars and trains) |
| đổi | to change, exchange, transfer |
| hãng máy bay | airline |
| hộ chiếu | passport |
| lên (máy bay, xe) | to get on |
| (nhà) ga | train station |
| sân bay | airport |
| tàu thuỷ | boat |
| thị thực | visa |
| thuyền | boat |
| tiêm chủng | to get vaccinated |
| xe lửa | train |
| xuống (máy bay, xe) | to get off |

**Thành Ngữ**

**đi như đi chợ**   to travel a lot
Tiếp viên hàng không được **đi** du
lịch **như đi chợ.**

**Thực hành  1**

**Trả lời câu hỏi:**

1.      Tàu thuỷ đỗ ở đâu?

2.      Máy bay đỗ ở đâu?

3.      Xe lửa đỗ ở đâu?

4.      Người ta đón xe buýt ở đâu?

5.      Người ta mua vé máy bay ở đâu?

**Thực hành  2**

**Hoàn chỉnh những câu sau đây:**

1.      Hãng máy bay TWA có năm _____ mỗi ngày.

2.      Trước khi đi Việt Nam, Mai Linh phải _____ để không bị ốm.

3.      Muốn xin thị thực vào Việt Nam du khách phải có _____ đã.

4.      Đi từ Mỹ đến Việt Nam các sinh viên phải _____
        máy bay ở Băng Cốc.

5.      Khi đến sân bay Nội Bài thì Robert _____ máy bay.

| Hội thoại 1 | Học ngữ pháp 1, 2, & 3 |

*Monique đang đợi thị thực. Tháng sau Monique và Việt sẽ đi Việt Nam.*

VIỆT                Chị **sắp** có thị thực **chưa**?

MONIQUE            Chưa. Chị lo quá. Còn Việt thì sao?

VIỆT                Em nhận được rồi. Em mới đi tiêm chủng hôm qua. Chị đã mua vé
                    máy bay chưa?

MONIQUE            Chưa. Chị phải đợi có thị thực **đã**. Thế Việt có phải đổi máy bay
                    ở đâu không?

VIỆT                Ở Băng Cốc, chị.

MONIQUE            Việt có quen ai ở đấy không?

VIỆT                Các bạn em ở đấy **ai cũng** đi nghỉ hè cả rồi. Em sẽ đi <u>ngay</u>
                    (immediately) đến Hà Nội.

### Thực hành 3

**Trả lời câu hỏi về hội thoại 1:**

1.  Tại sao Monique chưa mua vé máy bay đi Hà Nội?
2.  Việt đã làm gì sau khi nhận được thị thực?
3.  Có phải Việt đã mua vé máy bay đi thẳng đến Hà Nội không?

### Thực hành 4

**Student A**

Your partner is planning to visit Vietnam in two months. Find out:

1.  if s/he has a passport and a visa yet.
2.  if s/he will soon buy a plane ticket.
3.  where s/he will stop over.
4.  if s/he has been vaccinated yet.

**Student B**

You are planning to visit Vietnam in two months. You:

1.  already have a visa.
2.  already bought a ticket from Eva Airlines.
3.  will stop over in <u>Taipei</u> (Đài Bắc).
4.  plan to be immunized next week.

# II Chuẩn bị đi du lịch

## Từ vựng, phát âm và chính tả 2:

### Chuẩn bị đi du lịch
*Travel Preparations*

| | | | |
|---|---|---|---|
| **chi phí** | expenses | **hạng nhì** | second class |
| **chuyến đi** | outbound trip | **hạng thường** | economy class |
| **chuyến về** | return trip | **lối đi** | aisle |
| **du khách/khách du lịch** | tourist | **văn phòng du lịch** | travel office |
| **đông** | to be crowded | **vắng** | to be uncrowded |
| **ghế** | seat | **vé khứ hồi/vé hai chiều** | round-trip ticket |
| **ghế gần cửa sổ** | window seat | | |
| **ghế gần lối đi** | aisle seat | **vé một chiều** | one-way ticket |
| **hành khách** | passenger | | |
| **hạng nhất** | first class | | |

**Thành Ngữ**

**đường ở miệng**  the road is in your mouth

= do ask for directions

Nếu đi lạc thì cứ nhớ là **đường ở miệng**.

Tuyến xe buýt

**Thực hành 5**

**Dùng Từ Vựng 2, <u>tìm từ tương</u> <u>đương</u> (find the equivalent) cho:**

1.    người đi du lịch
2.    chỗ mua vé máy bay
3.    tiền đi du lịch
4.    có nhiều người
5.    có ít người

**Thực hành 6**

**Student A:**
You work at a train station in Hà Nội. Feel free to invent details in order to answer customers' questions.

**Student B:**
You are calling a train station to buy a ticket from Hà Nội to Hải Phòng. You want to find out:
- if they have an 8 a.m. trip.
- what the most crowded day is.
- how much a round-trip ticket costs.
- if you can get an aisle seat on the return trip.

| Hội thoại 2 | Học ngữ pháp  4 & 5 |

*Mai Linh đang ở văn phòng du lịch Việt Nam ở Little Sài Gòn.*

NHÂN VIÊN        Thế cô muốn đi ngày nào?

MAI LINH         Mồng 1 tháng 9. À, thứ bảy **đông** người đi lắm anh nhỉ?

NHÂN VIÊN        Vâng. Thứ năm **vắng** khách hơn. Tôi **còn** vài chỗ cho thứ năm 30
                 tháng 8.

MAI LINH         Vâng. Anh cho tôi vé gần cửa sổ nhé.

NHÂN VIÊN        Tiếc quá. Không còn vé ghế gần cửa sổ nữa. Cô ngồi gần lối đi
                 vậy nhé?

MAI LINH         Cũng được.

NHÂN VIÊN        Thế cô định về ngày nào?

MAI-LINH         Anh cho vé một lượt thôi vì tôi sẽ ở lại Hà Nội khá lâu.

**Thực hành 7**

**Trả lời câu hỏi về hội thoại 2:**

1.   Mai Linh nói chuyện với ai, để làm gì?

2.   Chị sẽ đi Việt Nam ngày nào? Tại sao thế?

3.   Mai Linh muốn mua vé khứ hồi hay một chiều?  Tại sao?

---

**Từ vựng làm vốn:**

**Du lịch**

| | |
|---|---|
| **cất cánh** | to take off |
| **danh lam thắng cảnh** | famous temples and |
| | beautiful scenery |
| **di tích lịch sử** | historical relic |
| **du lịch trọn gói** | tour package |
| **đi công tác** | to go on a |
| | business trip |
| **đi tham quan** | to visit a place |
| **hạ cánh** | to land |
| **lịch trình** | itinerary |
| **nghỉ hè/nghỉ mát** | to vacation |
| **người tây** | Westerner |
| **tây ba-lô** | Western backpacker |

## B Ả N G  T Ó M  T Ắ T  T Ừ  V Ự N G  V À  C Â U  M Ẫ U

### Du lịch và phương tiện di chuyển

| | | | |
|---|---|---|---|
| **bến tàu** | pier | **hộ chiếu** | passport |
| **bến xe khách** | inter-city bus station | **lên (máy bay, xe)** | to get on |
| **chuyến** | classifier for trip, flight | **(nhà) ga** | train station |
| **chuyến bay** | flight | **sân bay** | airport |
| **đi tiêm chủng** | to get vaccinated | **tàu thuỷ** | boat |
| **điểm chờ xe buýt** | bus stop | **thị thực** | visa |
| **đỗ** to park, to stop (for cars and trains) | | **thuyền** | boat |
| **đổi** to change, exchange, transfer | | **xe lửa** | train |
| **hãng máy bay** | airline | **xuống (máy bay, xe)** | to get off |

### Chuẩn bị đi du lịch

| | | | |
|---|---|---|---|
| **chi phí** | expenses | **hành khách** | passenger |
| **chuyến đi** | outbound trip | **hạng nhất** | first class |
| **chuyến về** | return trip | **hạng nhì** | second class |
| **du khách/khách du lịch** | tourist | **hạng thường** | economy class |
| **đông** | to be crowded | **lối đi** | aisle |
| **ghế** | seat | **văn phòng du lịch** | travel office |
| **ghế gần cửa sổ** | window seat | **vắng** | to be uncrowded |
| **ghế gần lối đi** | aisle seat | **vé khứ hồi/vé hai chiều** | round-trip ticket |
| | | **vé một chiều** | one-way ticket |

### Từ vựng làm vốn

| | | | |
|---|---|---|---|
| **cất cánh** | to take off | **đi tham quan** | to visit a place |
| **danh lam thắng cảnh** | famous temples and beautiful scenery | **hành trình** | itinerary |
| | | **hạ cánh** | to land |
| **di tích lịch sử** | historical relic | **nghỉ hè/nghỉ mát** | to vacation |
| **du lịch trọn gói** | tour package | **người tây** | Westerner |
| **đi công tác** | to go on a business trip | **tây ba-lô** | Western backpacker |

### Thành Ngữ

| | | |
|---|---|---|
| **đi như đi chợ** | to travel a lot | **đường ở miệng** do ask for directions |

### Câu mẫu

| | |
|---|---|
| Anh **sắp** đi Việt Nam **chưa**? | Tôi phải xin hộ chiếu **đã**. |
| Đường phố hôm nay **đông** xe quá! | Em **còn** đói không? |
| Hè này **ai cũng** đi du lịch cả. | **Đâu** tôi **cũng** đi. |

## NGỮ PHÁP VÀ CÁCH DÙNG TỪ

1.    **Using** *sắp ... chưa?*

**Sắp,** followed by a verb, indicates the immediate future, as in:

> *Tôi <u>sắp</u> đi nhà ga trưa nay.*
> I am going to the train station this afternoon (<u>soon</u>).

> *Họ <u>sắp</u> đi du lịch Việt Nam.*
> They are going to travel to Việt Nam <u>soon</u>.

**Sắp** can also be used with **chưa** to ask about an action that may happen soon, as in:

> *Máy bay <u>sắp</u> cất cánh chưa?*
> Is the plane going to take off <u>soon</u>?

> *Xe lửa <u>sắp</u> khởi hành chưa?*
> Is the train going to leave <u>soon</u>?

| **Bài tập 1** |
| --- |

Dùng **sắp... chưa** để đổi những câu sau đây thành câu hỏi, rồi trả lời những câu hỏi đó:

> VÍ DỤ:  *Xe khách đến bến.*
>
>          *1. Xe khách sắp đến bến chưa?*
>
>          *2. Xe khách sắp đến bến rồi.*

1.    Chuyến tàu hoả/xe lửa từ Sài Gòn đến đây.

2.    Văn phòng du lịch đóng cửa.

3.    Chuyến bay 258 hạ cánh.

4.    Chuyến xe khách rời bến xe miền Tây.

5.    Ông Thành đi du lịch Việt Nam.

6.    Chuyến xe khách từ Hải Phòng đến đây.

7.    Hành khách đi Đài Bắc lên máy bay.

8.    Monique đi tiêm chủng.

## 2.    Using *đã* as a Final Particle

**Đã**, placed before a verb, indicates the past tense. However, when **đã** is <u>placed at the end of a sentence</u>, it indicates that something should be done first. It is understood that the action suggested by the previous sentence should be done later.

> - *Anh có đi thăm Việt Nam hè này không?*
>   Will you visit Vietnam this summer?

> - *Có, nhưng tôi phải tốt nghiệp <u>đã</u>.*
>   Yes, but I have to graduate <u>first</u>.

**Khoan đã** (Wait!) is used before a sentence to ask someone to wait for an action to be done first, as in:

*Chúng ta đi ra sân bay bây giờ đi.*       Let's go to the airport now.
<u>*Khoan đã!*</u> *Tôi  phải gọi điện thoại <u>đã</u>.*       <u>Wait!</u>  I have to make a phone call <u>first</u>.

*Anh đến đón tôi bây giờ nhé?*       Would you come pick me up now?
<u>*Khoan đã!*</u>   *Tôi phải viết xong bài này.*       <u>Wait!</u>  I have to finish writing this lesson.

  |  **Bài tập 2**

Following is a list of activities which you <u>need to do first</u> before doing others. Tell your partner what you have to do first.

> VÍ DỤ:        *Trước khi xuống thuyền, tôi phải mua vé <u>đã</u>.*

|  | **A** |  | **B** |
|---|---|---|---|
| 1. | traveling to Vietnam | a. | going to the bank |
| 2. | going to the airport | b. | sightseeing in Hanoi |
| 3. | applying for a passport | c. | having a picture taken |
| 4. | returning to the U.S. | d. | asking for the flight number |
| 5. | traveling to <u>Asia</u> (*châu Á*) | e. | getting vaccinated |
| 6. | buying an airplane ticket | f. | <u>applying</u> (*xin*) for a visa |

## 3.    Using Indefinites + *cũng*

### a.    Summary of Indefinites

You have learned that the interrogatives **gì, ai, nào, đâu** (what, who, which, where) and others, such as **bao giờ, mấy, bao nhiêu**, can be used as indefinites in situations where there are already other question markers, such as **có...không?** or **đã...chưa?** Such indefinites can variously be translated as "anything, anybody, any, anywhere," etc. In negative answers the final particle **cả** is often used to emphasize the idea of exclusivity.

**INTERROGATIVE PRONOUNS:**

*Bạn mua gì?*

<u>What</u> did you buy?

**INDEFINITE PRONOUNS:**

*Bạn có mua gì không?*

Did you buy <u>anything</u>?

*Tôi không mua gì (cả)*

I didn't buy <u>anything</u>
(<u>at all</u>).


*Ai đi du lịch?*

<u>Who</u> is travelling?

*Có ai đi du lịch không?*

Is there <u>anybody</u> travelling?

*Không ai đi du lịch (cả).*

<u>Nobody</u> is travelling (<u>at all</u>).


**INTERROGATIVE ADJECTIVES:**

*Bạn mua vé gì?*

<u>What</u> ticket did you buy?

**INDEFINITE ADJECTIVES:**

*Bạn đã mua vé gì chưa?*

Have you bought <u>any</u> tickets yet?

*Tôi chưa mua vé gì (cả).*

I have not bought <u>any</u>
tickets yet (<u>at all</u>).


*Bạn đi máy bay nào?*

<u>Which</u> plane are you taking?

*Bạn có biết sẽ đi máy bay nào không?*

Do you know <u>which</u> plane you are taking?

*Tôi không biết sẽ đi máy bay nào (cả).*

I do not know <u>which</u> plane I will take (<u>at all</u>).


**INTERROGATIVE ADVERBS:**

*Bạn đi đâu?*

<u>Where</u> do you go?

**INDEFINITE ADVERBS:**

*Bạn có đi đâu không?*

Do you go <u>anywhere</u>?

*Tôi không đi đâu (cả).*

I do not go <u>anywhere</u>
(<u>at all</u>).


*Bao giờ bạn đi?*

<u>When</u> will you go?

*Bạn có biết bao giờ sẽ đi không?*

Do you know <u>when</u> you will go?

*Tôi không biết bao giờ đi (cả)*

I do not know <u>when</u> I will go (<u>at all</u>).

### b.        Using Indefinites + *cũng*

The above indefinites can be used in conjunction with **cũng** + verb and the final article **cả** for added emphasis. They can be translated as "anything, everybody, anytime, everywhere," etc. and have the grammatical function of subject or of object modifier.

**INDEFINITES**

*Bạn có mua được gì ở đấy không?*

Could you buy <u>anything</u> there?

*Có ai đi du lịch không?*

Is there <u>anybody</u> travelling?

*Bạn có biết bao giờ sẽ đi không?*

Do you know <u>when</u> you will go?

**INDEFINITES**

*Văn phòng du lịch có bán vé gì không?*

Does the travel office sell <u>any</u> kind of tickets?

*Bạn có biết sẽ đi máy bay nào không?*

Do you know <u>what</u> plane you will take?

*Bạn có đi đâu (= chỗ nào) không?*

Do you go <u>anywhere</u>?

**SUBJECT**

*Ở đấy gì cũng mua được cả.*

<u>Anything</u> could be bought there.

*Ai cũng đi du lịch cả.*

<u>Everybody</u> travels.

*Bao giờ cũng được cả.*

<u>Anytime</u> is fine.

**OBJECT MODIFIER**

*Vé gì văn phòng du lịch cũng bán cả.*

The travel office sells <u>any</u> kind of tickets.

*Máy bay nào tôi cũng đi cả.*

I would take <u>any</u> plane.

*Đâu (= chỗ nào) tôi cũng đi cả.*

I go <u>everywhere</u> (= every place)

       **Bài tập 3**

**Just Say It in Vietnamese** (Be sure to use *indefintes + cũng.*)

1.    When will the plane take off?
2.    Do you know where the airport is?
3.    I can go with you to the train station anytime.
4.    When will you get vaccinated?
5.    Have they told you who the passengers are?
6.    What places will you visit in Việt Nam?
7.    I know that I can go anywhere I want.
8.    Everybody must have a visa to go to Việt Nam.
9.    Who wants to sit near the window?
10.   The travel office ran out of aisle seats.

## 4.   Using Quantifiers *đông, vắng, ít, nhiều* as Predicates

The quantifiers **đông**, **vắng**, **ít**, **nhiều** (numerous/crowded, few/deserted, few,
many/much) usually function as predicates. The pairs **vắng - ít** and **đông - nhiều**
can be used interchangeably if the direct objects are people or vehicles.

> *Chuyến xe buýt này <u>vắng</u> khách lắm.*
> or   *Chuyến xe buýt này <u>ít</u> khách lắm.*
> This bus has very <u>few</u> passengers.

> *Đường phố ở Sài Gòn  <u>đông</u> xe cộ.*
> or   *Đường phố ở Sài Gòn <u>nhiều</u> xe cộ.*
> The streets of Saigon are <u>full</u> of vehicles.

In other cases, only **ít** and **nhiều** are appropriate.

> *Chuyến bay này <u>ít</u> ghế gần cửa sổ.*
> This flight has <u>few</u> window seats.

> *Văn phòng Du Lịch Hải Ngoại <u>nhiều</u> vé hạng nhất lắm.*
> The Overseas Travel Office has <u>very many</u> first-class tickets.

 | Bài tập 4.1 |

Dùng **vắng, đông, ít,** hay **nhiều** để trả lời những câu hỏi sau:

> VÍ DỤ:  *Lớp học tiếng Việt thế nào?*
> *Lớp này ít/nhiều/đông/vắng sinh viên lắm.*

1.   Trường đại học của anh/chị thế nào?
2.   Văn phòng du lịch có mấy nhân viên?
3.   Nhà ga chiều nay thế nào?
4.   Chuyến xe buýt có bao nhiêu hành khách?
5.   Chuyến bay này thế nào?
6.   Đường phố ở Niu-Yoóc như thế nào?

 | Bài tập 4.2 |

**Just Say It in Vietnamese**

1.   The streets in Hà Nội are deserted at night.
2.   Do not fly on weekends!  The planes are very crowded.

3.  There are many places with famous temples and beautiful scenery in Vietnam.

4.  Many Western backpackers stay at hotels on Phạm Ngũ Lão Street.

5.  Many people like to travel first class but few can do it.

6.  Cổ Loa near Hà Nội is an historical relic.

## 5.  Using *còn* as a Verb and as an Adverb

**Còn** as a verb (*to remain*) should be distinguished from **còn** as an adverb (*still*). As an adverb, **còn** is placed before a verb (active or stative) to indicate that something is still going on.

**a.  Examples of *còn* as a verb:**

*Đừng lo, hãng máy bay Việt Nam còn nhiều vé lắm.*
Don't worry, Air Vietnam has a lot of tickets <u>left</u>.

*<u>Còn</u> nhiều việc phải làm trước khi máy bay cất cánh.*
Much work <u>remains</u> to be done before the plane takes off.

**b.  Examples of *còn* as an adverb:**

*Anh ấy <u>còn</u> phải xin hộ chiếu nữa.*
He <u>still</u> has to apply for a passport.

*Tiền vé <u>còn</u> đắt lắm.*
The tickets are <u>still</u> very expensive.

*Sân bay <u>còn</u> đông du khách.*
The airport is <u>still</u> crowded with tourists.

**Bài tập 5.1**

Fill in the appropriate meaning of **còn** in the following dialogue.

HÀO:        Hôm nay em khoẻ chưa?

THẢO:       Em <u>còn</u> mệt một ít thôi, anh.            1............

HÀO:        Mình <u>còn</u> cần mua gì không?             2............

THẢO:       Không anh ạ. Mình <u>còn</u> nhiều rau và      3............
            hoa quả trong tủ lạnh lắm.

HÀO:        Tốt lắm. Anh cũng <u>còn</u> nhiều việc        4............
            phải làm trước khi đến sở.

            À, em <u>còn</u> tiền không?                   5............

THẢO:       <u>Còn</u> chứ. Anh cần bao nhiêu?             6............

**Bài tập 5.2**

**Just Say It in Vietnamese**
(Be sure to use **còn**)

1.    Is there any flight left?
2.    My car is still parked at the airport.
3.    They are still making preparations for the trip.
4.    Are there more passengers left on the plane?
5.    Do you still work for EVA Airlines?
6.    Do they have more round-trip tickets left?  Can we still buy them?

Thuyền chở cát

# CULTURE NOTE

## AT NỘI BÀI AIRPORT OR TÂN SƠN NHẤT AIRPORT

At your first point of entry into Vietnam, either at Nội Bài airport in Hà Nội or at Tân Sơn Nhất airport in Sài Gòn, you will be required to go through the Immigration Counter. The immigration officers will check your passport, your visa, and the declaration of goods you will have filled out on the plane.

After getting your luggage, you will have to go through <u>Customs</u> (Hải quan). Some suitcases get inspected. Others don't. The Customs officials will be searching for restricted materials such as firearms, drugs, audio/video tapes, compact discs, computers, or printed matter. Controversial materials may be reviewed before being returned.

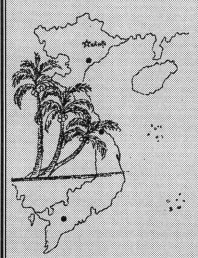

## CROSS-COUNTRY TRAVEL

Travelling in Vietnam is relatively inexpensive. You can choose from several modes of transportation.

### Inter-city Buses - Xe khách

Buses are a large part of daily life in Vietnam. For travel inside the country, they can get you nearly everywhere. Buses also allow you to get a close-up view of scenery and rural life.

### Car Rental - Ô-tô

Rental cars in Vietnam usually come with a chauffeur. Cars come in different sizes and are equipped with a variety of features, depending on your needs and your budget.

### Trains - Xe lửa

There is a trans-Vietnam train that can take you nearly the whole length of the country. The view can often be spectacular. Sleeping cars are usually shared, four to a berth.

*Tục ngữ, Ca dao*

*Đi một ngày đàng, học một sàng khôn.*

*Đi một buổi chợ, học được mở khôn.*

*Đi cho biết đó biết đây,*
*Ở nhà với mẹ biết ngày nào khôn.*

# T Ậ P   N G H E

## "SaigonTourist Phỏng vấn"

SaigonTourist is conducting a survey on what kinds of vacations people take. Today a travel agent is interviewing Việt. Check the correct answers while listening to the conversation.

| Từ vựng: | dự hội thảo | to attend a conference |
|---|---|---|

1.  Việt đi du lịch
    &#9633; một năm một lần    &#9633; một năm hai lần  &#9633; một năm ba lần
    &#9633; hơn ba lần một năm

2.  Việt thích đi thăm thành phố hay nước nào nhất? ....................

3.  Việt muốn đi đến đó bằng gì?
    &#9633; xe buýt    &#9633; xe lửa/tàu hoả    &#9633; tàu thuỷ
    &#9633; ô tô    &#9633; máy bay    &#9633; cách khác.........

4.  Khi đến nơi Việt sẽ <u>đi lại</u> (to get around) bằng gì?
    &#9633; xe buýt    &#9633; xe lửa/tàu hoả    &#9633; tàu thuỷ
    &#9633; ô tô    &#9633; máy bay    &#9633; cách khác............

5.  Việt định ở đó bao lâu? ........................................

6.  Việt muốn đi du lịch với ai?
    &#9633; bạn bè    &#9633; bạn trai/bạn gái    &#9633; bạn cùng nhà
    &#9633; gia đình    &#9633; công ty du lịch    &#9633; một mình

7.  Việt muốn làm gì ở đó?
    &#9633; tham quan    &#9633; thăm bạn bè    &#9633; đi cắm trại
    &#9633; đi ăn hiệu    &#9633; xem thể thao    &#9633; đi thăm di tích lịch sử

8.  Việt thường đi công tác
    &#9633; một năm một lần  &#9633; một năm hai lần  &#9633; một năm ba lần
    &#9633; hơn ba lần một năm

9.  Việt đi dự hội thảo ở Sài Gòn
    &#9633; vài ngày    &#9633; một tuần    &#9633; vài tuần
    &#9633; một tháng    &#9633; hơn một tháng. Bao lâu? ..................

10. Ai <u>sắp xếp</u> (to arrange) những chuyến đi cho Việt?
    &#9633; một mình    &#9633; văn phòng du lịch
    &#9633; thư ký    &#9633; người khác..............................

# T Ậ P   Đ Ọ C

## READING STRATEGIES

People read for different reasons, and those reasons tend to fall into two general categories: reading for information and reading for pleasure. In either case, having some knowledge of the different reading strategies will help you read faster and understand what you read more readily. Throughout this book, you will be reading newspaper articles without relying on the dictionary by using the following strategies.

## Activating Background Knowledge

This reading strategy involves putting yourself in the right frame of mind by mobilizing all you know about the topic at hand. It goes without saying that the more you know about something, the easier it becomes for you to grasp its meaning.

The questions in the **Trước khi đọc** section that precedes every reading passage are designed to enhance the process of activating background knowledge.

## Predicting

Predicting involves guessing the topic of a text by looking at the title, subtitle, pictures, and illustrations. You can also predict what the writer is going to say by anticipating what will come next, based on the context.

## Skimming

Skimming is another important reading strategy. When you first encounter a text, read it quickly to get the main ideas; try not to stop and wonder about the meaning of unknown words. Meanings can often be guessed through the words that you already know.

## Mind Mapping

Mind mapping helps you to brainstorm, to predict, and to activate your background knowledge of the topic. Start with a key concept suggested by the topic. Then let your mind explore freely all the possibities.

Mind mapping is also an excellent tool for writing. It helps you generate ideas that can later be organized into a coherent whole.

In sum, using reading strategies will help you become less dependent on the dictionary and make reading a more enjoyable experience.

## "2,000 tỉ USD cho du lịch ..."

### Trước khi đọc

1.  If you had a choice, where would you want to travel?
2.  Which continent do you think most people like to visit?
3.  What kinds of people travel most frequently?
4.  Do you remember how decimals and thousands are written in Vietnamese?

**Chúng ta đọc**

Đây là một bài <u>trích</u> (excerpt) trong báo *Tuổi Trẻ*, <u>phát hành</u> (to publish)
tại Sài Gòn.

# 2.000 tỉ USD cho du lịch châu Á vào năm 2005

Châu Á là khu vực thu hút khách du lịch nhiều nhất và số người châu Á đi du lịch cũng gia tăng đáng kể. Năm 1993, tổng số du khách đến châu Á-Thái Bình Dương là 65,9 triệu người, trong đó du khách châu Á: 59,7%, Bắc Mỹ: 13,6%, châu Âu: 13,5%, vùng Thái Bình Dương: 8% và các nơi khác: 5,2%. Các nước có công dân đi du lịch nhiều là Nhật (năm 1993 là 13,6 triệu người), Hàn quốc, Malaixia, Đài Loan, Ấn Độ và Trung Quốc, chiếm 66% trong số 65 triệu du khách. Theo Hội Đồng Du Lịch thế giới có trụ sở ở Brussels, chi phí cho du lịch ở vùng châu Á Thái Bình Dương sẽ tăng từ 800 tỉ USD năm 1994 lên 2.000 tỉ USD năm 2005.

N.T.Đ.A.
(Theo TST)

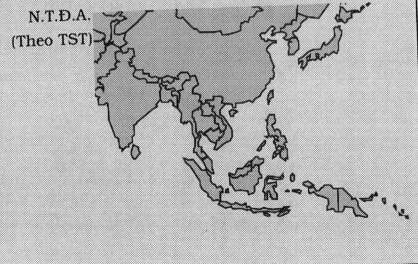

## Sau khi đọc

**1.    Check the correct answers:**

| T | F | |
|---|---|---|
| ☐ | ☐ | Europe attracts the most tourists. |
| ☐ | ☐ | Asian tourists like to travel in the Pacific region. |
| ☐ | ☐ | Japanese people do not like to travel. |
| ☐ | ☐ | Travelers' expenses will decrease in the year 2005. |

2.    Without using a dictionary, guess the meaning of "*Thái Bình Dương*" if you know that "*dương*" means "ocean."

3.    Nói tóm tắt bài báo.

Tháp Chàm

# TẬP VIẾT LUẬN 200

Hãy viết thư cho một người bạn về dự định đi du lịch của bạn mùa hè sang năm. Nhớ viết về những <u>nơi</u> (place) bạn muốn đi du lịch, phương tiện di chuyển, chỗ ở, vân vân... (200 từ)

---

Use the ideas suggested below to organize your composition before writing.

## DÀN BÀI

Thành phố, ngày, tháng, năm

**1.   Nhập đề**

Bạn định đi du lịch ở đâu? Vì sao? Tốt nghiệp? Được bố mẹ cho tiền đi chơi?

**2.   Thân bài**

* Bạn định sẽ đi những đâu? Vì sao?

* Bạn sẽ đi bằng những phương tiện chuyên chở nào?

* Bạn chuẩn bị đi du lịch như thế nào?

* Bạn sẽ đi một mình hay đi với ai? Sẽ đi bao lâu? vân vân...

Ngữ pháp nên dùng:

* *sắp...chưa -- indefinites+cũng -- đông -- vắng -- ít -- nhiều -- vì...nên -- đã*
  *(final particle)*

**3.   Kết luận**

Hãy cho lý do vì sao dự định đi du lịch của bạn là một dự định tốt.

# Chương 3

# Khí hậu & thời tiết

*CHAPTER 3 PRESENTS THE BASIC VOCABULARY NEEDED TO DESCRIBE THE WEATHER AND TO EXPRESS YOUR FEELINGS ABOUT IT. THE VOCABULARY IS ALSO USEFUL FOR UNDERSTANDING WEATHER REPORTS IN THE NEWSPAPER, ON TELEVISION, AND ON THE RADIO.*

# TỪ VỰNG VÀ THỰC HÀNH

## I *Khí hậu và thời tiết*

### Từ vựng, phát âm và chính tả 1:

#### Khí hậu và thời tiết
*Climate and Weather*

| | |
|---|---|
| ấm | to be warm |
| ẩm | to be humid |
| bão | storm |
| cơn | classifier for rain, wind, storm |
| dự báo thời tiết | weather forecast |
| độ | degree |
| gió | wind |
| lụt | flood |
| mát | to be cool |
| mùa khô/mùa nắng | dry season |
| mùa mưa | rainy season |
| mưa dầm | continuous rain |
| nắng | sunshine |
| nhiệt độ | temperature |
| rét | to be cold |
| rơi | to fall |
| (gió) thổi | (wind) to blow |
| trận | classifier for heavy rain, wind, storm |
| trời đẹp | good weather, it's good weather |
| trời nhiều mây | it's cloudy |
| trời u ám | overcast skies |
| trời xấu | bad weather, it's bad weather |
| trung bình | average |
| tuyết | snow |

**Thành ngữ**

**nóng như thiêu như đốt**
burning hot
Mùa hè ở đây **nóng như thiêu như đốt.**

**mưa như trút (nước)**
it's pouring (rain)
Trời **mưa như trút** nên tôi không đi đâu cả.

**rét như cắt**  piercing cold
Mùa đông ở Hà Nội trời **rét như cắt.**

Thực hành  1

**Thời tiết tháng 9 ở đấy như thế nào?  Trời nóng hay rét?**

Nói chuyện với một người bạn. Hỏi người này thời tiết nơi họ sinh ra hay lớn lên vào tháng 9 như thế nào. Sau đó, <u>hoàn chỉnh</u> (to complete) bảng tóm tắt thời tiết sau.

## THỜI TIẾT THÁNG CHÍN

| Ở HÀ NỘI | Ở QUÊ CỦA BẠN | Ở  QUÊ CỦA NGƯỜI BẠN |
|---|---|---|
| -nóng và ẩm | | |
| -có <u>gió nồm</u> (hot south wind) | | |
| -<u>thỉnh thoảng</u> (sometimes)  có mưa | | |
| -nhiệt độ khoảng 32 độ C (89 độ F) | | |

Thực hành  2

**Bạn nghĩ đến gì khi đọc những từ sau đây?**

1. nhiệt độ 37C (98 độ F)       4. lụt            7. mùa đông
2. trời xấu                                  5. tuyết         8. mưa dầm
3. trời đẹp                                  6. bão           9. rét

**Hội thoại 1**                                    **Học ngữ pháp 6 & 7**

*Trước khi đi Việt Nam Monique hỏi thầy Minh, giáo sư lớp tiếng Việt, về khí hậu ở đấy.*

| | |
|---|---|
| MONIQUE | Thưa thầy, khí hậu ở miền Nam và miền Bắc có **giống nhau** không ạ? |
| THẦY MINH | Ồ, khác nhau nhiều lắm. Miền Bắc có bốn mùa, còn miền Nam thì chỉ có hai mùa:  mùa mưa và mùa khô. |
| MONIQUE | Thế còn miền Trung thì sao ạ? |
| THẦY MINH | Miền Trung thường có mưa dầm và bão lụt. |
| MONIQUE | Nhiệt độ trung bình ở Hà Nội trong mấy tháng hè là bao nhiêu ạ? |
| THẦY MINH | Tháng 6 đến tháng 9 là nóng nhất. Có ngày nóng đến 38 độ. Trời **vừa** nóng **vừa** ẩm. Khó chịu lắm. |

**Thực hành 3**

**Trả lời câu hỏi về hội thoại 1:**

1.  Khí hậu ở miền Nam Việt Nam như thế nào?
2.  Có phải miền Bắc Việt Nam chỉ có hai mùa: mùa mưa và mùa khô không?
3.  Khí hậu ở miền Trung Việt Nam có giống khí hậu ở miền Nam không? Tại sao?
4.  Khí hậu mùa hè ở miền Bắc giống hay khác khí hậu ở quê bạn?
5.  Vì sao Monique muốn biết về khí hậu ở Việt Nam?
6.  Khí hậu mùa hè ở miền Trung Việt Nam như thế nào?

## Từ vựng làm vốn:

### Khí hậu và thời tiết

| | |
|---|---|
| **bão to** | heavy storm |
| **bão tuyết** | snow storm |
| **độ ẩm** | humidity |
| **gió bấc** | north wind |
| **gió lốc** | tornado |
| **gió mạnh** | strong wind |
| **gió nhẹ** | light wind |
| **gió nồm** | south wind |
| **hạn hán** | drought |
| **lụt (lội)** | flooding |
| **mưa đá** | hail |
| **mưa nhỏ** | light rain |
| **mưa phùn** | drizzle |
| **mưa rào** | shower |
| **mưa to** | heavy rain |
| **sấm** | thunder |
| **sét** | lightning |
| **sương mù** | fog |

**Thực hành 4**

Đọc bảng tóm tắt thời tiết sau đây để trả lời câu hỏi.

| THÀNH PHỐ | THỜI TIẾT | NHIỆT ĐỘ | GIÓ |
|-----------|-----------|----------|-----|
| **Hà Nội** | nắng, đẹp, khô | 30 độ, nóng | gió nhẹ |
| **Huế** | nhiều mây, ẩm | 25 độ, mát | gió mạnh |
| **Đà Lạt** | mưa rào | 18 độ, mát | nhiều gió |
| **Sài Gòn** | nắng, khô | 33 độ, nóng | không có gió |

1.    Hôm nay ở đâu trời nóng nhất?  Ở đâu trời mát nhất?

2.    Hôm nay ở đâu có nhiệt độ thấp nhất?

3.    Hôm nay chúng ta có thể <u>thả diều</u> (to fly a kite) ở đâu?  Tại sao?

4.    Chúng ta phải đem áo đi mưa hay ô khi đi du lịch ở đâu?

5.    Theo bạn, thời tiết ở nơi nào đẹp và <u>lý tưởng</u> (to be ideal) nhất?
      Tại sao?

## II | *Dự báo thời tiết*

| Hội thoại 2 |  | Học ngữ pháp 8 & 9 |

*Robert gặp Mai-Linh ở điểm chờ xe buýt.*

ROBERT            Mai Linh ơi, đi đâu đấy?

MAI-LINH          A, anh Robert. Mai Linh ra bưu điện.

ROBERT            Thế à.  Đi nhanh nhé, chiều nay sẽ có bão to đấy.

MAI-LINH          ***Thảo nào*** Mai Linh thấy trời u ám và ẩm quá. À, bao giờ thì anh và ***các*** bạn đi Huế?

ROBERT            Cuối tháng này. Này, có phải bây giờ ở Huế vẫn còn nóng lắm không?

MAI-LINH          Đúng đấy. Tháng 11 trời mới mát mẻ và dễ chịu hơn.

| Thực hành  5 |

**Trả lời câu hỏi về hội thoại 2:**

1.      Robert nói gì với Mai Linh?  Vì sao?

2.      Khi sắp có bão thì thời tiết như thế nào?

3.      Huế ở đâu?  Khi nào thì thời tiết ở Huế sẽ dễ chịu?

**Thực hành 6**

**Dự báo thời tiết**

Đọc bảng dự báo thời tiết cho các thành phố lớn trên thế giới sau đây. Bây giờ bạn là <u>phát thanh viên</u> (broadcaster) nói về dự báo thời tiết của 2 thành phố. Dùng cả độ Celsius và Farenheit. Xem Culture Note.

## THE WORLD

| City | Hi | Lo | Sky | City | Hi | Lo | Sky |
|------|----|----|-----|------|----|----|-----|
| Amsterdam | 68 | 50 | s | Manila | 90 | 77 | c |
| Athens | 90 | 77 | s | Mecca | 100 | 75 | s |
| Bangkok | 99 | 82 | f | Milan | 86 | 66 | s |
| Beijing | 90 | 77 | f | Moscow | 79 | 54 | pc |
| Berlin | 70 | 57 | pc | Nairobi | 70 | 54 | pc |
| Bogota | 64 | 39 | pc | New Dehli | 90 | 79 | pc |
| Brussels | 72 | 52 | s | Oslo | 79 | 72 | pc |
| Buenos Aires | 66 | 52 | s | Paris | 81 | 55 | pc |
| Cairo | 95 | 72 | s | Perth | 64 | 48 | s |
| Casablanca | 77 | 68 | pc | Rio de Janeiro | 75 | 63 | pc |
| Copenhagen | 72 | 55 | pc | Riyadh | 111 | 84 | pc |
| Dublin | 70 | 55 | c | Rome | 86 | 63 | pc |
| Frankfurt | 77 | 54 | pc | San Juan | 88 | 63 | pc |
| Geneva | 77 | 54 | s | Santiago | 77 | 37 | r |
| Havana | 90 | 75 | s | Seoul | 86 | 73 | r |
| Helsinki | 68 | 52 | pc | Shanghai | 86 | 79 | r |
| HCM city | 91 | 75 | c | Stockholm | 79 | 57 | pc |
| Hong Kong | 82 | 77 | pc | Sydney | 68 | 45 | s |
| Jerusalem | 90 | 65 | r | Taipei | 91 | 75 | c |
| Kiev | 81 | 57 | c | Tokyo | 92 | 79 | s |
| London | 81 | 57 | s | Vienna | 73 | 63 | sh |
| Madrid | 90 | 63 | 9c | Warsaw | 75 | 61 | pc |

s-sunny, pc-partly cloudy, c-cloudy, r-rain, f-fog, sh-shower, sf-snow flurries, sn-snow, w-windy, th-thunderstorms, i-ice, t-trace, nr-no report, cl-clear

## BẢNG TÓM TẮT TỪ VỰNG VÀ CÂU MẪU

### Khí hậu và thời tiết

| | | | |
|---|---|---|---|
| **ấm** | to be warm | **nhiệt độ** | temperature |
| **ẩm** | to be humid | **rét** | to be cold |
| **bão** | storm | **rơi** | to fall |
| **cơn** | classifier for rain, | **thổi (gió)** | to blow (wind) |
| | wind, storm | **trận** | classifier for heavy rain, |
| **dự báo thời tiết** | weather forecast | | wind, storm |
| **độ** | degree | **trời đẹp** | good weather, it's good |
| **gió** | wind | | weather |
| **lụt** | flood | **trời nhiều mây** | it's cloudy |
| **mát** | to be cool | **trời u ám** | overcast skies |
| **mùa khô/mùa nắng** | dry season | **trời xấu** | bad weather, it's bad weather |
| **mùa mưa** | rainy season | **trung bình** | average |
| **mưa dầm** | continuous rain | **tuyết** | snow |
| **nắng** | sunshine | | |

### Từ vựng làm vốn

| | | | |
|---|---|---|---|
| **bão to** | heavy storm | **lụt (lội)** | flooding |
| **bão tuyết** | snow storm | **mưa đá** | hail |
| **độ ẩm** | humidity | **mưa nhỏ** | light rain |
| **gió bấc** | north wind | **mưa phùn** | drizzle |
| **gió lốc** | tornado | **mưa rào** | shower |
| **gió mạnh** | strong wind | **mưa to** | heavy rain |
| **gió nhẹ** | light wind | **sấm** | thunder |
| **gió nồm** | south wind | **sét** | lightning |
| **hạn hán** | drought | **sương mù** | fog |

### Thành ngữ

| | | | |
|---|---|---|---|
| **nóng như thiêu như đốt** | burning hot | **rét như cắt** | piercing cold |
| **mưa như trút (nước)** | it's pouring (rain) | | |

### Câu mẫu

Mùa thu ở đây và ở Huế có **giống nhau** không?     Trời hôm nay **vừa** lạnh **vừa** ẩm.

**Thảo nào** chiều nay trời mưa to.     **Các** anh chị thích thời tiết như thế nào?

## NGỮ PHÁP VÀ CÁCH DÙNG TỪ

6.    **Using Comparatives *giống nhau* and *khác nhau***

a.    **Stating that two items are alike**

          *A <u>giống</u> B.*           A is <u>like</u> B.

          *A và B <u>giống nhau</u>.*        A and B are <u>like each other</u>.

          *A và B <u>giống nhau</u> ở (điểm) C.*    A and B are <u>like each other</u> with regard to C.

      *Khí hậu ở quê tôi <u>giống</u> khí hậu ở Cali.*
      The climate in my homeland is like the climate in California.

      *Mùa hè ở đây và miền Trung <u>giống nhau</u> ở cái nóng ẩm.*
      The summers here and in the central region are <u>like each other</u> with regard to heat and humidity.

b.    **Stating that two items are different**

          *A <u>khác</u> B.*          A is <u>different from</u> B.

          *A và B <u>khác nhau</u>.*      A and B are <u>different from each other</u>.

      *Thời tiết mùa đông năm nay <u>khác</u> năm ngoái.*
      This year's winter weather is <u>different from</u> last year's.

      *Họ <u>khác nhau</u> ở nhiều điểm lắm.*
      They are <u>different from each other</u> in many respects.

      *Mùa thu Hà Nội và mùa thu ở Huế không <u>khác nhau</u> lắm.*
      The fall seasons in Hà Nội and in Huế are not very <u>different from each other</u>.

c.      **Asking whether two items are alike or different**

A *giống* hay *khác* B?
Is A <u>like</u> or <u>different</u> from B?

A và B *giống* hay *khác nhau*?
Are A and B <u>alike</u> or <u>different from each other</u>?

*Khí hậu ở Cali giống hay khác khí hậu ở đây?*
Is the climate in California <u>like</u> or <u>different from</u> the climate here?

*Mùa đông ở đây và ở Arizona giống nhau hay khác nhau?*
Are the winters here and in Arizona <u>like each other</u> or <u>different from each other</u>?

  **Bài tập 6.1**

**Just Say It in Vietnamese**

1.      The winter in New York is different from the winter in Seattle. It is colder there.

2.      I like to travel to Australia. The seasons there are different from here.

3.      Yesterday's temperature is the same as today's.

4.      My brother and I are alike: we like warm weather.

5.      Mr. and Mrs. Long are very different from each other. He likes cold weather but she likes hot weather.

  **Bài tập 6.2**

Hãy <u>so sánh</u> (to compare) khí hậu ở quê bạn ở và khí hậu ở Việt Nam. Bạn thích khí hậu ở nơi nào hơn?  Tại sao?

## 7.    Using *vừa . . . vừa* to Express Simultaneity

When two or more events take place at the same time, the construction
***vừa* + verb ...*vừa* + verb** is used, as in the following examples.
Notice that the subject is generally the same. In certain situations ***vừa...vừa*** is
used to add emphasis.

**a.**        **action verbs**

> *Anh ấy <u>vừa</u> đi du lịch kiểu tây ba lô <u>vừa</u> học tiếng Việt.*
> He is traveling as a Western backpacker <u>while</u> learning
> Vietnamese.

> *Chị Mai <u>vừa</u> làm bài <u>vừa</u> nghe dự báo thời tiết.*
> Mai is doing her homework <u>while</u> listening to the weather report.

**b.**      **stative verbs**

> *Mùa đông năm nay <u>vừa</u> ẩm <u>vừa</u> rét như cắt.*
> This winter is <u>both</u> humid <u>and</u> piercing cold.

> *Đi du lịch bằng tàu hỏa <u>vừa</u> lâu <u>vừa</u> bất tiện.*
> Traveling by train is <u>both</u> long <u>and</u> inconvenient.

> *Mùa hè ở Arizona <u>vừa</u> nóng <u>vừa</u> khô.*
> The summer in Arizona is <u>both</u> hot <u>and</u> dry.

**c.**      **adverbs**

> *Anh Mark nói tiếng Việt <u>vừa</u> thạo <u>vừa</u> đúng giọng.*
> Mark speaks Vietnamese <u>both</u> fluently <u>and</u> with correct tones.

> *Hôm nay trời đẹp. Gió thổi <u>vừa</u> nhẹ <u>vừa</u> mát.*
> Today the weather is beautiful. The wind (blows) is <u>both</u> gentle
> <u>and</u> cool.

**Bài tập 7.1**

Dùng **vừa... vừa...** để <u>ghép</u> (to connect) hai câu thành một câu.

> VÍ DỤ:      *Anh Long thích nghe nhạc. Anh Long làm bài tập.*
>                *Anh Long thích <u>vừa</u> nghe nhạc <u>vừa</u> làm bài tập.*

1. Hôm nay trời lạnh. Trời khô.
2. Mùa thu ở Hà Nội trời mát. Trời cũng dễ chịu nữa.
3. Miền Trung thường có mưa dầm. Miền Trung cũng có bão lụt.
4. Mấy hôm nay trời rét. Trời cũng u ám.
5. Khi có bão lớn thì có mưa to. Cũng bị lụt nữa.
6. Có phải mùa hè ở Hải Phòng nóng không? Có ẩm không?
7. Mùa đông ở Hà Nội có nhiều mưa phùn. Trời rét như cắt.
8. Mùa hè ở Sài Gòn thường có mưa rào. Trời nóng như thiêu như đốt.

**Bài tập 7.2**

1. Đặt 3 câu với
   - **vừa** + action verb... **vừa** + action verb
   - **vừa** + stative verb... and **vừa** + stative verb

**Bài tập 7.3**

You are working for an airline and are preparing an ad for a direct flight to Việt Nam. Write 3 sentences to advertise and emphasize the excellent features of this new service.

*Hint: <u>tiện lợi</u> (convenient), <u>nhanh chóng</u> (fast), <u>đỡ tốn thì giờ</u> (to waste less time), <u>thoải mái</u> (comfortable), <u>rẻ</u>, <u>có nhiều chuyến bay</u>, <u>an toàn</u> (safe).

8.      **Using *thảo nào* to Indicate Reasons**

**Thảo nào** introduces a clause that explains a previously unknown reason. It
clarifies a situation and, in some instances, gives one a sense of relief at having
succesfully solved a problem.

> *Bà Linh đi chuyến bay thẳng, <u>thảo nào</u> chỉ mất có hai tiếng.*
> Mrs. Linh was on a direct flight; <u>no wonder</u> it took her only two hours.

> *Hôm nay trời mưa to, <u>thảo nào</u> hôm qua trời ẩm quá.*
> It's raining hard today; <u>no wonder</u> it was so humid yesterday.

> \***Thảo nào** can also be used at the beginning of a sentence if the
> reason is understood or is already mentioned, as introduced in
> dialogue 2 between Robert and Mai Linh.

> -- ROBERT:            ... chiều nay sẽ có bão to đấy.
> -- MAI-LINH:          <u>Thảo nào</u> Mai Linh thấy trời u ám và ẩm quá!

| | |
|---|---|
| *Ở Huế đang có bão to.* | Huế is having a big storm. |
| <u>*Thảo nào*</u> *chuyến bay 356 bị hoãn.* | <u>No wonder</u> flight 356 has been delayed. |
| *Tối qua trời mưa to quá!* | It was raining so hard last night! |
| <u>*Thảo nào*</u> *sáng nay đường phố* | <u>No wonder</u> the streets are still |
| *còn ướt.* | wet this morning. |

  **Bài tập 8.1**

Dùng **thảo nào** để hoàn chỉnh những câu sau đây:

1.      Hôm nay trời đẹp quá! _____ .
2.      Tàu bay sắp cất cánh. _____ .
3.      Dự báo thời tiết cho biết ngày mai sẽ có bão._____ .
4.      Việt đã xin xong thị thực đi Việt Nam rồi._____ .
5.      Ghế gần cửa sổ hết rồi._____ .
6.      Hôm nay trời rét như cắt._____ .
7.      Monique không quen ai ở Băng Cốc._____ .
8.      Bà Lan sinh ra và lớn lên ở Việt Nam._____ .

**Bài tập 8.2**

Dùng **thảo nào** để nối hai mệnh đề ở cột A và B cho <u>hợp lý</u> (logical).

VÍ DỤ:      **A.** *Gió thổi to*      **B.** *Có nhiều người thả diều*

*Gió thổi to, thảo nào có nhiều người thả diều.*

**A**

1. Hôm nay trời sẽ có mưa
2. Hôm nay trời đẹp quá
3. Ti vi nói ngày mai có tuyết rơi
4. Bà Lan không thích trời nóng
5. Ở miền Trung thường có bão

**B**

a. bà không thích ở tiểu bang Arizona
b. tôi thấy trời ẩm quá
c. chuyến bay 105 từ Huế đến sẽ muộn nửa tiếng
d. hôm nay trời đã bắt đầu rét.
e. cô Loan muốn <u>đi dạo quanh</u> (to stroll along) hồ Gươm

## 9.    Denoting Plurality with *các* and *những*

**Những** and **các** are both plural markers and are both used before nouns. **Các** implies that all the entities of a set are included, while **những** suggests that only a certain number of that set is included.

> *Những quyển truyện này của ai?*
> To whom do <u>these</u> novels belong? (These novels, among others.)

> *Các quyển truyện này là của anh Cẩn.*
> <u>These</u> novels are Cẩn's (all of them).

> *Các món xào, món nào ngon?*
> <u>Of the</u> stir-fried dishes, which is good?

> *Anh định gọi những món nào?*
> Which dishes do you plan to order?

**\*Note:**

**a)**   **Các**, not **những**, should be used to address people.

> *Chào các bạn, tôi xin giới thiệu...*
> Hello friends, I would like to introduce...

> *Chào các thầy các cô.*
> Hello teachers!

**b)**   **Tất cả** (all) can be placed before **các**, as in:
> *Tất cả các chuyến bay đều đến muộn vì trời bão.*
> <u>All</u> the flights arrived late because of the storm.

> *Trong tất cả các món ăn Việt Nam, em thích những món nào nhất?*
> <u>Of all</u> the Vietnamese dishes, which ones do you like best?

**c)**   In most cases, **những** is used with the word *người*:
> *Những người này là người Việt ở Pháp.*
> <u>These</u> people are the Vietnamese living in France.

> *Họ là những người muốn đi du lịch Việt Nam kiểu tây ba lô.*
> They are the people who want to travel in Việt Nam as backpackers.

**Bài tập 9.1**

Điền **những** hay **các** vào những câu sau đây cho <u>thích hợp</u> (to be appropriate)

1.  ................. giáo viên dạy tiếng Việt ở Hà Nội đều nói giọng Bắc.

2.  Ngày mai ............... sinh viên nào muốn tập nghe thì đến
    phòng số 5, còn .................sinh viên nào muốn tập nói thì đến
    phòng số 10. ............. anh chị có hiểu tôi nói gì không?

3.  - Đây có phải là ảnh của ............. bạn em trong lớp tiếng Việt
      không?
    - Không, đây là ................... người bạn Mỹ em mới quen ở lớp
      lịch sử.

4.  - Anh thích ăn ................... món nào ở hiệu này nhất?
    - Tôi chỉ thích ăn ................... món thịt gà thôi anh ạ.

  **Bài tập 9.2**

**Just Say It in Vietnamese**
1.  Which Southeast Asian countries do you plan to visit?
2.  All those countries have hot summers.
3.  All the passengers are going to Việt Nam.
4.  The # 5 buses will stop here.
5.  The people who travel as backpackers do not incur big expenses.
6.  Ladies and gentlemen!  Please hurry up!
7.  Which flights stop in Taipei?
8.  All the hotels here are expensive.
9.  Those girls really like you!
10. They are the people who travel while studying Vietnamese.

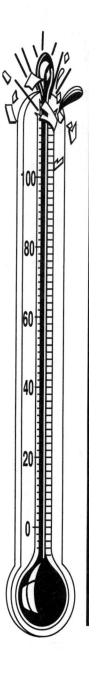

# CULTURE NOTE

## THE CELSIUS SYSTEM

In Vietnam, only the centigrade or Celsius system is used to measure temperatures. To specify which system you are using, you can say "15 độ bách phân hay độ C" (15°C) or "15 độ F" (15°F). To convert °C to °F or °F to °C, use the formulas below:

**°F = (°C X 9/5) + 32**  For example, (15°C X 9/5) + 32 = 59°F.
**°C = (°F - 32) X 5/9**  For example, (212°F - 32) X 5/9 = 100°C.

It helps to remember that the freezing point is **0° C** or **32° F**.

| Centigrade | 100° | 37° | 30° | 20° | 10° | 0° |
|---|---|---|---|---|---|---|
| Fahrenheit | 212° | 98.6° | 86° | 68° | 50° | 32° |

## Tục ngữ, Ca dao

*Chuồn chuồn bay thấp thì mưa,*
*Bay cao thì nắng, bay vừa thì râm.*

*Cơn đằng đông vừa trông vừa chạy,*
*Cơn đằng tây chẳng mưa dây cũng bão giật,*
*Cơn đằng nam vừa làm vừa chơi,*
*Cơn đằng bắc vác thóc ra phơi.*

*Ngày tháng mười chưa cười đã tối,*
*Đêm tháng năm chưa nằm đã rạng.*

## T Ậ P   N G H E

**"Dự báo thời tiết"**

### Trước khi nghe

Trước khi đi chơi <u>ngoài trời</u> (outdoors) hay đi chơi xa bạn có nghe hay đọc dự báo thời tiết ở vùng bạn muốn đi không?   Tại sao thế?

### Hãy lắng nghe

Bạn đang ở Hà Nội. Bạn muốn đi chơi Hồ Tây cả ngày với các bạn. Hãy nghe dự báo thời tiết ở ra đi ô.

### Sau khi nghe

1.      Bạn có thể làm gì trong ngày mai?  Tại sao?

2.      Nếu bạn định đi chơi mấy tỉnh miền Nam Việt Nam, bạn
        phải đem theo những loại quần áo gì?  Tại sao?

| <u>Từ vựng:</u> | | | | | |
|---|---|---|---|---|---|
| **áo đi mưa** | raincoat | **dù** | umbrella | **áo len** | sweater |
| **quần soóc** | shorts | **áo tắm** | bathing suit | **quần tắm** | swimming |
| **áo phông** | T-shirt with front logo | | | | trunks |

3.      Hãy viết một bản tin dự báo thời tiết cho vùng bạn đang ở.

# TẬP ĐỌC

 **"Bão miền Bắc"**

### Trước khi đọc

1.  Bạn sẽ biết những gì khi đọc một bài báo viết về một cơn mưa bão?

2.  Một cơn bão có thể <u>gây ra</u> (to cause) những <u>thiệt hại</u> (damage) nào?

### Chúng ta đọc

Đây là một bài báo trích từ Việt Báo Kinh Tế, phát hành ở Cali.

# BÃO MIỀN BẮC: HẠI 90 TRIỆU ĐÔ 300 NGƯỜI BỊ CHẾT, MẤT TÍCH

**I.** Hà Nội - Chính quyền CSVN trung ương đã nhóm phiên họp khẩn cấp vào cuối tuần qua để nghe báo cáo về mức thiệt hại do bão lụt gây ra cho một số tỉnh ở khu vực châu thổ sông Hồng trong tuần qua.

**II.** Theo báo cáo sơ khởi, sự thiệt hại do cơn bão lụt gây ra ở mức cao nhất trong vòng 10 năm qua tại miền Bắc, ước tính lên đến hơn 90 triệu đô. Số người bị thương, chết và mất tích hơn 300 người, trong đó có khoảng hơn 40 chết, khoảng 200 người bị thương. Con số có thể nhiều hơn . . . sau cơn bão lụt cũng sẽ ảnh hưởng rất lớn đến việc canh tác, trồng trọt, nhất là về lúa gạo . . .

**III.** Liên tiếp trong nhiều năm qua, thiên tai bão lụt đã làm kiệt quệ nhiều tỉnh. Những cơn bão trong năm 1995 đã làm thiệt hại nặng khu vực đồng bằng sông Cửu Long, một số tỉnh ở miền Trung như Quảng Trị, Quảng Bình. (V)

*Theo Việt Báo Kinh Tế*

**A.** **Hãy đọc đoạn thứ nhất trước rồi NGỪNG và trả lời câu hỏi:**

    1. Cơn bão này có gây ra lụt lội không?

    2. Cơn bão này đã <u>xảy ra</u> (to happen) ở vùng nào của miền Bắc? Có gần con sông lớn nào không?

**B.** **Đọc đoạn thứ hai rồi NGỪNG và trả lời câu hỏi:**

    3. Cơn bão lụt này lớn như thế nào và gây thiệt hại ra sao?

    4. Ngoài thiệt hại về người chết và bị thương, cơn bão này còn gây ra những thiệt hại nào nữa?

**C.** **Đọc đoạn thứ ba rồi NGỪNG và trả lời câu hỏi:**

    5. Ngoài miền Bắc, còn có những miền nào bị thiệt hại vì bão lụt nữa không?

## Sau khi đọc

 1.     **Choose a main idea for each section of the reading passage, then number them accordingly.**

..........        Ngoài miền Bắc, các tỉnh ở vùng đồng bằng sông Cửu Long và vài tỉnh ở miền Trung cũng bị thiệt hại nặng vì các cơn bão lụt từ năm ngoái và nhiều năm trước.

..........        Cơn bão vừa qua là cơn bão lớn và gây thiệt hại nặng nhất trong vòng 10 năm qua tại miền Bắc.

..........        <u>Chính quyền trung ương</u> (central government) đã họp để nghe báo cáo về sự thiệt hại của cơn bão này.

..........        Cơn bão lụt này sẽ ảnh hưởng nhiều đến việc <u>trồng trọt</u> (to plant) <u>lúa gạo</u> (rice) ở miền Bắc.

 2.     Without using a dictionary, list three new words the meaning of which you guessed correctly in context. Then make a sentence with each word.

 3.     Nói tóm tắt bài báo.

# T Ậ P   V I Ế T   L U Ậ N   2 0 0

Hãy viết về khí hậu bạn ưa thích nhất. Tại sao bạn ưa thích khí hậu ấy?
Nếu ở đấy thì bạn sẽ làm những gì? (200 từ)

---

Use the ideas suggested below to organize your composition before writing.

## DÀN BÀI

1. **Nhập đề**
   Bạn ưa thích khí hậu như thế nào?  Chỗ nào có khí hậu ấy?

2. **Thân bài**
   * Nói về các mùa. Người ta làm gì mỗi mùa?  Đi ra ngoài?  Đi dạo quanh hồ?
   * Người ta mặc quần áo như thế nào?
   * Có nhiều du khách đến đấy không?  Vì sao?
   * So sánh chỗ ấy với quê của bạn. vân vân...

   Ngữ pháp nên dùng:
   * *vừa...vừa -- giống -- khác -- giống nhau -- khác nhau -- thảo nào -- các -- những -- indefinites+cũng -- đông -- vắng -- ít -- nhiều -- vì...nên -- đã (final particle)*

3. **Kết luận**
   Bạn có muốn dọn đến ở chỗ ấy không?
   Bạn có muốn tìm việc làm ở đấy không?

# ÔN TẬP MỘT

# NGỮ PHÁP & TỪ VỰNG

**1.    Điền vào chỗ trống với:**

*giống nhau, vừa...vừa, đã, ai... cũng, sắp... chưa, vắng, đâu...cũng, nhiều, nào...cũng, khác nhau, gì...cũng, đông, ít.*

1.1    Các nhân vật trong sách _____ đi Việt Nam_____?

1.2    Trời đang mưa. Chúng mình nên đợi cho hết mưa _____.

1.3    Mùa hè, _____ _____ thích được nghỉ hè và không phải đi làm.

1.4    Họ đã đi du lịch nhiều nơi lắm rồi. _____ họ _____ biết.

1.5    Anh ấy thích ăn lắm. _____ anh ấy _____ ăn cả.

1.6    Món ăn Việt _____Monique _____ muốn thử một lần.

1.7    Hôm nay đường phố _____ người nhưng _____ xe.

1.8    Thành phố tôi ở có _____ mưa nhưng _____ tuyết.

1.9    Mùa đông năm nay, trời _____ lạnh _____ hay có bão.

1.10   Khí hậu miền Trung Việt Nam và miền Nam Việt Nam _____ và _____ như thế nào?

**2.    Làm câu**

**Hãy làm câu với những từ sau đây:**

2.1    tốt nghiệp
2.2    nghiên cứu
2.3    hy vọng
2.4    hãng máy bay
2.5    vé khứ hồi
2.6    hạng nhất
2.7    đi công tác
2.8    nóng như thiêu như đốt
2.9    danh lam thắng cảnh
2.10   điểm chờ xe buýt

### 3.      Just Say It in Vietnamese

3.1      The flight from Hong Kong to Bangkok has a lot of aisle seats left.

3.2      Many tourists prefer to choose a tour package to traveling alone.

3.3      Today's weather is windy. Do you know if the plane will land on time?

3.4      The airport is very crowded on weekends.

3.5      Nowadays many people travel so much; it's just like going to the market.

3.6      Is it going to snow or drizzle?  What did the weather forecast say?

3.7      In central Vietnam, there is a lot of flooding during the rainy season.

3.8      This year's storm was very big. There was a lot of lightning and thunder.

3.9      In London, it is difficult to drive when it is foggy.

3.10    Hey Việt, what's today's temperature?

### 4.      Viết chuyện: Điền vào chỗ trống

#### 4.1      Nghiên cứu ở Việt Nam

| Dùng từ vựng sau đây: |
| :--- |
| *phong tục* |
| *hy vọng* |
| *nước* |
| *lịch sử* |
| *làm quen* |
| *tiếng Việt* |
| *khá* |
| *văn hoá* |

Monique, Mai Linh, Việt và Robert là sinh viên học _____ .
Họ muốn đi Việt Nam nghiên cứu _____ và
_____ . Ở đấy họ sẽ _____ với nhiều người
bạn Việt. Họ cũng sẽ có nhiều dịp học hỏi về _____
của người Việt. Họ _____ sẽ nói tiếng Việt
_____ hơn khi họ về _____ .

## 4.2    Du lịch Việt Nam

| Dùng từ vựng sau đây: |
| :--- |
| *ghế gần cửa sổ* |
| *du khách* |
| *thị thực* |
| *đâu cũng* |
| *vé một chiều* |
| *hộ chiếu* |
| *vé khứ hồi* |
| *còn* |
| *tiêm chủng* |

_____ nào muốn đi du lịch Việt Nam cũng phải có _____ . Họ có thể gửi _____ đến Tòa Đại Sứ Việt Nam ở Oa-sinh-Tơn để xin thị thực. Sau đó, họ còn phải _____ nữa. Chỉ những người định ở lại Việt Nam lâu mới mua _____ thôi. _____ những người khác thì mua _____ . Khi di máy bay, Mai Linh thích ngồi _____ , nhưng Robert thì ngồi _____ được.

## 4.3    Khí hậu và thời tiết

| Dùng từ vựng sau đây: |
| :--- |
| *khí hậu* |
| *nhiệt độ* |
| *u ám* |
| *du khách* |
| *nắng* |
| *năm nào cũng* |
| *trời* |
| *mưa như trút* |
| *thôi* |

Tôi sinh ra và lớn lên ở bang Ha-Oai. Ở đấy _____ lúc nào cũng mát. Quanh năm _____ trung bình vào khoảng 75 độ F. Ngày nào trời cũng _____ . Có mưa thì cũng không mưa lâu. Buổi chiều có gió nhẹ _____ , rất dễ chịu. Ha-Oai không có tuyết và trời rất ít khi _____ . Mưa dầm cũng không có. Thỉnh thoảng trời mưa to, _____ , nhưng không có lụt lội. Vì bang Ha-Oai có _____ tốt nên _____ có nhiều _____ đến thăm.

# TỤC NGỮ / CA DAO

**Choose one *tục ngữ/ca dao* from each section below. Explain each meaning and then indicate in what situations each can be used.**

**Chương 1:**

Trước lạ, sau quen.

Dao năng liếc thì sắc,
Người năng chào thì quen.

Tiếng chào cao hơn mâm cỗ.

**Chương 2:**

Đi một ngày đàng, học một sàng khôn.

Đi một buổi chợ, học một mớ khôn.

Đi cho biết đó biết đây,
Ở nhà với mẹ biết ngày nào khôn.

**Chương 3:**

Chuồn chuồn bay thấp thì mưa,
Bay cao thì nắng, bay vừa thì râm.

Cơn đằng đông vừa trông vừa chạy,
Cơn đằng tây chẳng mưa dây cũng bão giật,
Cơn đằng nam vừa làm vừa chơi,
Cơn đằng bắc vác thóc ra phơi.

Ngày tháng mười chưa cười đã tối,
Đêm tháng năm chưa nằm đã rạng.

# T H Ự C   H À N H

## Thực hành  1

### Thuê ô tô

Hãy nói chuyện với bạn. Một người là du khách đến Việt Nam. Người kia làm ở hãng cho thuê ô tô ở Sài Gòn. Hãy dùng bảng giá ở trang sau để nói chuyện với nhau.

| Từ vựng:: | | | |
|---|---|---|---|
| máy lạnh | air conditioner | (xe) đời 96 | year 96 |
| tiện nghi | convenience | bảo hiểm | insurance |
| thoải mái | comfortable | | |

SỞ GIAO THÔNG CÔNG CHÁNH                    19 Lê Thị Riêng, Phường Bến Thành, Quận 1
HỢP TÁC XÃ XE DU LỊCH II                         Tel: 356295, TP. Hồ Chí Minh
**TRẠM TIẾP NHẬN VÀ ĐIỀU HÀNH XE DU LỊCH**

C Ộ N G   H O À   X Ã   H Ộ I   C H Ủ   N G H Ĩ A   V I Ệ T   N A M

Đ ộ c   L ậ p   -   T ự   d o   -   H ạ n h   p h ú c

# B Ả N G   G I Á   X E   C H O   T H U Ê

| ĐỊA ĐIỂM | THỜI GIAN | 4 CHỖ XE DU LỊCH | 7 - 12 CHỖ XE VAN | CÁ MẬP 15 CHỖ XE VAN | 24 CHỖ XE MINI-BUS | 50 CHỖ TOURIST-BUS |
|---|---|---|---|---|---|---|
| SÂN BAY | | 110.000Đ | 140.000Đ | 170.000Đ | 230.000Đ | 250.000Đ |
| NỘI THÀNH | 4 TIẾNG | 120.000Đ | 150.000Đ | 180.000Đ | 250.000Đ | 250.000Đ |
| THỦ ĐỨC | 4 TIẾNG | 140.000Đ | 160.000Đ | 190.000Đ | 280.000Đ | 350.000Đ |
| BIÊN HÒA | 4 TIẾNG | 150.000Đ | 180.000Đ | 200.000Đ | 300.000Đ | 440.000Đ |
| CỦ CHI | 4 TIẾNG | 250.000Đ | 270.000Đ | 320.000Đ | 450.000Đ | 570.000Đ |
| MỸ THO | 4 TIẾNG | 250.000Đ | 330.000Đ | 420.000Đ | 450.000Đ | 700.000Đ |
| VŨNG TÀU | 1 NGÀY | 450.000Đ | 550.000Đ | 650.000Đ | 900.000Đ | 1.300.000Đ |
| ĐÀ LẠT | 4 NGÀY | 1.300.000Đ | 1.700.000Đ | 1.900.000Đ | 2.500.000Đ | 3.400.000Đ |
| NHA TRANG | 4 NGÀY | 1.900.000Đ | 2.300.000Đ | 2.600.000Đ | 3.500.000Đ | 4.800.000Đ |
| NHA TRANG ĐÀ LẠT | 6 NGÀY | 2.300.000Đ | 2.800.000Đ | 3.300.000Đ | 4.300.000Đ | 5.800.000Đ |
| KM OUTSIDE CITY | | 1.800Đ | 2.200Đ | 3.000Đ | 3.000Đ | 3.500Đ |
| LƯU ĐÊM OVERNIGHT STAY | | 100.000Đ | 120.000Đ | 150.000Đ | 180.000Đ | 250.000Đ |
| QUÁ GIỜ OVERTIME | 1 TIẾNG | 30.000Đ | 35.000Đ | 40.000Đ | 50.000Đ | 60.000Đ |

*XE ĐỜI MỚI, ĐẦY ĐỦ TIỆN NGHI, PHỤC VỤ CHU ĐÁO, LỊCH SỰ

**Thực hành 2**

## Đặt phòng ở khách sạn

2.1     Work in pairs. One student is a tourist in Vietnam. The other is working at a hotel in Đà Lạt (a resort town). The tourist should start the conversation by calling the hotel on the phone.

## Student A:

You are traveling in Vietnam. You want to spend a few days next week in a mini-hotel in Đà Lạt. Figure out exactly how much you are willing to spend (between 300,000 - 500,000 đồng per night), what sort of room you would like to stay in, how many people you are going to travel with, and when you would like to arrive and to leave. Then, call Bích Đào hotel to make a reservation.

*Do not show your partner what you have written down to prepare for this activity.

| Từ vựng: | |
|---|---|
| **phòng đơn** | single room |
| **phòng đôi** | double room |

**Your travel plans:**

.................................................................................

.................................................................................

.................................................................................

.................................................................................

.................................................................................

.................................................................................

.................................................................................

.................................................................................

.................................................................................

### Student B:

You are working at the Bích Đào mini hotel in Đà Lạt. Decide which rooms will be available each night next week. You can also specify rates and special features, such as mountain or lake view. Use the chart below to record the information. Then answer the questions asked by student A.

**\*Information for Student B**

| | | |
|---|---|---|
| | *Bích Đào Hotel* | |
| **Days** | **SINGLE**<br>250,000đ/night | **DOUBLE**<br>350,000đ/night |
| | | |
| | | |
| | | |
| | | |
| | | |
| | | |
| | | |
| | | |
| | | |

   2.2   Now trade roles.

## Thực hành  3

### Viết thư cho bạn

Hãy viết thư giới thiệu những cảnh đẹp nơi bạn ở với một người bạn ở Việt Nam. Hãy nói về khí hậu và thời tiết ở đấy. Theo ý bạn, người bạn này nên đi tham quan những chỗ nào và đi bằng gì?

## Thực hành  4

### Hướng dẫn viên du lịch thuyết trình

Pretend that you are a travel agent. Give a presentation for a tour you are offering to a city of your choice. Talk about the famous sites and the weather there. Use pictures and visual aids as needed.

## Thực hành  5

### Du lịch trọn gói

Hãy nói chuyện với bạn. Một người là du khách muốn đi tham quan vài tỉnh (province) ở khu đồng bằng sông Cửu Long (Mekong delta). Người kia là hướng dẫn viên du lịch (tour guide) làm ở Vietnamtourism Travel Agency tại Sài Gòn. Hãy dùng tờ quảng cáo của văn phòng du lịch Vietnamtourism ở trang sau để làm bài tập này.

| Từ vựng: | |
|---|---|
| bảo tàng | museum |
| chi tiêu cá nhân | personal expenses |
| chùa | pagoda |
| đò | boat |
| đón | to pick up |
| hướng dẫn | a guide |
| khởi hành | to depart |

## V i e t n a m   T o u r i s m
# Đồng bằng Sông Cửu Long
### 184  NGUYỄN CÔNG TRỨ - Q. 1 - TP. HCM

---

### CẦN THƠ/SÓC TRĂNG
### 2 NGÀY/1 ĐÊM

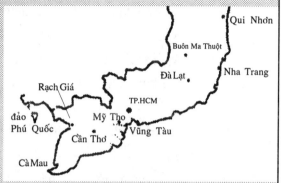

### *Ngày 01: / TP.HCM/CẦN THƠ*

**Sáng:** Xe và Hướng dẫn Công ty DLVN TP. HCM đón khách tại điểm hẹn và khởi hành đi Cần Thơ. Đến Cần Thơ. Về khách sạn. Ăn trưa.

**Chiều:** Tham quan Bảo Tàng Hồ Chí Minh. Đi đò tham quan vườn cây ăn trái miền đồng bằng, Hàng Dương và tắm sông nước ngọt Bãi Cát. Ăn tối. Tham quan Bến Ninh Kiều về đêm.

### *Ngày 02: CẦN THƠ/SÓC TRĂNG/TP.HCM*

**Sáng:** Ăn sáng. Trả phòng. Đi Sóc Trăng. Tham quan Bảo tàng Khmer, Chùa Mã Tộc (Chùa Dơi) và hồ Nước Ngọt. Ăn trưa.

**Chiều:** Về TP. HCM. Đến T.P. HCM. Trả khách tại điểm hẹn.

**GIÁ TRỌN GÓI:** $256.000/KHÁCH (Khách sạn loại A), $216.000/KHÁCH (Khách sạn loại B)

**Giá bao gồm:** Ăn ngủ theo chương trình, phương tiện vận chuyển, thuyền tham quan, hướng dẫn và phí tham quan.

**Giá không gồm:** Tiền nước uống và chi tiêu cá nhân.

# V I Ế T   C H Í N H   T Ả

**1. Tập đọc bài chính tả cho trôi chảy.**

## Du lịch

Trong mấy năm gần đây, Việt Nam đã mở rộng cửa đón chào du khách bốn phương. Họ đến từ nhiều nơi trên thế giới, coi đây là dịp may hiếm có. Chỉ cần xem sân bay Nội Bài ở Hà Nội hay sân bay Tân sơn Nhất ở Sài Gòn là chúng ta cũng biết số du khách đến thăm Việt Nam hàng năm khá đông đảo.

Bạn đã có dịp đi du lịch Việt Nam chưa?  Biết bao nhiêu danh lam thắng cảnh cùng di tích lịch sử đang chờ đón bạn. Chờ bạn đến đó tham quan hay nghiên cứu. Bạn hãy đến đó đi!  Và nhớ đừng quên mang theo máy ảnh  để chụp ảnh kỷ niệm cho mình hay cho họ hàng và bạn bè nhé.

**2.        Trả lời câu hỏi của bài chính tả:**

2.1    Du khách từ đâu đến Việt Nam?

2.2    Vì sao trước đây họ không đến?

2.3    Vì sao du khách coi đi Việt Nam là một dịp may hiếm có?

2.4    Việt Nam có những gì du khách thích?

2.5    Khi đi Việt Nam bạn nên đem gì theo?  Vì sao?

2.6    Người ta có thể đến Việt Nam để làm gì?

**3.        Viết chính tả**

Dictation recorded on CD 3

# CHƯƠNG 5

# Nhà cửa

*THE VOCABULARY IN CHAPTER 5 IS USEFUL FOR RENTING OR BUYING A HOUSE OR APARTMENT SUITABLE TO YOUR OWN NEEDS. IT ALSO HELPS YOU TO DESCRIBE YOUR CURRENT AND PAST RESIDENCES. YOU CAN ALSO SHOP FOR HOUSEHOLD FURNISHINGS, TALK ABOUT SHARING HOUSEHOLD CHORES WITH ROOMMATES, AND EVEN HIRE A HOUSEKEEPER.*

# TỪ VỰNG VÀ THỰC HÀNH

## I  *Các loại nhà*

### Từ vựng, phát âm và chính tả 1:

#### Các loại nhà
*Types of Houses*
*(classifiers: cái, căn)*

| | |
|---|---|
| bẩn thỉu | to be dirty |
| biệt thự | villa |
| bừa bãi | to be messy, untidy |
| căn hộ | apartment |
| chật hẹp | to be narrow |
| chung cư | apartment complex |
| gác | upstairs |
| nhà cao tầng | highrise |
| nhà mặt đường | house facing the street |
| nhà một tầng | one-story house |
| nhà trọ | boarding house, inn |
| ồn ào | to be noisy |
| rộng rãi | to be spacious |
| sạch sẽ | to be clean |
| tầng | floor, story |
| tiện nghi | convenience |
| xây | to build |
| yên tĩnh | to be quiet |

### Thực hành 1

Nói chuyện với bạn. Dùng Từ Vựng 1 tả cho nhau nghe về chỗ ở của mình.

### Thành ngữ

**nhà cao cửa rộng**  to be wealthy
Anh Tuấn luôn luôn có **nhà cao cửa rộng!**

**nhớ nhà**  to be homesick
Ở nước ngoài chị có thấy **nhớ nhà** không?

**ru rú trong nhà**  to stay cooped up inside
Cuối tuần mà cô Chi cứ **ru rú trong nhà.**

### Hội thoại 1

*Mai Linh đã có chỗ ở với một gia đình người Việt. Monique, Robert và Việt còn phải tìm nhà để thuê.*

ROBERT          Chị Monique, Việt! Muốn thuê loại nhà nào?

MONIQUE         Chị muốn ở nhà một tầng, không phải lên gác xuống gác hàng ngày.

VIỆT            Phải là nhà mặt đường nữa vì tiện đi lại và sạch sẽ hơn mỗi khi trời mưa.

ROBERT          Mình tìm thuê nhà là phải đấy. Robert <u>chán</u> (không thích nữa) ở căn hộ lắm rồi, chật hẹp lại ồn ào nữa. Ở nhà riêng rộng rãi, có vườn và sân. Tốt hơn nhiều.

### Thực hành 2

Dùng hội thoại 1 làm mẫu nói chuyện với bạn. Hãy hỏi xem người này thích ở loại nhà nào. Hỏi <u>lý do</u> (reasons).

# II  *Trong & ngoài nhà*

## Từ vựng, phát âm và chính tả 2:

### Trong và ngoài nhà

*Inside and Outside*

| | | | |
|---|---|---|---|
| **bồn tắm** | bathtub | **sàn nhà** | floor |
| **cầu thang** | stairway | **sân** | courtyard |
| **chậu rửa mặt** | bathroom sink | **thảm** | carpet |
| **đồ đạc/bàn ghế** | furniture | **thang máy** | elevator |
| **gạch hoa** | tile | **trần nhà** | ceiling |
| **hàng rào** | fence | **tường** (clas: **cái, bức**) | wall |
| **mái nhà** | roof | **vườn** | garden |
| **phòng vệ sinh** | toilet | | |

**Thực hành 3**

**Trả lời câu hỏi:**

1.      Sàn nhà bạn đang ở có gạch hoa hay có thảm?

2.      Tường trong phòng ngủ bạn <u>sơn</u> (to paint) màu gì?

3.      Trần nhà bạn cao hay thấp?  Bạn thích thế nào?  Tại sao?

4.      Bạn muốn thuê một căn nhà như thế nào, có <u>đồ đạc sẵn</u> (furnished) hay không có?

5.      Bề ngoài căn nhà bạn đang ở như thế nào?

# III  *Thuê nhà*

## Từ vựng, phát âm và chính tả 3:

### Thuê nhà

*Renting a House*

| | |
|---|---|
| **bao điện nước** | utilities included |
| **chủ nhà** | landlord |
| **người thuê nhà** | tenant |
| **tiền điện** | electric bill |
| **tiền điện thoại** | telephone bill |
| **tiền nhà** | rent |
| **tiền nước** | water bill |

| **Hội thoại 2** | | **Học ngữ pháp 10, 11 & 12** |
|---|---|---|

*Monique, Robert và Việt muốn thuê chung một căn nhà nhỏ ở gần trường. Ba người đang xem căn nhà đó. Họ và bà chủ nhà đang ở trong phòng khách.*

CHỦ NHÀ          Các cô cậu **cứ** tự nhiên đi xem nhà. Ba phòng ngủ và một phòng
                 tắm ở trên gác. Còn nhà bếp và phòng vệ sinh thì ở kia kìa.

VIỆT             Thế còn đồ đạc này thì sao ạ?

CHỦ NHÀ          Nếu các cô cậu cần thì tôi cho mượn đấy.

MONIQUE          Tiền nhà bao nhiêu một tháng ạ?

CHỦ NHÀ          **Đáng lẽ** là một nghìn bốn trăm đô la, nhưng các cô cậu còn
                 đi học tôi lấy rẻ. Một nghìn hai thôi. À này, chúng tôi **không** bao
                 điện nước **đâu** đấy nhé.

## Thực hành 4

**Trả lời câu hỏi về hội thoại 2:**

1.    Hãy tả căn nhà Monique, Robert và Việt muốn thuê.
2.    Tiền nhà một tháng là bao nhiêu? Có bao điện nước không? Có đồ đạc sẵn không?
3.    Theo ý bạn, tiền thuê nhà ở Hà Nội đắt hay rẻ <u>so với</u> (compared with) nơi bạn đang ở?
4.    Bạn nghĩ bà chủ nhà là người như thế nào: <u>thành thật</u> (sincere) hay <u>giả dối</u> (insincere)? Tại sao?

## Thực hành 5

Nói chuyện với bạn. Hỏi người bạn này thích thuê một căn nhà như thế nào? Ở đâu? Có bao điện nước không? Có sẵn bàn ghế không? Bây giờ người bạn này đang phải trả những thứ tiền gì nữa?

Nhà sàn

# IV Đồ đạc và thiết bị

## Từ vựng, phát âm và chính tả 4:

### Đồ đạc và thiết bị

*Furniture and Appliances*

| | |
|---|---|
| **bàn là** | iron |
| **bật** | to turn on |
| **bếp** | stove |
| **kê** | to place (furniture) |
| **lò** | oven |
| **máy điều hòa/ máy lạnh** | air conditioner |
| **máy giặt** | washer |
| **máy sấy** | dryer |
| **nồi cơm điện** | electric rice cooker |
| **quạt máy** | electric fan |
| **tắt** | to turn off |
| **treo** | to hang |
| **tủ lạnh** | refrigerator |

**Thực hành 6**

A. Hãy nói những đồ đạc và thiết bị nào thường được để trong những chỗ sau đây:

1. bếp                    4. phòng khách
2. phòng ngủ              5. phòng tắm
3. phòng giặt             6. phòng ăn

B. Đồ đạc nào hay thiết bị nào bạn <u>không thể thiếu</u> (cannot live without)? Tại sao thế?

C. Hãy tả những căn phòng sau đây:

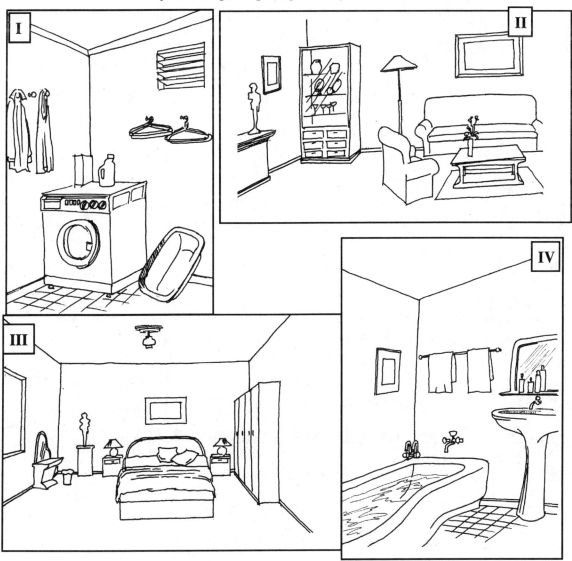

| Hội thoại 3 | Đọc cách dùng từ 13 |

*Monique, Robert và Việt đang dọn nhà. Họ đang sắp xếp đồ đạc và kê bàn ghế trong **nhà**.*

ROBERT        Chị muốn kê cái giường này ở chỗ nào, hả chị Monique?

MONIQUE       À, Robert để sát cái cửa sổ kia, cạnh bàn học hộ chị nhé.

VIỆT          Còn cái bàn ăn này để chỗ nào đây? Ở đây được không chị?

MONIQUE       Không, chỗ này để bộ xa lông.

### Thực hành 7

**Trả lời câu hỏi về hội thoại 3:**

1.    Ai giúp Monique kê đồ đạc?
2.    Monique muốn kê đồ đạc như thế nào?

### Thực hành 8

Work in pairs. One partner is moving into a new place. The other is a mover. The mover has to ask where to place each item.

| | | | |
|---|---|---|---|
| 1. | dining table | 4. | sofa |
| 2. | bed | 5. | refrigerator |
| 3. | chair | 6. | electric fan |

# V | *Việc nhà*

## Từ vựng, phát âm và chính tả 5:

### Việc nhà

*Housework*

| | |
|---|---|
| dọn dẹp | to straighten up, to clean |
| đổ rác | to empty the trash |
| giặt quần áo | to wash clothes |
| là (quần áo) | to iron |
| lau/chùi/lau chùi | to wipe |
| lau nhà | to mop the floor |
| phơi | to air dry |
| phủi bụi | to dust |
| quét | to sweep |
| rửa bát | to wash dishes |

| **Hội thoại 4** | **Học ngữ pháp 12** |

*Robert đang lau dọn tủ lạnh. Việt đang giặt quần áo bằng tay.*

ROBERT        Việt ơi, hôm nay đến lượt ai nấu cơm đấy?

VIỆT          Cậu chứ ai nữa. Hôm nay mình phải rửa bát, quét và lau nhà.

ROBERT        Ơ kìa!   Tớ tưởng là đến lượt chị Monique chứ.

VIỆT          Lại có hẹn với cô nào rồi, phải không?!

ROBERT        Tớ **có** hẹn với ai **đâu** !

### Thực hành 9

**Trả lời câu hỏi về hội thoại 4:**

1.  Hôm nay Việt phải làm những việc nhà nào?  Còn Robert?
2.  Bạn thích làm việc nhà của ai, Việt hay Robert?  Tại sao thế?
3.  Nếu ở chung với ai, bạn muốn người này làm những việc gì?
    Tại sao?

### Thực hành 10

**Bạn sẽ nói người giúp việc phải làm gì khi**

1.  phòng khách bừa bãi quá?
2.  sàn bếp bẩn thỉu quá?
3.  có nhiều quần áo bẩn trong phòng tắm?
4.  có nhiều bát đĩa bẩn trong chậu?
5.  bạn đói quá?
6.  bàn ghế có nhiều bụi?

## BẢNG TÓM TẮT TỪ VỰNG VÀ CÂU MẪU

### Các loại nhà (classifiers: cái, căn)

| | | | |
|---|---|---|---|
| bẩn thỉu | to be dirty, filthy | nhà trọ | boarding house, inn |
| biệt thự | villa | ồn ào | to be noisy |
| bừa bãi | to be messy, untidy | rộng rãi | to be spacious |
| căn hộ | apartment | sạch sẽ | to be clean |
| chật hẹp | to be narrow | tầng | floor, story |
| chung cư | apartment complex | tiện nghi | convenience |
| gác | upstairs | xây | to build |
| nhà cao tầng | highrise | yên tĩnh | to be quiet |
| nhà mặt đường | house facing the main street | | |
| nhà một tầng | one-story house | | |

### Trong và ngoài nhà

| | | | |
|---|---|---|---|
| bồn tắm | bathtub | sàn nhà | floor |
| cầu thang | stairway | sân | courtyard |
| chậu rửa mặt | bathroom sink | thảm | carpet |
| đồ đạc/bàn ghế | furniture | thang máy | elevator |
| gạch hoa | tile | trần nhà | ceiling |
| hàng rào | fence | tường (cái, bức) | wall |
| mái nhà | roof | vườn | garden |
| phòng vệ sinh | toilet | | |

### Thuê nhà

| | | | |
|---|---|---|---|
| bao điện nước | utilities included | tiền điện thoại | telephone bill |
| chủ nhà | landlord | tiền nhà | rent, house payment |
| người thuê nhà | tenant | tiền nước | water bill |
| tiền điện | electric bill | | |

## B Ả N G   T Ó M   T Ắ T   T Ừ   V Ự N G   V À   C Â U   M Ẫ U

### Đồ đạc và thiết bị

| | | | |
|---|---|---|---|
| **bàn là** | iron | **máy lạnh** | air conditioner |
| **bật** | to turn on | **máy sấy** | dryer |
| **bếp** | stove | **nồi cơm điện** | electric rice cooker |
| **kê** | to place (furniture) | **quạt máy** | electric fan |
| **lò** | oven | **tắt** | to turn off |
| **máy điều hòa** | air conditioner | **treo** | to hang |
| **máy giặt** | washer | **tủ lạnh** | refrigerator |

### Việc nhà

| | | | |
|---|---|---|---|
| **dọn dẹp** | to straighten up, to clean | **lau nhà** | to mop the floor |
| **đổ rác** | to empty the trash | **phơi (quần áo)** | to air-dry clothes |
| **giặt quần áo** | to wash clothes | **phủi bụi** | to dust |
| **là (quần áo)** | to iron | **quét** | to sweep |
| **lau/chùi/lau chùi** | to wipe | **rửa bát** | to wash dishes |

### Thành ngữ

| | | | |
|---|---|---|---|
| **nhà cao cửa rộng** | to be wealthy | **ru rú trong nhà** | to stay cooped up inside |
| **nhớ nhà** | to be homesick | | |

### Câu mẫu

Anh **cứ** đi trước, chúng tôi sẽ đi sau.

**Đáng lẽ** cậu phải nấu cơm hôm nay mới phải.

Tôi **có** thuê căn nhà đó **đâu**!

Anh Cẩn **chưa/không** nhớ nhà **đâu**!

# NGỮ PHÁP VÀ CÁCH DÙNG TỪ

### 10. Encouraging or Giving Permission with *cứ*
*Cứ /Cứ việc* (go right ahead) + **VERB**

a.   **Cứ** is used before a verb to express a request, a command, or an encouragement.

> *Em cứ mua nồi cơm điện chị nhé.*
> I will go ahead and buy the electric rice cooker, okay?

> *Chúng tôi cứ đi xem căn hộ được không?*
> We will go ahead and look at the apartment, okay?

b.   **Cứ việc** is more often used in the imperative form. It is more emphatic than **cứ**.

> *Không có máy điều hoà thì cứ việc dùng quạt máy.*
> If there is no air-conditioner, then go ahead and use the electric fan.

> *Trả tiền nhà rồi thì cứ việc dọn vào.*
> If you already paid the rent, then go ahead and move in.

c.   **Cứ + time expression or a numeral**
**Cứ** used in this manner means that every so often, such and such an event gets repeated:

> *Cứ hai tháng thì trả tiền nước một lần.*
> Pay the water bill every two months.

> *Cứ ba ngày thì Việt lau nhà một lần.*
> Every three days Viet mops the floor.

> *Cứ bốn người ở chung một phòng.*
> Every four people share a room.

Bài tập 10.1

**What would you say to give people the "green light" in these situations?**

VÍ DỤ:                    *Mời ông bà cứ việc đi xem nhà.*

1.  As a realtor, you want to encourage people to <u>tour</u> (đi xem) the house.
2.  As a teacher, you want to encourage your students to practice speaking.
3.  You want your friend to call you whenever s/he needs you.
4.  You do not mind if your friend needs to drive your car.
5.  You call your roommate because you have to work late tonight and want her/him to eat supper without you.

Bài tập 10.2

**What would you say when a friend wants to know how often you:**

VÍ DỤ:                    <u>*Cứ*</u> *hai tuần tôi đi tập bóng rổ* <u>*một*</u> *lần.*

1.     go to the Vietnamese class
2.     do the laundry
3.     clean your house
4.     cook
5.     go out

## 11.   Using *Đáng lẽ*

a.    The expression **Đáng lẽ... nhưng** implies that something is supposed to happen, but in reality does not, did not, or will not. It can be loosely translated into English as "instead of." **Đáng lẽ** is placed at the beginning of the sentence, as in:

> <u>*Đáng lẽ*</u> *cô Linh phải nấu cơm,* <u>*nhưng*</u> *cô sẽ đi chơi.*
> <u>Instead of</u> cooking, Linh will go out.

> <u>*Đáng lẽ*</u> *Long ở chung cư,* <u>*nhưng*</u> *lại thuê nhà gần trường.*
> <u>Instead of</u> living in an apartment complex, Long rented a house near school.

b.  **Đáng lẽ... mới phải**  is used to express feelings of regret or annoyance
that a certain thing should happen or should not happen, contrary to reality.
(**Mới phải** literally means "only then is it correct.")

> *Hôm nay có khách, <u>đáng lẽ</u> chị ấy dọn dẹp nhà <u>mới phải</u>.*
> Today we have company; <u>she should have</u> straightened up the house.

> *Cái quạt này rẻ quá. <u>Đáng lẽ</u> anh ấy không <u>nên</u>\* mua cái quạt kia*
> *<u>mới phải</u>.*
> This fan is so inexpensive. <u>He should not have</u> bought that fan.

> \*In the negative, **đáng lẽ** is often used in conjunction with **nên**.

> ### Bài tập 11.1

**Dùng từ vựng đã học trong bài 5:**

Đặt 5 câu với **đáng lẽ... nhưng** và 5 câu **đáng lẽ ... mới phải**.

> ### Bài tập 11.2

What would you say when you regret that you should have done or should
not have done the following?
Use both "**đáng lẽ ... nhưng**" and "**đáng lẽ ... mới phải**".

> VÍ DỤ:       You did not dust the furniture yesterday.
> *<u>Đáng lẽ</u> tôi phải <u>phủi bụi</u> (to dust) bàn ghế hôm qua, <u>nhưng</u>*
> *tôi lại đi xem phim.*
> *<u>Đáng lẽ</u> tôi phải phủi bụi bàn ghế hôm qua <u>mới phải</u> vì nhà*
> *cửa bẩn thỉu quá.*

1.    You <u>decided</u> (quyết định) to live in the dormitory.
2.    You did not buy an <u>electric fan</u> (quạt máy).
3.    You chose <u>to wash</u> (giặt) your clothes by hand.
4.    You did not clean the kitchen after cooking yesterday.
5.    You forgot <u>to turn off the iron</u> (tắt bàn là) this morning.
6.    You decided to rent this apartment.

## 12.   Emphasizing Negation with *có...đâu*

The final particle **đâu** is used to <u>emphasize negation</u> in three cases:

a.     **có... đâu**! denies or negates a statement with the meaning "how can you say that?" or "contrary to what you think."

> *Robert <u>có</u> phải lau nhà hôm nay <u>đâu</u>!*
> Robert <u>does not</u> have to mop the floor today. [how can you say that?]

> *Chiều nay Monique <u>có</u> rửa bát <u>đâu</u>!*
> Monique <u>didn't</u> wash the dishes this afternoon!
> [contrary to what you think.]

b.     **không... đâu**! and **chưa... đâu**! are used in <u>negative statements</u> to reassure the listener with the meaning "I know" or "believe me."

> *Mai Linh <u>không</u> thích đổ rác <u>đâu</u>!*
> Mai Linh <u>does not</u> like to empty the trash. [believe me.]

> *Việt <u>chưa</u> sấy quần áo <u>đâu</u>!*
> Việt <u>has not</u> put the clothes in the dryer yet. [I know.]

> *Họ <u>không</u> muốn thuê căn nhà này <u>đâu</u>!*
> They <u>don't</u> want to rent this house. [for sure.]

    **Bài tập 12.1**

Bạn ở chung nhà với một người có tật <u>đãng trí</u> (absent-minded).
Hãy viết 5 câu bạn thường nói với người ấy sau khi người ấy nói:

> *"Ồ, tôi tưởng tôi đã làm rồi mà!"*
> "Oh, I thought I already did that"

> VÍ DỤ:       *Anh <u>có</u> quét nhà <u>đâu</u>!*

**Bài tập 12.2**

**Just Say It in Vietnamese**

- 1A:   That apartment is both clean and spacious. Let's go ahead and rent it.

- 1B:    It's not clean and spacious (how can you say that?).

- 2A:   I turned the rice cooker off at six o'clock.

- 2B:   You did not (I know)!

- 3A:   I will empty the trash and she will cook.

- 3B:   She won't want to cook (believe me).

- 4A:   You told me he was very good at mopping the floor.

- 4B:   Really!  I have not yet seen him mop the floor.

- 5A:   Their house has a fence and a big courtyard.

- 5B:   It does not (how can you say that?).

## 13.   Cách dùng từ: Different meanings of *nhà*

Besides its usual meaning, **nhà** is also used to mean "an expert" or "one's spouse." Its meanings are ambiguous if one hears them out of context. In context, however, the meanings are usually clear.

> *Ông Kissinger là một <u>nhà</u> ngoại giao nổi tiếng.*
> Mr. Kissinger is a well-known diplomat.

> *Mời ông ngồi chơi, <u>nhà</u> tôi đang phơi quần áo ở ngoài sân.*
> Please have a seat; my wife/husband is putting the clothes out to dry
> in the courtyard.

**Nhà** can also be used in compound nouns to refer to a building or a room.

> *Đây là <u>nhà</u> ăn và kia là <u>nhà</u> bếp.*
> This is the <u>dining room</u>, and there is the <u>kitchen</u>.

> *Ở đây có <u>nhà</u> máy nào không?*
> Are there any <u>factories</u> here?

> *Ở <u>nhà</u> khách hay <u>nhà</u> trọ thì rẻ hơn.*
> Staying at a <u>guest house</u> or a <u>boarding house</u> is less expensive.

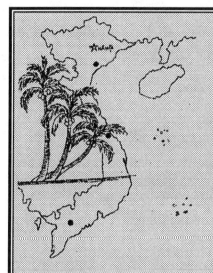

# CULTURE NOTE
## LIVING ARRANGEMENTS, FURNISHINGS, AND APPLIANCES

In Vietnam, it is not uncommon to share a bedroom with someone, or even share a bed with family members or friends of the same sex. Typical city houses are long and narrow. They do not always have hallways. You may have to go through one room to get to another.

In the countryside, wider houses can be found. A traditional country house has three compartments. The middle one is reserved for the ancestral altar and for receiving guests. The bathroom and toilet are usually located outside, in the far corner of the backyard or near a pond.

Although Western-style hotels and modern houses have Western-style bathrooms, with a toilet, a sink, and a bathtub all in one room, traditional houses in Vietnam often keep these fixtures separate. The room with the toilet is called *phòng vệ sinh* or *nhà cầu*; the room where one bathes is called *phòng tắm/buồng tắm*. The living room in a small house can serve many functions: receiving guests, eating, studying, watching TV, sleeping. Many families keep an ancestral or a small Buddhist altar in the living room.

Most Vietnamese houses and many hotels do not have wall-to-wall carpeting. Tiled floors are more popular because of the hot and humid climate. Air conditioners are not yet widely used. For most families, the most common electrical appliances are television sets, radios, stereos, and electric fans.

# CULTURE NOTE

## Addressing Your Friends - Cách xưng hô với bạn

You have seen Việt and Robert address each other as *cậu* and *mình* or *tớ*.
The Vietnamese use different pronouns to address different people or to refer to them-
selves. The pronouns used when talking to one's friends depend on how close one's
relationship to them is, as in:

|  | SELF | OTHER |
|---|---|---|
| -very close friends | **tao** | **mày** |
| -other friends | **mình/tớ** | **cậu/đằng ấy** |
|  | ***mình** | **first name** |
|  | **first name** | **first name** |

For example:

1)    - *Hôm nay tao mệt. <u>Mày</u> phủi bụi hộ tao nhé.*

       - <u>*Mày*</u> *làm gì mà mệt?*

2)    - *Mình muốn nhờ <u>cậu</u> giúp mình dọn nhà nhưng sợ <u>cậu</u> bận học thi.*

       - <u>*Cậu*</u> *định dọn ngày nào thế?*

3)    - *Tối nay <u>mình</u> gọi điện cho <u>Phương</u> nhé.*

       - *Ử. Nhưng <u>Mai Linh</u> nhớ là sau chín giờ <u>Phương</u> mới về.*

## Mình

**Mình** is a pronoun that is usually used between close friends or between husbands
and wives. It is also used to refer to oneself or to the other person, as in:

<u>*Mình*</u> *ơi, em thấy trần nhà này thấp quá.*   <u>Darling</u>, I find this ceiling too low.

<u>*Mình*</u> *muốn thuê căn hộ này.*   <u>I</u> want to rent this apartment.

**Mình** can also mean 'our' or 'we'

**bố mẹ mình**    our parents        **quê hương mình**    our homeland

*Quê hương <u>mình</u> bao giờ cũng đẹp.*    <u>Our</u> homeland is always beautiful.

In dialogue 1, Robert said:

<u>*Mình*</u> *tìm thuê nhà là phải lắm.*    <u>We</u> look for a house to rent; it
makes sense.

*Tục ngữ, Ca dao*

Sống có nhà, thác có mồ.

Nhà không chủ như tủ không khoá.

Nhà sạch thì mát, bát sạch ngon cơm.

Nhà anh lợp những mo nang,

Nói láo với nàng nhà ngói năm gian.

# T Ậ P   N G H E

 **"Thuê nhà"**

### Trước khi nghe

You are in Hà Nội looking for a room to rent. List the features that are the most important to you when choosing a place to live. Arrange the list in order of importance.

1.  .............................  4.  .............................

2.  .............................  5.  .............................

3.  .............................  6.  .............................

### Hãy lắng nghe

Listen to a phone conversation between Mai Linh and a landlord. Answer the following questions by marking the answers **Đúng** (True) or **Sai** (False).

**Đúng  Sai**

☐  ☐    The room is in a house located near a market.

☐  ☐    It is on the first floor.

☐  ☐    It has its own bathroom.

☐  ☐    The furniture is brand new.

☐  ☐    The room has air conditioning.

☐  ☐    A deposit of one month's rent is required.

☐  ☐    Mai Linh will look at the room tomorrow afternoon.

### Sau khi nghe

**Trả lời câu hỏi:**

1.  Nếu là Mai Linh thì bạn sẽ hỏi chủ nhà những gì nữa?

2.  Bạn nghĩ Mai Linh sẽ thuê căn phòng hay không?

3.  Nếu bạn ở Hà Nội thì bạn có thuê căn phòng đó không?  Vì sao thế?

# T Ậ P    Đ Ọ C

### "Rao vặt"

### Trước khi đọc

1.    Khi muốn mua hay thuê nhà bạn làm gì?

2.    Bạn muốn mua hay thuê một căn nhà/một căn hộ như thế nào?

3.    Bạn sẽ đọc thấy những gì trong những <u>mục rao vặt</u> (classified ads) bán nhà hay cho thuê nhà?

4.    Hãy viết những gì bạn muốn có ở một căn nhà/căn hộ bạn muốn mua hoặc thuê.

### Chúng ta đọc: Scan the following classified ads.

Những mục rao vặt sau đây được trích trong báo *Tuổi Trẻ* và *Thanh Niên*.

| <u>Từ vựng:</u> | | | |
|---|---|---|---|
| **thoáng mát** = rộng và mát | | **kiến trúc** | architecture |
| **DT = diện tích** | area | **hiện đại** | modern |
| **Q. = quận** | district | | |

---

## READING STRATEGY: SCANNING

Scanning is to look for specific kinds of information. To scan, you move quickly down the page, ignoring all that is superfluous. Scanning is the fastest reading technique that will help you become a better reader of Vietnamese.

**1.**

## NHÀ BÁN & CHO THUÊ

DT: 4m X 20m, villa mặt đường, phố Lý Thái Tổ, Q. 10.

Xin vui lòng liên hệ ĐT: 8359809, gặp cô Thủy vào giờ hành chính (miễn tiếp trung gian) .

**2.**

## NHÀ CHO THUÊ

Nhà mặt đường, phố Nguyễn Trãi Q.1. DT: 8m x 20m. Nhà 3 tầng, có sân thượng, ...đầy đủ tiện nghi, có thể chia ra từng căn cho thuê.

Xin liên hệ ĐT: 01.908.1496.

**3.**

## NHÀ BÁN HOẶC CHO THUÊ

Nhà mặt đường, phố Trần Phú - Vũng Tàu. DTKV: 1228m2, DTXD: 300 m2. Dạng biệt thự, yên tĩnh, thoáng mát. Nhà 2 tầng, 8 phòng máy lạnh, tiện nghi. Tiện việc kinh doanh, mở văn phòng, khách sạn.

Liên hệ ĐT: 7299821, gặp anh Quang, anh Mạnh.

**4.**

## BÁN NHÀ GẤP

Cần bán nhà ngay, trung tâm TP, Q.1, 2 mặt đường, phố Trần Hưng Đạo. DT: 30m x 4m, có máy lạnh và 2 đồng hồ điện. Tiện việc xây khách sạn hoặc làm văn phòng.

Mọi chi tiết xin liên hệ ĐT: 8330553

**5.**

## VILLA CHO THUÊ

Villa 3 mặt đường, DT: 150m2, nhà mới xây, kiến trúc đẹp, hệ thống chiếu sáng hiện đại, có sẵn điện thoại, Fax, sân rộng để ôtô. Thích hợp mở văn phòng, show-room.

Địa chỉ: 520 Sư Vạn Hạnh (nối dài), Q.10. Xin liên hệ và xem nhà tại địa chỉ trên hoặc ĐT: 3656855 (gặp cô Hương) hoặc nhắn tin 281-12421.

**6.**

## NHÀ CHO THUÊ NGUYÊN CĂN

Gần sát sân bay, khu nhiều người nước ngoài đang thuê. Nhà 4 tầng, 5 phòng ngủ, 6 toilet, 1 phòng bida, có sân chơi, điện thoại, garage ôtô (1 xe), máy lạnh, máy nước nóng.

Liên hệ ĐT: 3422518-3438696.

## Sau khi đọc

 1.    Check the ads that provide the following information.

|                                  | #1 | #2 | #3 | #4 | #5 | #6 |
|----------------------------------|----|----|----|----|----|----|
| Types of houses (1-story, 2-story) |    |    |    |    |    |    |
| Number of rooms                  |    |    |    |    |    |    |
| Number of bathrooms              |    |    |    |    |    |    |
| Price                            |    |    |    |    |    |    |
| Measurements                     |    |    |    |    |    |    |
| Special features                 |    |    |    |    |    |    |

 2.    Based on the content of the ads, answer the following questions.
List the ad number(s) and the key words that support your choice.

a.    Which ad(s) would interest people who want to buy or rent:

- houses that are favorable for business? _____
- houses that face the street? _____
- houses that already have a telephone installed? _____
- houses that are located in a quiet area? _____
- houses that have large courtyards? _____
- houses that have air conditioning? _____
- houses that have water heaters? _____

b.    How are these ads different from those found in your local newspapers?

c.    Based on what you wrote before reading these ads, which house do you want to buy or rent? Why?

3.   Nói chuyện với bạn. Một người là chủ của một căn nhà quảng cáo
              ở trên. Người kia muốn mua hay thuê nhà nên gọi điện thoại để
              biết thêm thông tin về căn nhà đó.

   4.   You have decided to study Vietnamese in Vietnam for one year.
              You want to rent out your house while you are away. Write a short
              paragraph describing your house, each room, and the special
              features of your house to attract prospective tenants.

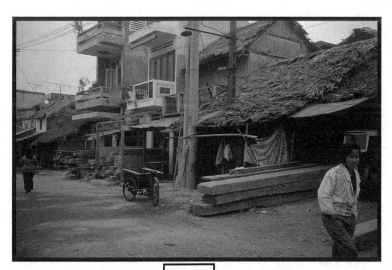

Nhà cửa

# TẬP VIẾT LUẬN 200

Nếu <u>trúng số độc đắc</u> (to win the lottery) 1 triệu đô la thì bạn sẽ mua một căn nhà như thế nào? (200 từ)

---

**Use the ideas suggested below to organize your composition before writing.**

## DÀN BÀI

1. **Nhập đề**

   Căn nhà của bạn đang ở bây giờ như thế nào? Nếu trúng số độc đắc một triệu thì bạn sẽ mua nhà như thế nào?

2. **Thân bài**
   * Căn nhà ấy có mấy tầng?
   * Căn nhà ấy ở đâu?
   * Trong nhà có những gì? Đồ đạc thiết bị nào?
   * Ngoài nhà như thế nào?
   * Nếu bạn ở căn nhà ấy thì ai là người dọn dẹp và làm việc nhà? vân vân...

   Ngữ pháp nên dùng:
   * *cũ/cứ việc -- không...đâu -- chưa đâu -- các -- những -- vừa...vừa -- giống nhau -- khác nhau -- indefinites+cũng.*

3. **Kết luận**

   Một căn nhà như thế thì có nhiều người muốn ở không? Vì sao?

# CHƯƠNG 6 Quan hệ gia đình

## COMPETENCIES
* Talking about kinship
* Familiarizing oneself with Vietnamese kinship terms
* Choosing the correct terms of address
* Affirming and emphasizing
* Indicating approval

**Vocabulary and Spoken Activities**

Kinship Terms

Terms of Address

**Grammar and Usage**

14. Asking how someone is related to someone else

15. Affirming and emphasizing with final particle *chứ*

16. Using *là được* to indicate approval

**Listening Comprehension**

Family Members

**Reading Comprehension**

Terms of Address: A Literary Excerpt

*TALKING ABOUT ONE'S OWN FAMILY AND INQUIRING ABOUT THE WELL-BEING OF THE FAMILIES OF OTHERS ARE IMPORTANT SOCIAL SKILLS, ESPECIALLY IN VIETNAM. KNOWING DIFFERENT KINSHIP TERMS WILL ENABLE YOU TO UNDERSTAND PEOPLE'S INTERRELATIONSHIPS. YOU WILL ALSO BE ABLE TO USE THE APPROPRIATE TERMS OF ADDRESS IN DIFFERENT SOCIAL SITUATIONS.*

## TỪ VỰNG VÀ THỰC HÀNH

### I  *Họ hàng*

#### Từ vựng, phát âm và chính tả 1:
#### Họ hàng 1
*Relatives*

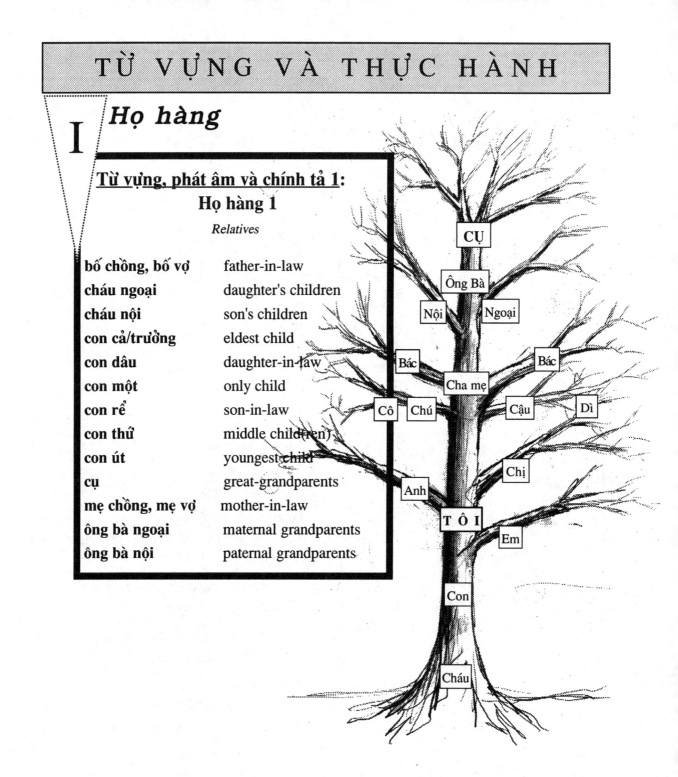

| | |
|---|---|
| **bố chồng, bố vợ** | father-in-law |
| **cháu ngoại** | daughter's children |
| **cháu nội** | son's children |
| **con cả/trưởng** | eldest child |
| **con dâu** | daughter-in-law |
| **con một** | only child |
| **con rể** | son-in-law |
| **con thứ** | middle child(ren) |
| **con út** | youngest child |
| **cụ** | great-grandparents |
| **mẹ chồng, mẹ vợ** | mother-in-law |
| **ông bà ngoại** | maternal grandparents |
| **ông bà nội** | paternal grandparents |

## Từ vựng, phát âm và chính tả 2:

### Họ hàng 2

**bác**      parents' older siblings

**cậu**      mother's younger brother

**chú**      father's younger brother

**chú**      husband of *dì*

**chú**      husband of *cô*

**cô**       father's younger sister

**dì**       mother's younger sister

**em họ, anh họ, chị họ**        cousins

**mợ**       wife of *cậu*

**thím**     wife of *chú*

## Từ vựng, phát âm và chính tả 3:

### Họ Hàng 3

**anh chồng, em chồng**   husband's brothers

**anh rể**               older sister's husband

**anh vợ, em vợ**        wife's brothers

**chị chồng, em chồng**  husband's sisters

**chị dâu**              older brother's wife

**chị vợ, em vợ**        wife's sisters

**dâu**                  in-law (female)

**em dâu**               younger brother's wife

**em rể**                younger sister's husband

**rể**                   in-law (male)

### Thành ngữ

**cha nào con ấy**              like father like son

Anh ấy giống cha quá!  Đúng là **cha nào con ấy**.

**tiếng mẹ đẻ**                 mother tongue

Chị ấy không biết nói **tiếng mẹ đẻ**.

### Thực hành 1

**Họ là ai? Hãy điền vào chỗ trống.**

1.   Anh của bố tôi là _____          của tôi.
2.   Chị của mẹ tôi là _____          của tôi.
3.   Vợ của ông nội tôi là _____         của tôi.
4.   Con của cậu tôi là _____          của tôi.
5.   Vợ của anh tôi là _____           của tôi.
6.   Chồng của dì tôi là _____         của tôi.
7.   Chồng của em tôi là _____          của tôi.
8.   Con trai của bác tôi là _____        của tôi.
9.   Vợ của chú tôi là _____           của tôi.
10.  Chồng của bà ngoại tôi là _____       của tôi.

### Thực hành 2

**Gia đình của Trần Hoàng Lan**

Xem cây gia hệ của gia đình Lan ở trang sau. Hãy viết lại những câu nào sai.

1.   Tôi có hai người dì. _____

2.   Tôi có một người cậu. _____

3.   Mợ tôi tên là Tâm. _____

4.   Hai anh chị họ tôi tên: Trí và Thi. _____

5.   Ông bà ngoại tôi có hai cháu nội và hai cháu ngoại._____

6.   Vũ là cháu nội của bố mẹ tôi. _____

7.   Cháu Vũ gọi tôi là cô. _____

8.   Mẹ tôi là bác (gái) của Trí và Thi._____

9.   Chị Linh là con dâu của bố mẹ tôi và là chị dâu của tôi. _____

10.  Anh Lân gọi vợ cậu Tuấn là thím._____

## Gia đình của Trần Hoàng Lan

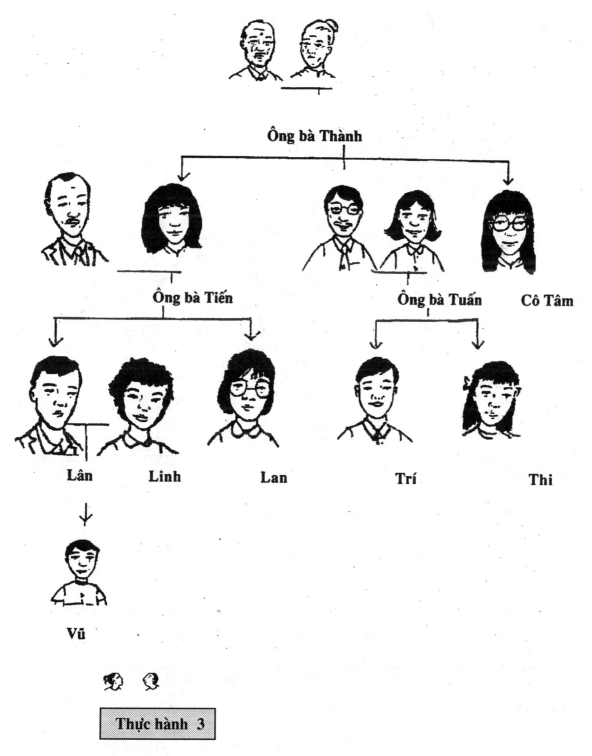

Ông bà Thành

Ông bà Tiến                    Ông bà Tuấn        Cô Tâm

Lân        Linh        Lan            Trí            Thi

Vũ

**Thực hành 3**

Hãy giới thiệu gia đình của Trần Hoàng Lan với các bạn trong lớp.

**Hội thoại 1**                                        **Học ngữ pháp 14 & 15**

*Mai Linh đang cho Monique xem ảnh của gia đình mình.*

MONIQUE          Gia đình Mai Linh đông quá nhỉ. Có phải đây là ông bà của em
                 không?

MAI LINH         Vâng. Ông bà nội em đấy. Ông bà có tất cả năm người con, hai
                 con dâu, ba con rể, mười hai cháu nội ngoại.

MONIQUE          Còn cặp vợ chồng này *có họ với* em *như thế nào*?

MAI-LINH         Vợ chồng chú thím út em đấy. Bố em là con trai cả.

MONIQUE          Trông họ còn trẻ quá!  Chị cứ tưởng đó là anh chị họ của em *chứ*.

## Thực hành 4

**Trả lời câu hỏi về hội thoại 1:**

1.  Ông bà nội Mai Linh có mấy người con trai và mấy người con gái?
2.  Cháu nội của ông bà nội Mai Linh là con của ai?
3.  Bạn nghĩ chú thím của Mai Linh khoảng bao nhiêu tuổi?
4.  Mai Linh có mấy người chú và mấy người thím?

## Thực hành 5

Vẽ cây gia hệ hay đem vào lớp ảnh của đại gia đình của bạn. Dùng hình vẽ hay ảnh để giới thiệu và nói chuyện với các bạn trong lớp.

# II  *Cách xưng hô*

## Từ vựng, phát âm và chính tả 4 :

### Cách xưng hô

*Terms of Address*

| | |
|---|---|
| gọi... bằng/là | to call someone by... |
| khách sáo | to be superficial, formal |
| là được | that will do |
| lớn tuổi | older |
| phức tạp | to be complicated |
| trường hợp | situation |
| xưng | to refer to oneself |
| xưng hô | to address one another |

| **Hội thoại 2** | **Học ngữ pháp 16** |

MONIQUE    Việt này! Hôm nọ bố mẹ anh Thành nói chị khách sáo vì chị gọi họ là "*ông, bà*" chứ không gọi là "bác".

VIỆT       Đúng đấy. Trong trường hợp đó, nếu chị gọi "*bác*" và xưng "*cháu*" thì thân hơn.

MONIQUE    Thế gặp ông bà của bạn hoặc những người già thì xưng hô thế nào đây?

VIỆT       Thì chị cứ gọi là "*cụ*" và xưng "*cháu*" hay "con" **là được**..

MONIQUE    Cách xưng hô của người Việt phức tạp thật!

| **Thực hành  6** |

**Trả lời câu hỏi về hội thoại 2:**

1.    Tại sao bố mẹ Thành nghĩ là Monique khách sáo?

2.    Theo Việt thì Monique nên gọi ai bằng "cụ" và xưng là "cháu"?

3.    Monique nghĩ gì về cách xưng hô của người Việt?  Tại sao? Còn bạn?

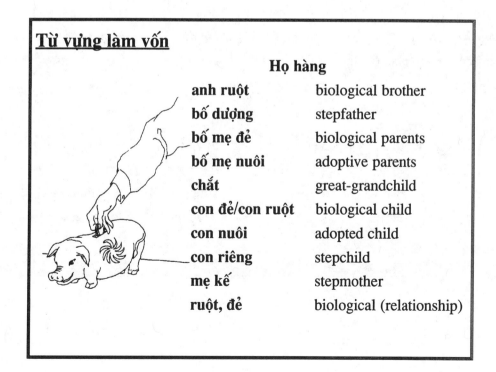

**Thực hành 7**

**Discuss with your partner.**

Guess what kinship terms to use in the following situations:

1.   An uncle of your friend who is about 7 or 8 years older than you?

2.   A male teacher who is about 5 years younger than you?

3.   A younger sister of your friend who is about 4 years older than you?

4.   An acquaintance of your parents who addresses your parents as "anh, chị" but is only 10 years older than you?

5.   A classmate who is about 20 years older than you?

6.   Your dentist and family doctor?

7.   The parents of one of your classmates who are about 15 years older than you?

8.   Your boss who is four or five years younger than you?

9.   A female acquaintance at a party who is about 32 years old?

10.   A male potential employer at a cocktail party?

## Từ vựng làm vốn

### Họ hàng

| | |
|---|---|
| **anh ruột** | biological brother |
| **bố dượng** | stepfather |
| **bố mẹ đẻ** | biological parents |
| **bố mẹ nuôi** | adoptive parents |
| **chắt** | great-grandchild |
| **con đẻ/con ruột** | biological child |
| **con nuôi** | adopted child |
| **con riêng** | stepchild |
| **mẹ kế** | stepmother |
| **ruột, đẻ** | biological (relationship) |

# BẢNG TÓM TẮT TỪ VỰNG VÀ CÂU MẪU

## Họ hàng 1

| | | | |
|---|---|---|---|
| **bố chồng, bố vợ** | father-in-law | **cháu nội** | son's children |
| **con cả/trưởng** | eldest child | **cháu ngoại** | daughter's children |
| **con dâu** | daughter-in-law | **cụ** | great-grandparents |
| **con một** | only child | **mẹ chồng, mẹ vợ** | mother-in-law |
| **con rể** | son-in-law | **ông bà nội** | paternal grandparents |
| **con thứ** | middle child(ren) | **ông bà ngoại** | maternal grandparents |
| **con út** | youngest child | | |

## Họ hàng 2

| | | | |
|---|---|---|---|
| **bác** | parents' older siblings | **cô** | father's younger sister |
| **cậu** | mother's younger brother | **dì** | mother's younger sister |
| **chú** | father's younger brother | **em họ, anh họ, chị họ** | cousins |
| **chú** | husband of *dì* | **mợ** | wife of *cậu* |
| **chú** | husband of *cô* | **thím** | wife of *chú* |

## Họ hàng 3

| | | | |
|---|---|---|---|
| **anh chồng, em chồng** | husband's brothers | **chị vợ, em vợ** | wife's sisters |
| **anh rể** | older sister's husband | **dâu** | in-law (female) |
| **anh vợ, em vợ** | wife's brothers | **em dâu** | younger brother's wife |
| **chị chồng, em chồng** | husband's sisters | **em rể** | younger sister's husband |
| **chị dâu** | older brother's wife | **rể** | in-law (male) |

## Cách xưng hô

| | | | |
|---|---|---|---|
| **gọi... bằng/là** | to call someone by... | **phức tạp** | to be complicated |
| **khách sáo** | to be superficial, formal | **trường hợp** | situation |
| **là được** | that will do | **xưng** | to refer to oneself |
| **lớn tuổi** | older | **xưng hô** | to address one another |

## BẢNG TÓM TẮT TỪ VỰNG VÀ CÂU MẪU

### Từ vựng làm vốn

| | | | |
|---|---|---|---|
| **anh ruột** | biological brother | **con đẻ/con ruột** | biological child |
| **bố dượng** | stepfather | **con nuôi** | adopted child |
| **bố mẹ đẻ** | biological parents | **con riêng** | stepchild |
| **bố mẹ nuôi** | adoptive parents | **mẹ kế** | stepmother |
| **chắt** | great-grandchild | **ruột, đẻ** | biological (relationship) |

### Thành ngữ

| | | | |
|---|---|---|---|
| **cha nào con ấy** | like father like son | **tiếng mẹ đẻ** | mother tongue |

### Câu mẫu

Tôi muốn đi Việt Nam lắm **chứ**.

Anh chỉ cần đến sớm 5 phút **là được**.

Anh **có họ với** chị Lan **như thế nào**?

Chị Lan **là gì của anh**?

## NGỮ PHÁP VÀ CÁCH DÙNG TỪ

**14.   Asking How Someone Is Related to Someone Else**

There are different ways of asking how someone is related to someone else, as in:

| | |
|---|---|
| *Hạnh có họ với anh như thế nào?* | How is Hạnh related to you? |
| *Hạnh là em họ tôi.* | Hạnh is my cousin. |
| | |
| *Hạnh là gì của anh?* | What is Hạnh to you? [literal, informal] |
| *Hạnh là người yêu cũ của anh.* | Hạnh is my ex-girlfriend. |

*Hương và anh có họ với nhau như thế nào?*

How are Hương and you related to each other?

*Hương là em gái của anh rể tôi.*

Hương is my brother-in-law's younger sister.

**Bài tập 14**

Robert cho bạn xem ảnh của đại gia đình anh ấy. Bạn muốn biết quan hệ (relationship) giữa những người trong ảnh và Robert như thế nào. Hãy hỏi về bốn người trong ảnh:

1.   người đứng bên phải Robert.
2.   người đứng bên trái Robert.
3.   người đứng đằng sau Robert.
4.   người đứng đằng trước Robert.

VÍ DỤ:      *Người ngồi cạnh Robert có họ với  Robert như thế nào?*

## 15. Affirming and Emphasizing with Final Particle *Chứ!*

As a final particle, **chứ** is used to affirm and to emphasize.

a.    **Chứ** in a response can be translated as "of course," as in:

*Hôm nay anh có định đi thăm ông nội không?*    <u>Có chứ</u>!
Do you plan to visit grandpa today?    <u>Of course</u>!

*Chị có muốn gặp em rể tôi không?*    <u>Muốn chứ</u>!
Do you want to meet my brother-in-law?    <u>Of course</u>! [I want to].

*Vợ sắp cưới của anh ấy đẹp lắm à?*    <u>Đẹp lắm chứ</u>.!
His fiancée is really very beautiful?    <u>Of course</u>! [she is].

b.    If **chứ** is placed at the end of a question, it is translated in various ways, depending on the context.

*Các anh ấy biết nói tiếng mẹ đẻ <u>chứ</u>?*
They can speak their mother tongue, <u>I assume</u>?

*Anh Long còn ở nhà bố mẹ <u>chứ</u>?*
<u>I suppose</u> Long is still living at his parents'?

    **Bài tập 15**

Hãy dùng **chứ** để trả lời những câu hỏi sau:

1.    Anh có nghĩ cô ấy sẽ lấy chồng năm nay không?
2.    Ngày mai chúng mình đi thăm cụ ông và cụ bà nhé.
3.    Chú thím chị ấy trẻ lắm à?
4.    Cách xưng hô của người Việt có phức tạp lắm không?
5.    Em có gọi ông ấy bằng bác được không?

## 16.   Using the Expression *là được* to Indicate Approval

**Là được** is used at the end of a sentence to indicate approval, as in:

> *Gặp bố mẹ vợ sắp cưới cứ chào hỏi vui vẻ <u>là được</u>.*
> When you meet your fiancée's parents, just greet them cheerfully and
> <u>that will do</u>.

> *Cậu cứ xưng 'cháu' với ông bà ấy <u>là được</u>.*
> You just call yourself "cháu" with them, and <u>that will do</u>.

> *Em gọi bố mẹ của bạn là 'bác' <u>là được</u>.*
> You call your friend's parents "bác," and <u>that will do</u>.

| Bài tập 16 |
| --- |

Dùng **là được** để giúp một người bạn chọn cách xưng hô <u>thích hợp</u>
(appropriate) khi nói chuyện với:

* ông <u>giám đốc</u> (director) hãng Intel
* bà <u>hiệu trưởng</u> (president) trường Đại học Harvard
* giáo sư dạy lịch sử
* bạn học lớn tuổi hơn
* bạn của cha mẹ
* cha mẹ của bạn học

VÍ DỤ:        Anh/Chị cứ gọi ông bà của bạn bằng 'ông bà' *là được*.

# CULTURE NOTE

## Cách xưng hô trong gia đình
(kinship terms)

Kinship terms are used as terms of address in both social and familial contexts. When kinship terms are used inappropriately, relationships between friends and acquaintances may be misunderstood. The correct use of terms of address is expected among members of the family. One should be aware, however, that kinship terms vary from region to region in Vietnam.

Following are the most common terms of address used in Hanoi:

| Context | 1st Person --to-- | 2nd Person |
|---|---|---|
| Grandfather to grandchildren | ông | cháu |
| Grandmother to grandchildren | bà | cháu |
| Father to children | bố, cậu | con |
| Mother to children | mẹ, mợ | con |
| Husband to wife | anh | em |
| Wife to husband | em | anh |
| Older brother to younger siblings | anh | em |
| Older sister to younger siblings | chị | em |
| Uncles and aunts to nieces | bác | cháu |
| and nephews | chú | cháu |
| | thím | cháu |
| | cô | cháu |
| | cậu | cháu |
| | mợ | cháu |
| | dì | cháu |

Tục ngữ, Ca dao

Con hơn cha là nhà có phúc.

Một giọt máu đào hơn ao nước lã.

Mẹ dạy thì con khéo, cha dạy thì con khôn.

Cha mẹ nuôi con bằng trời bằng bể,

Con nuôi cha mẹ con kể từng ngày.

# T Ậ P   N G H E

 **"Quan hệ gia đình"**

### Trước khi nghe

Listen to Chi introduce her extended family. Look at the chart below to figure out who are her grandparents, parents, uncles, aunts, brothers, sisters, and cousins. Become familiar with their names: **Hương, Hòa, Hùng, Thu, Tú, Mai, Thuỷ, Lâm, Long, Đạt, Dũng.**

### Chúng ta nghe

Listen carefully and write the correct names under the pictures.

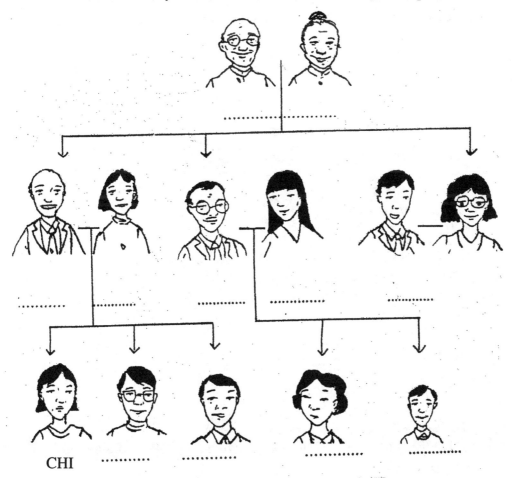

CHI

### Sau khi nghe

Viết một <u>đoạn</u> (paragraph) ngắn giới thiệu đại gia đình của Chi.

# T Ậ P   Đ Ọ C

## "Bán nhà"

### Trước khi đọc

Theo bạn, một người con gái Việt Nam khoảng 18, 20 tuổi nên gọi một người đàn ông khoảng bốn mươi mấy, năm mươi tuổi là gì? Tại sao?

### Chúng ta đọc

"*Bán nhà*" được trích trong truyện *Nửa Chừng Xuân* của Khái Hưng viết năm 1935. Mai là một cô gái 19 tuổi, còn ông Hàn Thanh là một người đàn ông giầu có, bốn mươi mấy tuổi và đã có ba người vợ. Mai đến gặp ông Hàn vì cô muốn bán nhà cho ông để lấy tiền giúp em trai đi học ở Hà Nội. Nhưng ông Hàn có ý nghĩ khác!

**\*Chú thích:**

Mai gọi bố là "*thầy*"              "*mồ côi*" là bị mất cha hay mẹ

"*cụ Tú*" là bố của Mai            "*lão bộc*" là người giúp việc cho gia đình Mai

"*Hàn*" là một <u>chức vụ</u> (title)

\*Note:  In the old days, it was customary to refer to others by their official titles or by the highest diploma they achieved.

# Bán nhà

*Khi người lão bộc đã xuống bếp, ông Hàn liền ghé gần lại chỗ Mai, khiến cô sợ hãi vội lùi lại một bước. Ông Hàn tươi cười bảo Mai:*

     - Bà Hàn không bằng lòng để tôi mua nhà của cô là vì cô đẹp lắm.

*Mai vừa xấu hổ vừa tức giận, nguẩy nguẩy toan bước ra sân. Ông Hàn nói tiếp:*

     - Tôi khen cô đẹp thì đã làm sao mà cô giận?

*Mai nghiêm sắc mặt nói:*

     - Thưa cụ, cụ nói cụ là bạn của thầy tôi, vậy tôi cũng như con cụ.

     - Tôi đâu dám. Thì cô hãy tạm ngồi xuống, tôi nói nốt câu chuyện đã nào.

     - Cụ để mặc cháu.

......................................................

*Mai nhẹ dạ, nghe ông Hàn nói, lấy làm cảm động vội ngắt lời:*

     - Thưa cụ, việc mua bán phải ra việc mua bán chứ, cháu thiết tưởng...

*Ông Hàn cười tình:*

     - Cô cứ bầy vẽ!  Cụ với cháu mãi. Tôi đối với cụ Tú nhà chỉ vào hàng con cháu, cô cứ gọi tôi là cụ và xưng cháu với tôi, làm tôi ngượng chết đi ấy.

......................................................

*Mai bỡ ngỡ hỏi:*

     -- Thưa cụ...

     - Đã bảo đừng gọi người ta là cụ mà!  Gọi là ông... hay là anh cũng được.

......................................................

*Mai cắp nón vái chào:*

     - Lạy cụ, cháu xin về.

*Hàn Thanh cười:*

     - Không dám, em về nhà, thế chiều mai nhớ nhé... À, tên em là gì nhỉ?

     - Thưa cụ, tên cháu là Mai.

### Sau khi đọc

1.  **Trả lời câu hỏi:**

    1.1    How many times did "*ông Hàn*" change the terms of address when talking to Mai?

    1.2    What do you think about the terms of address used by Mai? Are they appropriate? Why did she use those terms?

    1.3    How about the terms used by "*ông Hàn*"? Are they appropriate? Why do you think he changed them many times?

    1.4    What do you think of Mai and "*ông Hàn*"?

2.  Bạn xưng hô với người Việt như thế nào? Bạn có cảm thấy thoải mái khi chọn cách xưng hô không? Tại sao?

3.  Hãy tóm tắt truyện "Bán nhà". Hai sinh viên <u>phân vai diễn</u> (to role play) lại truyện ấy.

# T Ậ P   V I Ế T   L U Ậ N   2 0 0

 Thế nào là một gia đình <u>lý tưởng</u> (ideal)?  Gia đình của bạn có phải là một gia đình lý tưởng không?  Vì sao? (200 từ)

---

**Use the ideas suggested below to organize your composition before writing.**

## DÀN BÀI

1.  **Nhập đề**
    Hãy giới thiệu gia đình của bạn. Có những ai?  Họ sống ở đâu? Họ có sống cùng với bạn không?

2.  **Thân bài**
    * Gia đình của bạn có phải là một gia đình lý tưởng không?  Thế nào là một
    * một gia đình lý tưởng?  Cho nhiều lý do:
    * - bố mẹ
    * - anh chị em
    * - họ hàng
    * - khí hậu chỗ ở và nhà cửa, vân vân...

    Ngữ pháp nên dùng:
    * *là được-- chữ (final particle) -- không...đâu -- có đâu -- giống -- khác -- giống nhau -- khác nhau -- vừa...vừa -- indefinites+cũng -- đông*

3.  **Kết luận**
    Bạn có chúc hay không chúc những người khác có một gia đình như gia đình của bạn không?

# 7 Ăn uống

## COMPETENCIES

* Familiarizing oneself with different eateries in Vietnam
* Writing invitations
* Familiarizing oneself with dining etiquette
* Asking rhetorical questions
* Expressing polite requests

**Vocabulary and Spoken Activities**

Eating Out

Dining at Someone Else's House

**Grammar and Usage**

17. Indicating that something is contrary to expectation with *lại*
18. Asking rhetorical questions with *sao được?*
19. Using *mà* as a conjunction of contradiction
20. Using *tùy* and *xin phép*

**Listening Comprehension**

Restaurant Review

**Reading Comprehension**

Fast Food in Vietnam

*CHAPTER 7 INTRODUCES YOU TO THE VARIOUS WAYS OF EATING IN VIETNAM.*
*YOU WILL LEARN WHERE TO EAT INEXPENSIVELY AND HOW TO BEHAVE AS A*
*DINNER GUEST.*

# TỪ VỰNG VÀ THỰC HÀNH

## I Ăn cơm hiệu

### Từ vựng, phát âm và chính tả 1:

#### Ăn cơm hiệu

*Eating Out*

| | |
|---|---|
| **bữa ăn** | a meal |
| **bữa tiệc** | banquet |
| **cơm bình dân** | inexpensive ready-cooked meals |
| **cơm đĩa** | food served by the plate |
| **cơm hộp** | food to go |
| **đãi** | to treat |
| **món nhậu** | appetizers for "nhậu" |
| **nhậu** | to eat appetizers and drink alcohol |
| **thông thường** | to be ordinary, common |
| **tụi này** | we (informal, excluding the listener) |
| **tùy** | it depends |

**Thực hành 1**

Nói chuyện với bạn. Hỏi người này đã ăn những thứ cơm nào rồi: **cơm hộp, cơm bình dân, các món nhậu.**

VÍ DỤ:

1.   Bạn đã ăn **cơm đĩa** bao giờ chưa?
2.   Ăn ở đâu?
3.   Tiêu bao nhiêu tiền?
4.   Cơm đĩa có ngon không?

| Hội thoại 1 | Học ngữ pháp 17 & 20 |

*Sau lớp lịch sử Á Châu, Robert mời hai người bạn Việt Nam đi ăn cơm trưa.*

ROBERT        Chết, 12 giờ hơn rồi. Đói quá!   Chúng mình đi ăn đi.

OANH          Ừ, phải đấy.

ROBERT        Hôm nay để mình đãi. Mình nên đi ăn cơm hay ăn phở?

THÀNH         *Tùy* cậu.

ROBERT        À, hai bạn đã ăn ở hiệu Việt Hương bao giờ chưa?

OANH          Chưa. Tụi này ít khi đi ăn hiệu lắm, chỉ ăn "cơm bụi" hoặc cơm
              đĩa thôi vì vừa tiện *lại* vừa rẻ.

ROBERT        "Cơm bụi" là cơm gì thế?

OANH          Đó là những quán cơm bình dân có món ăn thông thường nấu sẵn
              như canh, kho, xào, vân vân...

**Thực hành 2**

**Trả lời câu hỏi về hội thoại 1:**

1.  Thành và Oanh thường đi ăn cơm ở đâu?  Tại sao thế?
2.  Ai sẽ trả tiền cho bữa ăn trưa nay?
3.  "Cơm bụi" là gì?
4.  Bạn thường đi ăn trưa ở đâu?  Tại sao?

**Thực hành 3**

Nói chuyện với bạn. Thay phiên nhau <u>giải thích</u> (to explain ) và <u>tả</u>
(to describe) hai hiệu ăn sau:

        a.    fast-food restaurants
        b.    drive-in service at fast-food restaurants

<u>Từ vựng</u>:

| | |
|---|---|
| **ăn tại chỗ** | to eat at the restaurant |
| **đem về** | to take home |
| **hộp bằng nhựa xốp** | foam box |
| **hộp giấy** | paper box |
| **thìa và nĩa bằng nhựa** | plastic spoons and forks |

**Thực hành 4**

Dùng hội thoại 1 làm mẫu. Ba người nói chuyện với nhau về "fast-food restaurants" và "drive-ins."

# II Ăn cơm khách

## Từ vựng, phát âm và chính tả 2:

### Ăn cơm khách

*Guest Dinner*

| | |
|---|---|
| **ăn ngon** | to eat well |
| **ăn ngon miệng** | to eat with a good appetite |
| **dùng** | to use |
| **đặt** | to set something on a flat surface |
| **để mặc** | leave it to |
| **đũa** | chopsticks |
| **gà quay** | roast chicken |
| **gắp** | to pick up something with chopsticks |
| **khéo** | to be skillful |
| **làm cơm** | to cook a meal |
| **làm khách** | to act like a guest, to be formal |
| **miếng** | piece |
| **tập** | to practice |
| **tiếp** | to serve food to guests |
| **tráng miệng** | dessert |
| **(subject +) xin phép** | May + subject |
| **xơi** | to eat or drink |
| | (polite verb used only for other people, never for self) |

### Thành ngữ

**cơm gà, cá gỏi**   delicacy

Hôm nào tôi sẽ làm **cơm gà, cá gỏi** đãi anh chị.

**ăn no ngủ kỹ**   to be worry free

Đến hè là tôi có thể **ăn no ngủ kỹ** được.

---

| **Hội thoại 2** | | **Học ngữ pháp 18 & 19** |

*Monique đang ăn cơm ở nhà một người bạn Việt Nam.*

ÔNG CHI          Nào, mời cả nhà ăn đi. Monique, cháu cứ ăn uống tự nhiên như ở nhà nhé.

MONIQUE          Vâng. Cảm ơn bác. Mời hai bác và cả nhà xơi cơm.

*Bà Chi, mẹ Quỳnh gắp cho Monique một miếng thịt gà quay.*

BÀ CHI           Cháu nếm thử món gà quay này nhé.

MONIQUE          Dạ, cám ơn bác. Bác cứ để mặc cháu.

QUỲNH            Mẹ không cần tiếp đâu. Cứ để chị Monique ăn tự nhiên.

MONIQUE          Cháu thích ăn cơm Việt Nam lắm. Bác đừng lo cháu làm khách.

BÀ CHI           Hay nhỉ, cháu tập dùng đũa bao giờ **mà** khéo thế?

MONIQUE          Thưa bác, vài năm rồi ạ. Ở Mỹ cháu vẫn hay đi ăn cơm Việt và cơm Nhật với các bạn đấy ạ.

*Monique đặt bát và đũa xuống bàn.*

ÔNG CHI          Kìa, cháu ăn nữa đi chứ, Monique.

MONIQUE          Dạ cám ơn bác. Thức ăn ngon quá!
                 Xin phép hai bác, cháu ăn đủ rồi.

BÀ CHI           Đủ **sao được**?  Còn hai món tráng miệng nữa cơ.

**Thực hành 5**

**Trả lời câu hỏi về hội thoại 2:**

1.   Monique ăn cơm bằng gì?
2.   Tại sao Monique biết dùng đũa khéo?
3.   Bạn nghĩ Monique có làm khách không?  Tại sao?

**Thực hành  6**

**Bạn đang ở Việt Nam. Bạn nói thế nào?**

1.   với những người ngồi cùng bàn trước khi bắt đầu ăn?
2.   với chủ nhà để chủ nhà không tiếp đồ ăn cho bạn?
3.   với chủ nhà khi bạn đã ăn no?
4.   với khách để họ ăn uống tự nhiên ở nhà của bạn?

---

## Từ vựng làm vốn

| | |
|---|---|
| **cay** | to be spicy hot |
| **chín** | to be cooked, ripe (fruit) |
| **chua** | to be sour |
| **dai** | to be chewy, tough |
| **đắng** | to be bitter |
| **luộc** | to boil |
| **mặn** | to be salty |
| **mềm** | to be soft, tender |
| **ngọt** | to be sweet |
| **nhạt** | to  be bland, not salty enough |
| **nướng** | to bake, charcoal broil |
| **quay** | to roast |

| | |
|---|---|
| **rán** | to fry |
| **sống** | to be uncooked |
| **xào** | to stir-fry |

## B Ả N G   T Ó M   T Ắ T   T Ừ   V Ự N G   V À   C Â U   M Ẫ U

### Ăn cơm hiệu

| | | | |
|---|---|---|---|
| **bữa ăn** | a meal | **món nhậu** | appetizers for "nhậu" |
| **bữa tiệc** | banquet | **nhậu** | to eat appetizers and drink |
| **cơm bình dân** | inexpensive ready-cooked meals | | alcohol |
| **cơm đĩa** | food served by the plate | **thông thường** | to be ordinary, common |
| **cơm hộp** | food to go | **tụi này** | we (informal, exc. the listener) |
| **đãi** | to treat | **tùy** | it depends |

### Ăn cơm khách

| | | | |
|---|---|---|---|
| **ăn ngon** | to eat well | **làm cơm** | to cook a meal |
| **ăn ngon miệng** | to eat with a good appetite | **làm khách** | to act like a guest, to be formal |
| **dùng** | to use | **miếng** | piece |
| **đặt** | to set on a flat surface | **tập** | to practice |
| **để mặc** | leave it to | **tiếp** | to serve food to guests |
| **đũa** | chopsticks | **tráng miệng** | dessert |
| **gà quay** | roast chicken | (subj. +) **xin phép** | may + subject |
| **gắp** | to pick up with chopsticks | **xơi** | to eat or drink (polite verb |
| **khéo** | to be skillful | | used for others, not for self) |

### Từ vựng làm vốn

| | | | |
|---|---|---|---|
| **cay** | to be spicy hot | **ngọt** | to be sweet |
| **chín** | to be cooked, ripe (fruit) | **nhạt** | to be bland, not salty enough |
| **chua** | to be sour | **nướng** | to bake, charcoal broil |
| **dai** | to be chewy, tough | **quay** | to roast |
| **đắng** | to be bitter | **rán** | to fry |
| **luộc** | to boil | **sống** | to be uncooked |
| **mặn** | to be salty | **xào** | to stir-fry |
| **mềm** | to be soft, tender | | |

### Thành ngữ

| | | | |
|---|---|---|---|
| **ăn no ngủ kỹ** | to be worry free | **cơm gà, cá gỏi** | delicacy |

### Câu mẫu

| | |
|---|---|
| Cô ấy đã hẹn nhưng **lại** không đến. | Tôi no rồi, ăn nữa **sao được**? |
| Cơm bình dân rẻ **mà** ngon. | **Tùy** ý chị. |

# NGỮ PHÁP VÀ CÁCH DÙNG TỪ

**17.  Indicating that Something Is Contrary to Expectation**

**Lại** used <u>before a verb</u> means "contrary to," as in:

> *Tại sao anh ấy <u>lại</u> muốn ăn cơm bụi?*
>
> Why does he (<u>contrary to expectation</u>) like to eat "cơm bụi"?

**Lại** is often used to add more emphasis to the conjunctions **nhưng** and **mà**, as in:

> *Tôi thích uống nước ngọt, <u>nhưng</u> anh Tiến <u>lại</u> thích uống bia hơi.*
>
> I like to drink soft drinks, <u>but</u> Tiến (<u>by contrast</u>) likes to drink draft beer.
>
> *Gần đến ngày thi <u>mà</u> Việt <u>lại</u> cứ ăn no ngủ kỹ.*
>
> The exam day is approaching, <u>but</u> Việt (<u>contrary to expectation</u>) is worry-free.

 | **Bài tập 17.1**

Dùng **lại** để ghép một mệnh đề ở cột A với một mệnh đề ở cột B.

> VÍ DỤ:      1. *Món tôm rán này ngon lắm.*
>
>             2. *Món vịt quay kia mặn quá.*
>
>     *Món tôm rán này ngon <u>nhưng</u> món vịt quay kia <u>lại</u> mặn quá.*

| | A | | B |
|---|---|---|---|
| 1. | Đi xe lửa lâu hơn đi máy bay | a. | xấu nhất |
| 2. | Cơm đĩa có ba món ăn | b. | món thịt bò xào dai quá. |
| 3. | Hôm qua cô ấy thích ăn phở | c. | ở xa trường quá |
| 4. | Căn nhà này đắt hơn cả | d. | tôi thấy không đủ và còn đói |
| 5. | Anh ấy gọi hai bát phở | e. | được xem nhiều cảnh đẹp |
| 6. | Quán cơm bình dân này vừa ngon vừa rẻ | f. | không ăn hết được |
| 7. | Món thịt nướng này ngon | g. | <u>no đến tận cổ</u> (to be stuffed) |

 | **Bài tập 17.2**

Dùng những từ đã học trong chương 7. Đặt 5 câu với **lại** + verb.

## 18.   Asking Rhetorical Questions with *sao được?*

**Sao được** is used to ask a rhetorical question in colloquial speech. It means "How could...?" Depending on the tone of voice, it can also denote a challenge implied by the speaker.

- *Hôm nay tôi muốn chị nấu phở.*
  I want you to cook phở today.

- *Hôm nay nhiều việc lắm, nấu phở <u>sao được</u>?*
  We have a lot of work today; <u>how could</u> I cook phở?

- *Chị Monique muốn ăn cơm bình dân chiều nay.*
  Monique wants to eat "cơm bình dân" this evening.

- *Ăn cơm bình dân <u>sao được</u>? Chiều nay mình ăn cơm với ông hiệu trưởng của trường đấy.*
  <u>How could</u> we eat "cơm bình dân"? We are eating with the president of the university this evening.

   **Bài tập 18**

Dùng **sao được** để trả lời những câu sau đây và cho lý do:

1.   Tháng 11 tôi mới mua vé máy bay về Việt Nam dịp Nô En, được không?
2.   Ngày mai em mặc cái áo này đi ăn cơm khách nhé?
3.   Tôi chỉ thích ở gần trường học.
4.   Nếu bà bớt tiền nhà thì chúng tôi sẽ thuê ngay.
5.   Sao chị không mua máy giặt cho tiện?
6.   Xin thầy cho em về sớm hôm nay.

## 19.    Using *mà* as a Conjunction of Contradiction

Both **nhưng** and **mà** indicate contradiction. **Nhưng** has a more neutral meaning, whereas **mà** emphasizes the contradiction and introduces an element of surprise:

*Thức ăn ở hiệu này rẻ <u>nhưng</u> ngon.*
The food at this restaurant is inexpensive but tasty.

*Thức ăn ở hiệu này ngon <u>mà</u> rẻ.*
The food at this restaurant is delicious <u>but</u> (surprisingly) inexpensive.

*Cô ấy mới tập nấu ăn <u>mà</u> nấu được nhiều món ngon.*
She just learned to cook; <u>yet</u> (surprisingly) she can cook many good dishes.

**Bài tập 19**

### Just Say It in Vietnamese

1.    They are poor yet eat quite well.
2.    Please don't think I am acting formal, but I cannot eat anymore.
3.    You do not like spicy foods, yet you like chili peppers?
4.    They are not compatible: she worries a lot, but her husband is worry free.
5.    These appetizers are tasty yet very cheap.
6.    They like to eat dessert but worry about getting fat.
7.    My little sister can eat with chopsticks, but not very well yet.
8.    The students can cook Vietnamese food at the dorm, but only on weekends.
9.    I went to the banquet but did not eat much.
10.   This stir-fry dish is easy to make, yet it is very tasty.

## 20.    Uses of *Tùy* and *Xin phép*

**a.**    **Tùy** means "depending on" and can be used in various ways, as in:

> *Tùy anh, uống gì cũng được.*
> It's up to you; drinking anything is fine with me.

> *Tùy ý ông bà, tôi thì thế nào cũng được.*
> It's up to you; anything is OK with me.

> *Em muốn gọi gì tùy ý.*
> You can order anything you like.

> *Cơm hộp ngon cũng tùy hiệu.*
> (Whether) Fast food is good (or not) depends on the restaurant.

**b.**    **Xin or xin phép/xin phép được**
**Xin** (to ask/beg) used to express polite requests can be translated as "please," as in:

> *Xin cô cho tôi ít nước mắm.*
> Please give me some fish sauce.

> *Xin mời các anh chị xơi cơm!*
> Please eat!

However, **xin** or **xin phép/xin phép được** mean "may I" or "may I have the permission to," as in:

> *Tôi xin tự giới thiệu.*
> May I introduce myself.

> *Tôi xin phép được giới thiệu...*
> May I introduce...

# CULTURE NOTE

## EATING OUT IN VIETNAM

When friends go out together, it is not customary to ask for individual checks or to pay separately. One person will pick up the tab and the rest will take turns paying when they go out again.

Food stands and even small restaurants do not give customers printed checks. The server just calculates the cost of the meal then lets the customer know how much. Except for fine dining, tips are not expected at food stands and in small restaurants like *quán cơm bình dân*, *quán cà phê*, or *hiệu phở*.

## ALCOHOL AND TOBACCO IN VIETNAM

Drinking and smoking play a prominent role in Vietnamese society, especially among men. Beer, other alcoholic drinks, and tobacco are sold everywhere. Draft beer (*bia hơi*) from small breweries is quite popular. It can be easily obtained at many canteen-style shops.

Many business deals are closed at restaurants after working hours. Visitors to Vietnam are often invited to go out for a drink (*đi nhậu*) with friends or colleagues. The Vietnamese pour drinks for one another, always making sure that nobody's glass is ever empty.

Restaurants with non-smoking areas are extremely rare, although Hanoi and Saigon have recently issued non-smoking regulations in various public places. Vietnam is among the countries with the highest number of smokers.

**Tục ngữ, Ca dao**

Muốn ăn thì lăn vào bếp.

Ăn trông nồi, ngồi trông hướng.

Ăn cỗ đi trước, lội nước đi sau.

Ăn được ngủ được là tiên,
Không ăn không ngủ mất tiền thêm lo.

# T Ậ P   N G H E

### "Hiệu Ăn"

### Trước khi nghe

1.      Khi đi học bạn thường ăn trưa ở đâu?

2.      Tại sao bạn chọn hiệu ăn đó?

3.      Bạn thường ăn tối ở đâu?  Tại sao?

4.      Bạn nghĩ sinh viên Việt Nam thích ăn cơm trưa ở đâu?  Tại sao?

### Hãy lắng nghe

Hãy nghe Monique và Thành nói về những hiệu ăn ở gần đại học và lý do họ thích những hiệu đó.

**Sau khi nghe**

1. Complete each of the following sentences by writing in the blank spaces the appropriate name(s) of the restaurant(s). For example: Việt Hương, Kim Sơn, Lan, Hồng

     1.1 ............ is expensive and far from the university.

     1.2 ............ are both near the university.

     1.3 ............ are often frequented by students because of their prices and locations.

     1.4 ............ has good food but high prices.

     1.5 ............ is very close to Monique's place.

     1.6 ............ are Thành's favorite restaurants for lunch.

2. Hãy viết một bài báo ngắn để giới thiệu và phê bình (to critique) một hiệu ăn Việt Nam hay một hiệu ăn nào khác mà bạn thường hay đến ăn.

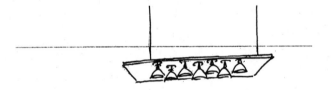

# T Ậ P   Đ Ọ C

**"Địa chỉ bán thức ăn nhanh"**

### Trước khi đọc

Bài báo sau đây giới thiệu một hiệu ăn mới ở Sài Gòn: hiệu bán thức ăn nhanh.

1. Bạn nghĩ hiệu ăn này sẽ bán những món ăn nào?
2. Bài báo này sẽ cho bạn biết thông tin gì về hiệu bán thức ăn nhanh?

### Chúng ta đọc

Sau đây là một bài báo được trích trong mục "*Mua Sắm*" của nguyệt san "*Phụ Nữ*".

# Địa chỉ bán thức ăn nhanh...

Ở thành phố đã xuất hiện vài cửa hàng chuyên bán thức ăn nhanh như Fastfood MR & P (95 Pasteur,Q.1), hamburger Mã Nhật Tân (số 1 Nguyễn văn Chiêm, Q.1), fastfood Monté Rosa (16 Phạm Ngũ Lão, Q.1), nơi bạn có thể ghé đến mua rồi mang về nhà.

Tại cửa hàng Mã Nhật Tân, giá một phần bánh mì kẹp thịt là 7.500đ. Nếu thêm khoai tây chiên, phô mai, một phần thịt nữa thì trả thêm từ 2.000-4.000đ... Bánh hình tròn, ... mềm và xốp. Nhân kẹp là thịt bò băm chiên, kèm rau xà lách và cà chua. Mã Nhật Tân mở cửa từ 6g sáng - 12g đêm.

Ngoài những loại bánh mì kẹp thịt như trên, fast food MR & P còn có bánh mì paté, hột gà ốp-la, chả lụa, cá mòi, đùi gà... với giá từ 3000đ - 12.000đ/phần. Từ 10g sáng mỗi ngày, MR & P bán cả cơm phần đựng trong hộp plastic. Có đủ loại từ cơm sườn, bò bí-tết, xíu mại, thập cẩm, cá, trứng, gà... với giá từ 7.500đ - 11.000đ/phần.

... Khi đặt trên 10 phần cơm, tiệm này sẽ cử người đưa đến tận nhà, với điều kiện địa chỉ không quá xa Q.1.

Ở Monté Rosa, giá một phần hamburger từ 10.000đ - 15.000đ; còn cơm hộp thì chỉ có hai loại: cơm chiên Dương Châu giá 12.000đ/hộp và cơm gà giá 18.000đ/hộp. Tiệm này cũng nhận đưa đến tận nhà nếu bạn đặt trên 20 phần ăn...

T. THỦY
Báo *Phụ Nữ*,

### Sau khi đọc

1.      **Trả lời những câu hỏi sau đây:**

1.1     Muốn mua thức ăn nhanh, chúng ta có thể đến mấy hiệu ăn ở Sài Gòn?

1.2     Những hiệu ăn này bán những món ăn nào?  Nếu muốn ăn cơm và không muốn ăn bánh mì thì chúng ta phải đến đâu?

1.3     Có mấy hiệu đưa thức ăn <u>đến tận nhà</u> (to the home)?  Nếu muốn thức ăn đưa đến tận nhà thì phải mua bao nhiêu phần ăn?

1.4     Bánh mì kẹp thịt hay "hamburger" ở đâu rẻ nhất?  Cơm hộp ở đâu rẻ nhất?

1.5     Bài báo tả "hamburger" ra sao?  Có giống như loại ham burger bạn đã ăn ở Mỹ không?  Tại sao?

2.      Hãy viết một <u>quảng cáo thương mại</u> (business advertisement) cho một hiệu bán thức ăn nhanh ở Hà Nội để đọc trong lớp.

# TẬP VIẾT LUẬN 200

Bạn đang ở Việt Nam. Bạn muốn tổ chức một buổi <u>liên hoan</u> (party) mời các bạn đến ăn thử "hamburger". Hãy viết thư mời (200 từ).

**(Xem Tập Đọc: "Địa chỉ bán thức ăn nhanh. . .")**

---

Use the ideas suggested below to organize your composition before writing.

## DÀN BÀI

Thành phố, ngày, tháng, năm

1. **Nhập đề**
   Hãy nói vì sao bạn tổ chức buổi liên hoan này. Sinh nhật? Tết?

2. **Thân bài**
   * Sẽ có những ai đến <u>dự</u> (to attend) liên hoan?
   * Sẽ có những món ăn nào? Đồ uống nào?
   * Hãy tả hamburger là gì. Nói tốt về hamburger để khách muốn đến ăn thử.
   * Hãy nói về hamburger và các hiệu ăn nhanh ở nước bạn.
   * Cho ngày giờ của buổi liên hoan.
   * Chỉ đường cho khách đến nhà, vân vân...

   Ngữ pháp nên dùng:
   * *Lại (contrary to expectation) -- mà (contradiction) -- vừa...vừa -- không...đâu -- có...đâu -- đông -- vắng -- indefinites+cũng*

3. **Kết luận**
   Bạn hy vọng khách sẽ đến dự liên hoan cho vui. Hẹn sẽ gặp ở buổi liên hoan.

Ký tên

# ÔN TẬP HAI

# NGỮ PHÁP & TỪ VỰNG

### 1.    Điền vào chỗ trống với:

*cứ, có họ, xin, đáng lẽ, không...đâu, như thế nào, lại, mà, tùy, chưa...đâu, chứ, là được.*

1.1    _____ họ đi xe lửa nhưng họ _____ đi máy bay.

1.2    Tiền nhà đắt _____ họ vẫn muốn thuê nhà chứ không thuê căn hộ.

1.3    Rẻ rồi. _____ mua cái tủ lạnh màu trắng này đi!

1.4    Hà Nội có nhiều hiệu ăn lắm. Ăn ở đâu ngon _____.

1.5    Tôi thì rất dễ. _____ anh đấy.

1.6    Anh Long và chị Lan _____ với nhau _____?

1.7    Tôi tưởng ông Tăng là con cả _____.

1.8    Tôi _____ cần ai giúp _____. Tôi làm gì cũng được.

1.9    Chúng tôi _____ tự giới thiệu. Chúng tôi là sinh viên trường Đại Học Tổng Hợp Hà Nội.

1.10   Họ_____ ăn cơm bình dân _____ vì họ có nhiều tiền lắm.

### 2.    Làm câu
**Hãy làm câu với những từ sau đây:**

2.1    ăn no ngủ kỹ
2.2    cơm bình dân
2.3    đãi
2.4    mẹ kế
2.5    bố mẹ đẻ
2.6    nhà cao cửa rộng
2.7    bàn là
2.8    treo
2.9    anh ruột
2.10   biệt thự

## 3.     Just Say It in Vietnamese

3.1     We have many rooms in our house; how could you stay at the hotel?

3.2     She likes to eat spicy foods, but her husband does not like them (on the contrary).

3.3     My grandparents live far from us, yet they call us every week (surprisingly).

3.4     It's up to you; we can rent any one-story house on this street.

3.5     Whether I like fast food or not depends on the restaurant.

3.6     Perhaps she likes her adoptive parents better than her biological parents.

3.7     How could ten and five equal twelve?

3.8     Robert mops the floor once every week but washes the dishes only once every month (Use cứ + time expression).

3.9     He rents an apartment instead of living with his parents.

3.10    My aunt does not like me very much (believe me).

## 4.     Viết chuyện: Điền vào chỗ trống

### 4.1     Nhà cửa

| Dùng từ vựng sau đây: |
| --- |
| *đồ đạc* |
| *tiền nhà,* |
| *mặt đường* |
| *vườn* |
| *tiện nghi* |
| *nhà một tầng* |
| *bao* |
| *yên tĩnh* |
| *màu* |

Căn nhà Monique thuê chung với Việt và Robert là

_____, ở ngoài _____. Nhà  này khá

rộng rãi và _____, có_____ và sân sau.

Ngoài vườn có hoa đủ _____: trắng, hồng, tím.

Trong nhà thì đủ _____: máy giặt, máy điều hoà.

Bà chủ nhà cho mượn _____: một bộ xa-lông và

mấy cái ghế. Bà chủ nhà không _____ điện nước

và tiền điện thoại nhưng _____, nói chung, cũng

không đắt lắm.

### 4.2     Quan hệ gia đình

**Dùng từ vựng sau đây:**

*con út*

*anh cả*

*đông*

*cháu*

*có gia đình*

*cha nào con ấy*

*cô*

*con trai*

*dì*

Gia đình Mai Linh rất_____ con. Bố mẹ Mai Linh có chín người con tất cả. Mai Linh là _____. Các anh chị Mai Linh đã _____ cả rồi. Mai Linh có đến hai mươi mấy đứa _____ gọi Mai Linh bằng _____ hay _____.

_____ của Mai Linh làm giáo sư dạy toán, còn chị dâu cả thì làm y tá. Họ có một đứa _____ tên là Bảo và hai đứa con gái. Bảo giống bố, cũng thích học toán. Ai cũng nói: _____.

### 4.3     Ăn uống

**Dùng từ vựng sau đây:**

*gì cũng*

*cơm hộp*

*ngon miệng*

*cơm*

*đắt tiền*

*lại*

*mà*

*cơm bình dân*

Tuần đầu ở Việt Nam Monique hay bị đau bụng vì chưa quen ăn _____ Việt. Nhưng Mai Linh, Việt và Robert thì _____ không sao. Họ ăn uống rất _____. Bây giờ thì Monique ăn _____được cả. Chị đã ăn cơm đĩa, _____ và đã đi đến các nhà hàng _____ cũng như các quán _____ của những người lao động. Monique cũng biết ăn cay. Ăn phở _____ không có ớt thì chị thấy không ngon nữa.

# TỤC NGỮ / CA DAO

**Choose one *tục ngữ/ca dao* from each section below. Explain each meaning and then indicate in what situations each can be used.**

**Chương 5:**

Sống có nhà, thác có mồ.

Nhà không chủ như tủ không khoá.

Nhà sạch thì mát, bát sạch ngon cơm.

Con không cha như nhà không nóc.

**Chương 6:**

Con hơn cha là nhà có phúc.

Một giọt máu đào hơn ao nước lã.

Mẹ dạy thì con khéo, cha dạy thì con khôn.

Cha mẹ nuôi con bằng trời bằng bể,
Con nuôi cha mẹ con kể từng ngày.

**Chương 7:**

Muốn ăn thì lăn vào bếp.

Ăn trông nồi, ngồi trông hướng.

Ăn cỗ đi trước, lội nước đi sau.

Ăn được ngủ được là tiên,
Không ăn không ngủ mất tiền thêm lo.

# T H Ự C   H À N H

| Thực hành 1 |

## Nhà cửa

Một người bạn Việt Nam muốn biết nhà cửa ở quê của bạn như thế nào. Hãy vẽ <u>sơ đồ</u> (diagram) một căn nhà <u>điển hình</u> (typical) nơi bạn ở. Tả căn nhà này bằng tiếng Việt (8-10 câu).

- Nhà này có mấy tầng?
- Nhà này có mấy phòng?  Phòng nào?
- Trong nhà như thế nào?
- Ngoài nhà như thế nào?
- Giá tiền <u>trung bình</u> (average) của căn nhà điển hình là bao nhiêu? v.v.

| Thực hành 2 |

## Làm việc nhà

2.1.   Hãy bàn về trường hợp sau đây với nhóm của bạn. Hà và Đạt mới lấy nhau tháng trước. Họ khoảng 25 tuổi. Cả hai đều đi làm từ 7 giờ sáng đến 5 giờ chiều.

    a.   Chị Hà nên làm những việc nhà nào?

    b.   Anh Đạt nên làm những việc nào?

    c.   Tại sao họ phải làm như thế?

2.2.   <u>Thảo luận</u> (to discuss) <u>ý kiến</u> (idea) của nhóm của bạn với một nhóm khác.

Thực hành 3

## Họp mặt gia đình

Hãy thay phiên nhau kể về buổi họp mặt gia đình (family reunion) gần đây của bạn.

- Bạn và người thân gặp nhau ở đâu? Làm gì?
- Ai là người lớn tuổi nhất? Ai là người ít/nhỏ tuổi nhất?
- Ai là người thành công (to be successful) nhất? Vì sao?
- Bạn hợp ai nhất?
- Hãy nói nhiều về một người bạn thích hay không thích.

Thực hành 4

## Mua nhà

 4.1. Khi mua nhà, bạn nghĩ những điểm (points) nào quan trọng (to be important) nhất? Hãy xếp hạng từ 1-10 (rank from 1-10) những điểm sau đây: [1: ít quan trọng nhất, 10: quan trọng nhất]

❑  Giá tiền                  ❑  Vườn

❑  Số phòng ngủ             ❑  Kích thước (size)

❑  Địa điểm (location)      ❑  Tiện nghi (comfort, convenience)

❑  Cũ                        ❑  Khung cảnh đẹp (nice scenery)

❑  Mới                       ❑  Nhiều cửa sổ

❑  Những điểm khác

a).....................          b).....................
c).....................          d).....................
e).....................          f).....................

4.2 Hãy so sánh cách xếp hạng của bạn với một người khác.
    Hỏi lý do tại sao.

### Thực hành 5

**Đi ăn hiệu**

Hỏi một người bạn cùng lớp về những món ăn và hiệu ăn <u>ưa thích nhất</u> (favorite) của người đó. So sánh với các món ăn và hiệu ăn của bạn. Sau đó báo cáo với cả lớp. Xem thực đơn ở **Thực hành 7**.

- Bạn thích món ăn nào nhất?
- Món ăn ấy như thế nào?
- Hiệu ăn ưa thích nhất của bạn có những món ăn nào ngon? Món nào ngon nhất? Món nào đắt nhất? Món nào rẻ nhất?

### Thực hành 6

*Truyện vui*

**"Nữ ca sĩ Whitney Houston xây nhà cho . . . chó ở"**

**Trước khi đọc**

Bạn có nuôi chó hay mèo không? Bạn cho nó ở đâu? Bạn tiêu bao nhiêu tiền cho nó? Có bao giờ bạn nhớ chó hay mèo của bạn không?

**Chúng ta đọc**

Sau đây là một tin vui viết theo bài báo trích trong *Người Việt* phát hành tại Cali. Đọc <u>tựa bài</u> (title) xong, bạn có đoán được bài này nói về gì không? Bạn nghĩ căn nhà cho chó của ca sĩ Whitney Houston như thế nào? Căn nhà đó bao nhiêu tiền?

# Nữ ca sĩ Whitney Houston xây nhà cho . . . chó ở!!

Trong khi kinh tế khó khăn, thóc cao gạo kém, mà có người lại tiêu 60,000 Mỹ kim để... xây nhà cho chó.

Nhiều người sẽ tự hỏi: chó nhà ai mà "có phúc" quá vậy? Xin thưa: đó là chó của nữ ca sĩ da đen Whitney Houston.

Ai cũng biết rằng Whitney vừa cho xây xong một tòa nhà đủ tiện nghi với giá hơn $30 triệu. Mới đây cô lại xây thêm một căn khác, giống y hệt căn nhà của cô, chỉ nhỏ hơn và để cho ... hai con cún ở.

Tòa nhà dành cho chó này cũng đủ tiện nghi, không kém tòa nhà của chủ nó, với nào là đèn mờ, máy sưởi... và có cả... toilet nữa.

Hai con chó chỉ ở trong nhà của chúng trong vài đêm thôi vì cô Whitney... nhớ chúng quá không ngủ được.

## Sau khi đọc

**Hãy trả lời những câu hỏi sau:**

1. Đoán xem từ "có phúc" tiếng Anh nghĩa là gì?

2. Căn nhà Whitney đang ở giá bao nhiêu tiền?

3. Căn nhà Whitney xây cho hai con chó như thế nào?  Bạn nghĩ những tiện nghi trong căn nhà cho chó này có <u>cần thiết</u> (necessary) không? Tại sao?

4. <u>Đồng nghĩa</u> (synonym) của từ: "con cún" là gì?

5. Bạn nghĩ gì sau khi đọc bài này?

6. Hai con chó này ở trong căn nhà đó được bao lâu?  Tại sao?

✍

**Thực hành  7**

### Quảng cáo

Sau đây là thực đơn của hiệu ăn Bình Minh. Hãy viết một bài báo ngắn để giới thiệu hiệu ăn này.

# Bình Minh

| Món ăn chơi | | Cơm đĩa | |
|---|---|---|---|
| Ncm rán (4 cái) . . . . . . . . .4.000đ | | Cơm sườn . . . . . . . . . . | 8.000đ |
| Gỏi cuốn (4 cái) . . . . . . . 6.000 | | Cơm gà xào xúp lơ . . . . . | 10.000 |
| Gỏi gà . . . . . . . . . . 5.000 | | Cơm thịt bò xào cải làn . . . . | 11.000 |
| Gỏi tôm thịt . . . . . . . . . 8.000 | | Cơm thịt quay . . . . . . . . . | 10.000 |

| Phở, Mì | | Các loại bún | |
|---|---|---|---|
| Phở bò . . . . . . . . .7.500đ | | Bún chả . . . . . . . . . . . | 7.000đ |
| Phở gà . . . . . . . . . . 6.500 | | Bún riêu . . . . . . . . . . . | 8.500 |
| Mì xá xíu . . . . . . . . . . 6.000 | Bún bò xào . . . . . . . . . . | 8.000 |
| Mì vịt tiềm . . . . . . . . . . 10.000 | Bún bò Huế . . . . . . . . . . | 7.000 |

| Giải khát | | Chè | |
|---|---|---|---|
| Nước ngọt . . . . . . . . . 6.000đ | | Chè đậu xanh . . . . . . . . . | 2.000đ |
| Bia . . . . . . . . . . . . . . 8.000 | | Chè ba màu . . . . . . . . . . | 2.500 |
| Nước khoáng  . . . . . . . 5.000 | | Thạch trắng . . . . . . . . | 3.500 |

# VIẾT CHÍNH TẢ

 **1.** **Tập đọc bài chính tả cho trôi chảy.**

## Tây Ba Lô

Như bao nhiêu du khách kiểu Tây Ba Lô khác, tôi cũng không có nhiều tiền. Như họ, tôi thuê phòng ở những căn nhà trọ chật hẹp. Khách sạn là để cho những người có tiền. Hàng ngày tôi ăn uống ở những quán bình dân cùng với nhóm lao động. Thịt kho, canh cá, rau muống xào là những món ăn rất quen thuộc đối với tôi.

Du lịch kiểu Tây Ba Lô ở Việt Nam có cái thú đặc biệt của nó. Tôi được nhiều dịp gặp gỡ những người dân thường ngoài đường phố, học hỏi thêm về đời sống của họ. Họ nói chuyện với tôi rất thành thật về gia đình, về việc làm, về những ước mơ của họ.

Không phải ai cũng thích du lịch kiểu Tây Ba Lô nhưng, nếu bạn thích phiêu lưu, thì đây là một dịp tốt cho bạn.

 **2.** **Trả lời câu hỏi:**

2.1 Dùng Glossary, tìm từ <u>tương đương</u> (equivalent) tiếng Anh cho:
- lao động        - thịt kho
- thú đặc biệt        - phiêu lưu

2.2 Khi du lịch kiểu Tây ba lô, tôi đi đâu?  Vì sao?

2.3 Hàng ngày tôi ăn gì?

2.4 Hàng ngày tôi ăn với ai?

2.5 Thú đặc biệt của du lịch kiểu Tây ba lô là gì?

 **3.** **Viết chính tả**
Dictation recorded on CD 3

# Chương 9 Mua sắm

*THE VOCABULARY AND ACTIVITIES IN CHAPTER 9 WILL GET YOU TO USE THE METRIC SYSTEM AND VIETNAMESE CURRENCY. YOU WILL FEEL CONFIDENT SHOPPING AND ENJOY DOING IT.*

# TỪ VỰNG VÀ THỰC HÀNH

## I  *Cửa hiệu*

### Từ vựng, phát âm và chính tả 1:

**Cửa hiệu**
*Stores*

| | |
|---|---|
| cửa hàng bách hoá | department store |
| cửa hiệu/cửa hàng | store |
| hàng bán chạy | fast-selling merchandise |
| hàng bán ế | slow-moving merchandise |
| hàng hoá | merchandise |
| hiệu bàn ghế | furniture store |
| hiệu cắt tóc | barbershop |
| hiệu đồng hồ | watch shop |
| hiệu giặt là | laundry shop |
| hiệu giày | shoe store |
| hiệu kem | ice cream parlor |
| hiệu kính | optical store |
| hiệu may | tailor, dressmaker's |
| hiệu tạp hoá | bazaar |
| hiệu thuốc bắc | herbal medicine store |
| hiệu thuốc (tây) | pharmacy |
| hiệu uốn tóc | beauty salon |
| hiệu vàng | jewelry store |
| mua sắm/mua bán | shopping |

**Thành ngữ**

**mua may bán đắt**  to do thriving business
Chúc anh chị **mua may bán đắt**.

**đắt như tôm tươi**   selling like hot cakes
Quần bò hiệu Levi's bán **đắt như tôm tươi**.

## Thực hành 1

**Nói chuyện với bạn. Chúng ta có thể mua gì ở các hiệu sau đây?**

1.    hiệu bàn ghế
2.    hiệu giặt là
3.    hiệu tạp hoá
4.    hiệu thuốc
5.    hiệu kem

## Thực hành 2

Gần nhà bạn có những cửa hiệu nào?  Hãy so sánh câu trả lời của bạn với câu trả lời của một người khác.

## Thực hành 3

**Bạn đang ở đâu khi bạn nói?**

1    Tôi muốn mua một quyển tự điển Việt-Anh.          a. hiệu may
2.   Bà cho tôi mua một lọ thuốc aspirin.               b. hiệu uốn tóc
3.   Vải này bao nhiêu tiền một thước, cô?              c. hiệu đồng hồ
4.   Chiếc áo này vừa nhỏ lại vừa xấu.                  d. quán cà phê
5.   Tôi thích cắt kiểu tóc giống như Madonna.         e. hiệu vải
6.   Ông may áo sơ-mi bao lâu thì xong?               f. hiệu vàng
7.   Chiếc nhẫn này bao nhiêu tiền, bà?               g. hiệu thuốc
8.   Thế ông có mấy kiểu đồng hồ Seiko?              h. hiệu sách
9.   À, cô cho tôi một tách cà phê đen.                 i. hiệu quần áo

# II Quần áo

## Từ vựng, phát âm và chính tả 2:

### Quần áo và đồ dùng đi kèm

*Clothing and Accessories*

| | | | |
|---|---|---|---|
| áo dài | traditional Vietnamese long dress | | |
| áo đầm | dress | | |
| áo đi mưa | raincoat | | |
| áo phông | T-shirt with a front logo or picture | | |
| áo sơ-mi | shirt | | |
| bít-tất | socks | | |
| ca-vát | tie | | |
| dây chuyền | necklace | | |
| dép | sandals without back straps | | |
| giày | shoes | mũ | hat |
| giày bốt | boots | nhẫn | ring |
| giày ten-nít | tennis shoes | nón lá | conical hat |
| giày vải | sneakers, canvas shoes | quần bò/gin | jeans |
| hoa tai | earrings | quần soóc | shorts |
| kính râm | sunglasses | quần tây | trousers |
| mặc/đội/ | to wear | thắt lưng | belt |
| đeo/đi/thắt | to wear | thay quần áo | to change clothes |
| | | tơ /lụa | silk |
| | | vải | fabric |
| | | váy | skirt |
| | | vòng | bracelet |
| | | xăng đan | sandals w/ back straps |

## Thành ngữ

**quần là áo lượt**  to be well-groomed (people)
Cô ấy thì lúc nào chẳng **quần là áo lượt**?

**ăn trắng mặc trơn**     to lead a life of leisure
Chị ấy lúc nào cũng **ăn trắng mặc trơn**.

**ăn chắc mặc bền**     to be practical
Anh Lý là người **ăn chắc mặc bền**.

| **Hội thoại 1** |

MAI LINH        Đố các anh chị, em đang nghĩ gì?

MONIQUE        Đi chơi với cậu đẹp trai hôm nọ.

MAI LINH        Không phải người mà là một <u>đồ vật</u> (thing).

VIỆT        Xem nào. Cái ấy mầu gì?  To hay bé?

MAI LINH        Bé thôi, mầu trắng. Nó giúp mình nhìn rõ.

ROBERT        Biết rồi!  Cái kính mua ở hiệu kính.

MAI LINH        Khá đấy!

| **Thực hành  4** |

Dùng hội thoại 1 làm mẫu, chơi đố với các bạn trong lớp.

# III  Mầu sắc

## Từ vựng, phát âm và chính tả 3:

### Quần áo và màu sắc

| | | | |
|---|---|---|---|
| **boóc-đô** | burgundy | **tím** | purple |
| **chật** | to be tight | **tím than** | navy blue |
| **kem** | cream | **xám** | grey |
| **màu nhạt** | light colors | **xanh lơ** | blue |
| **màu thẫm/sẫm** | dark colors | **xanh da trời** | sky blue |
| **màu tươi** | bright colors | **xanh lá cây** | green |
| **rộng** | to be large | **xanh nước biển** | sea blue |
| **số** | size | **vừa** | to fit well |

### Thành Ngữ

**đen như than**            black as coal

Anh thích cái mũ **đen như than** này à?  Xấu lắm!

**trắng như ngà**            white as ivory

Áo lụa mầu này đẹp, **trắng như ngà!**

**Thực hành 5**

1.    Màu nào là màu bạn ưa thích nhất?

2.    Quần áo của bạn thường là màu gì?

3.    Ô tô bạn đang có hay ô tô mà bạn muốn mua màu gì ?

4.    Phòng ngủ của bạn có nhiều màu nào nhất?

5.    Nói chung, bạn ưa thích những mầu nhạt, mầu tươi hay mầu thẫm?

**Thực hành 6**

**Người ấy là ai?**  Hãy tả quần áo, giày dép của một người bạn trong lớp để cả lớp đoán.

| Hội thoại 2 | Học ngữ pháp 21 & 22 |

*Ở quầy bán quần áo trong cửa hàng bách hoá.*

MONIQUE            Chị cho tôi xem cái áo màu tím than kia đi.

NGƯỜI BÁN          Vâng. Số mấy ạ?

MONIQUE            Tôi không biết số nào vừa. *Có lẽ* 40.

NGƯỜI BÁN          Số 40 hết mầu tím than rồi, chị ạ. Mầu xanh da trời nhé?

MONIQUE            Cũng được. Cho tôi mặc thử xem.

NGƯỜI BÁN          Vâng. Mời chị vào trong này.

*Sau khi thử áo...*

MONIQUE            Chị có số nào nhỏ hơn không?  Số 40 hơi rộng.

NGƯỜI BÁN          *Chắc* số 38 *thì* vừa hơn.

| Thực hành  7 |

**Trả  lời về hội thoại 2:**

1.      Trước, Monique muốn thử chiếc áo màu gì, số mấy?

2.      Nhưng chị phải thử chiếc áo nào?  Tại sao vậy?

3.      Cuối cùng chị mua chiếc áo nào, màu gì, số mấy?

| Thực hành 8 |
|---|

Tập nói với bạn. Một người bán quần áo, còn người kia đi mua quần bò và áo phông. Người bán tính tiền với người mua như thế nào? Người mua nói gì khi trả tiền? **Chuẩn bị:** Đọc Culture Note: Vietnamese Currency và làm **Thực hành 13.**

# To Wear

The English verb "to wear" has different equivalents in Vietnamese, depending on what part of the body is clothed and how an item is worn. The following chart summarizes the most common uses:

| ITEMS | TO WEAR | TO TAKE OFF |
|---|---|---|
| **Trên đầu** (on head) | | |
| mũ; nón | **đội** | **cởi** |
| **Trên mình** (on torso) | | |
| áo; quần; váy | **mặc** | **cởi** |
| **Ở chân** (on feet) | | |
| giầy; dép; bít tất | **đi** | **cởi** |
| **Nữ trang & đồ dùng phụ thuộc** (jewelry & accessories) | | |
| nhẫn; dây chuyền, đồng hồ hoa tai; vòng tay; kính | **đeo** | **cởi** |
| ca vát; thắt lưng | **đeo/thắt** | **cởi** |

Thực hành 9

1.    **Hãy tập đọc hội thoại mẫu sau đây:**

MAI LINH          Chị thấy đôi giầy nào đẹp?

MONIQUE           Đôi này.

MAI LINH          Thế à?

MONIQUE           Ừ, Mai Linh đi thử xem có vừa/đẹp không?

2.    Dùng hội thoại trên làm mẫu và dùng những từ mới sau đây để nói
      chuyện. Nhớ dùng <u>loại từ</u> (classifiers) và <u>động từ</u> (verbs) cho đúng.

      quần gin                        mũ
      bít tất                         dây chuyền vàng
      ca vát                          xăng đan
      áo phông                        nhẫn
      kính                            thắt lưng

# IV Hiệu may

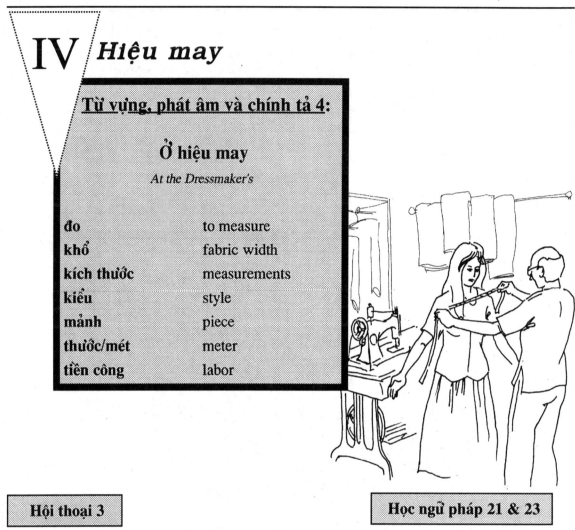

**Từ vựng, phát âm và chính tả 4:**

### Ở hiệu may

*At the Dressmaker's*

| | |
|---|---|
| **đo** | to measure |
| **khổ** | fabric width |
| **kích thước** | measurements |
| **kiểu** | style |
| **mảnh** | piece |
| **thước/mét** | meter |
| **tiền công** | labor |

**Hội thoại 3**

**Học ngữ pháp 21 & 23**

*Ở hiệu may áo dài và áo đầm.*

THỢ MAY          Mảnh vải này dài mấy thước, cô?

MAI-LINH          **Hình như** hai thước rưỡi thì phải.

THỢ MAY          Để tôi đo lại xem sao. À, hai thước rưỡi đúng, khổ một thước tư.

*Sau khi thợ may đo kích thước của Mai Linh.*

MAI-LINH          Bao giờ tôi lấy áo dài được?

THỢ MAY          Khoảng hai tuần. Nhưng tuần sau cô phải đến thử áo đấy nhé.

MAI-LINH          Thế tiền công là bao nhiêu ?

THỢ MAY          Áo dài thì bảy mươi nghìn đồng, còn quần thì bốn mươi thôi.

**Thực hành 10**

**Trả lời câu hỏi về hội thoại 3:**

1.  Tiền công may quần là bao nhiêu?  Còn may áo dài thì bao nhiêu?

2.  Bao giờ thì Mai Linh lấy quần áo được?

3.  Mai Linh cần mấy thước vải để may áo dài?

**Thực hành 11**

Dùng hội thoại 3 làm mẫu để nói chuyện với bạn. Một người là thợ may, người kia là khách hàng muốn may một chiếc quần tây và một cái áo sơ-mi.

## BẢNG TÓM TẮT TỪ VỰNG VÀ CÂU MẪU

### Cửa hiệu

| | | | |
|---|---|---|---|
| **cửa hàng bách hóa** | department store | **hiệu kem** | ice cream parlor |
| **cửa hiệu/cửa hàng** | store | **hiệu kính** | optical store |
| **hàng bán chạy** | fast-selling merchandise | **hiệu may** | tailor, dressmaker's |
| **hàng bán ế** | slow-moving merchandise | **hiệu tạp hóa** | bazaar |
| **hàng hoá** | merchandise | **hiệu thuốc bắc** | herbal medicine store |
| **hiệu bàn ghế** | furniture store | **hiệu thuốc (tây)** | pharmacy |
| **hiệu cắt tóc** | barber shop | **hiệu uốn tóc** | beauty salon |
| **hiệu đồng hồ** | watch shop | **hiệu vàng** | jewelry store |
| **hiệu giặt là** | laundry shop | **mua sắm/mua bán** | shopping |
| **hiệu giày** | shoe store | | |

### Quần áo và đồ dùng đi kèm

| | | | |
|---|---|---|---|
| **áo dài** | traditional Vietnamese dress | **mặc/đội/đeo/đi/thắt** | to wear |
| **áo đầm** | dress | **mũ** | hat |
| **áo đi mưa** | raincoat | **nhẫn** | ring |
| **áo phông** | T-shirt with a front logo or picture | **nón lá** | conical hat |
| **áo sơ-mi** | shirt | **quần bò/gin** | jeans |
| **bít-tất** | socks | **quần tây** | trousers |
| **ca-vát** | tie | **quần soóc** | shorts |
| **dây chuyền** | necklace | **thắt lưng** | belt |
| **dép** | sandals without back straps | **thay quần áo** | to change clothes |
| **giày** | shoes | **tơ /lụa** | silk |
| **giày bốt** | boots | **váy** | skirt |
| **giày ten-nít** | tennis shoes | **vải** | fabric |
| **giày vải** | sneakers, canvas shoes | **vòng** | bracelet |
| **hoa tai** | earrings | **xăng đan** | sandals w/ back straps |
| **kính râm** | sunglasses | | |

## BẢNG TÓM TẮT TỪ VỰNG VÀ CÂU MẪU

### Quần áo và màu sắc

| | | | |
|---|---|---|---|
| **boóc-đỏ** | burgundy | **tím** | purple |
| **chật** | to be tight | **tím than** | navy blue |
| **kem** | cream | **xám** | grey |
| **mầu nhạt** | light colors | **xanh lơ** | blue |
| **mầu thẫm/sẫm** | dark colors | **xanh da trời** | sky blue |
| **mầu tươi** | bright colors | **xanh lá cây** | green |
| **rộng** | to be large | **xanh nước biển** | sea blue |
| **số** | size | **vừa** | to fit well |

### Ở hiệu may

| | | | |
|---|---|---|---|
| **đo** | to measure | **mảnh** | piece |
| **khổ** | fabric width | **thước/mét** | meter |
| **kích thước** | measurements | **tiền công** | labor |
| **kiểu** | style | | |

### Thành ngữ

| | |
|---|---|
| **ăn chắc mặc bền** | to be practical |
| **ăn trắng mặc trơn** | to lead a life of leisure |
| **đắt như tôm tươi** | selling like hot cakes |
| **đen như than** | black as coal |
| **mua may bán đắt** | to do thriving business |
| **quần là áo lượt** | to be well-groomed (people) |
| **trắng như ngà** | white as ivory |

### Câu mẫu

Hình như cô mặc áo số 38, phải không?

Có lẽ tôi sẽ mua một cái kính râm mới.

Robert, mua sắm xong **thì** về nhé.

**Nếu** hết mầu nâu thẫm **thì** mầu nâu nhạt cũng được.

Áo dài **thì** 70 nghìn còn quần **thì** 40 thôi.

---

# NGỮ PHÁP VÀ CÁCH DÙNG TỪ

**21.** **Guessing with** *hình như, có lẽ,* **and** *chắc*

**a.** The terms **hình như** (it seems), **có lẽ** (maybe), and **chắc** (probably) are used to guess or anticipate an event.

> *Hình như cô đi giày số 38, phải không?*
> It seems that you wear size 38 shoes, right?

> *Có lẽ tôi sẽ mua một cái kính râm mới.*
> Maybe I will buy a new pair of sunglasses.

*Đôi giầy này chắc vừa chân anh* or *Chắc đôi giầy này vừa chân anh.*
This pair of shoes will probably fit you.

**b.** **Hình như, có lẽ,** and **chắc** can also be used in combination with **thì phải** without affecting the meaning of the sentence.

> *Hình như cái mũ này chật thì phải.*
> It seems that this hat is tight.

> *Chắc họ muốn mua thuốc bắc thì phải.*
> They probably want to buy herbal medicine.

> *Có lẽ màu này hợp với em hơn thì phải.*
> Maybe this color is more suitable for you.

 **Bài tập 21.1**

Bạn đã đợi một người bạn ở một hiệu ăn hơn nửa tiếng rồi mà người ấy chưa đến. Hãy đoán ba lý do tại sao người ấy chưa đến. Dùng **có lẽ**, **chắc** và **hình như**.

> VÍ DỤ:        *Anh ấy muộn, có lẽ xe anh ấy bị hỏng.*

### Bài tập 21.2

Dùng chữ **chắc** để nối một mệnh đề ở cột A với một mệnh đề ở cột B.

> VÍ DỤ:        **A.** *Đi đám cưới.*
>
>                **B.** *Mặc áo mầu đen.*
>
>    *Tôi muốn đi dự đám cưới, **chắc** không mặc áo mầu đen được.*

| | A | | B |
|---|---|---|---|
| 1. | Muốn mua quần áo rẻ | a. | không đắt lắm. |
| 2. | Mảnh vải này ngắn | b. | hợp với chị hơn. |
| 3. | Màu vàng | c. | may áo dài. |
| 4. | Cái nhẫn ấy làm bằng <u>bạc</u> (silver) | d. | phải đến cửa hàng bách hoá. |
| 5. | Áo này chật quá | e. | là giày <u>da</u> (leather). |
| 6. | Đôi giày này đắt quá | f. | số rộng hơn mới vừa. |

## 22.   Different Uses of *Thì*

We have seen two uses of **thì** in:

a.      **thì** meaning **then** in a time sequence, as in:

> *Robert, mua sắm xong <u>thì</u> về nhé.*
> Robert, finish shopping, <u>then</u> go home, OK?

b.      **thì** in the conditional construction **nếu...thì** meaning **if...then**, as in:

> *<u>Nếu</u> hết mầu nâu thẫm <u>thì</u> mầu nâu nhạt cũng được.*
> <u>If</u> the dark brown color is sold out, <u>then</u> the light brown color is fine.

c.      **Thì** has a third use: to comment on a preceding topic. In this case **thì** does not get translated into English as in the following examples:

> *Áo dài <u>thì</u> 70 nghìn còn quần <u>thì</u> 40 thôi.*
> The áo dài is 70 thousand and the pants are only 40 thousand.

> *Ở Sài Gòn <u>thì</u> bây giờ vải tơ rẻ hơn trước.*
> In Saigon, silk fabrics are now cheaper than before.
> (**Thì** is used to comment on the topics *áo dài, quần* and *Sài Gòn.*)

  | **Bài tập 22** |

Hãy dùng **thì** để hoàn tất những câu sau đây (topic/comment):
1.      Quần áo may bằng lụa...
2.      Đeo hoa tai...
3.      Mặc áo dài đi xe đạp...
4.      Mùa hè đi xăng đan...
5.      Chúng tôi định đi mua sắm, còn chị...
6.      Giày mầu trắng...

## 23. Ways of Reading Numbers and Simple Calculations

### a. Reading Decimal Numbers

| SỐ ĐẾM | PHẨY | SỐ ĐẾM |
|---|---|---|
| cardinal number | (comma) | cardinal number |

| | | |
|---|---|---|
| 0.5 = 0,5 | reads | *không phẩy năm* |
| 1.80 = 1,80 | reads | *một phẩy tám* |
| 2.05 = 2,05 | reads | *hai phẩy không năm* |

**when reading measurements, *phẩy* can be replaced by the unit of measurement:

| | | |
|---|---|---|
| 4,10 m | reads | *bốn thước/mét mốt* |
| 3,20 m | reads | *ba thước/mét hai* |
| 6,30 m | reads | *sáu thước/mét ba* |
| 5,40 m | reads | *năm thước/mét tư* |
| 1,50 m | reads | *một mét/thước rưỡi* or *một thước/mét năm* |

### b. Reading Fractions

| SỐ ĐẾM | PHẦN | SỐ ĐẾM |
|---|---|---|
| numerator (cardinal number) | (part) | denominator (cardinal number) |

| | | |
|---|---|---|
| 1/5 | reads | *một phần năm* |
| 2/8 | reads | *hai phần tám* |

### c. Reading Percentages

| SỐ ĐẾM | PHẦN TRĂM |
|---|---|
| cardinal Number | percentage |

| | | |
|---|---|---|
| 25% | reads | *hai mươi nhăm/lăm phần trăm* |
| 0,5% | reads | *không phẩy năm phần trăm* |
| 83,50% | reads | *tám mươi ba phẩy năm mươi phần trăm* |

**d.      Reading Simple Calculations**

**\*Addition = tính cộng**

1 + 3 = 4      read:          *một cộng (với) ba là bốn*

**\*Subtraction = tính trừ**

8 - 5 = 3      read:          *tám trừ (đi) năm còn ba*

**\*Multiplication = tính nhân**

4 x 6 = 24     read:          *bốn nhân với sáu là hai mươi bốn*

**\*Division = tính chia**

30 : 3 = 10    read:          *ba mươi chia cho ba là mười*

      **Bài tập 23.1**

**Đọc các phép tính và các số sau đây:**

1.  9 + 5 = 14            5.  5/8  - 2/8  = 3/8
2.  6 x 3 = 18            6.  5,20;   1,54;   8,40
3.  45 : 3 = 15           7.  6,06;   1,615;  3,10
4.  68 - 32 = 36

      **Bài tập 23.2**

Viết các phép tính và các số trên bằng chữ.

nón lá

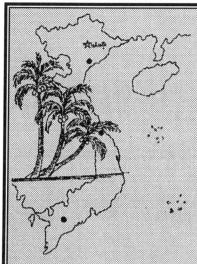

# CULTURE NOTE

## Colors

In Vietnamese the color "xanh" means both blue and green. Thus one has to use qualifiers to differentiate: "xanh lơ" (blue) or"xanh da trời" (sky blue) and "xanh lá cây" (leaf blue), which is green.

Red, yellow, and other bright colors are used at weddings. Those colors represent festivity and good luck. White is used for school girls' uniforms or funerals. It is not advisable to wear solid white outfits during the New Year for fear of bringing bad luck to oneself and others.

In general practice, bright colors are worn by the young. As one gets older, more subdued colors are expected. However, at their 70th or 80th birthday party (lễ thượng thọ), the elderly can wear the traditional "áo dài" in bright yellow or red, because those colors symbolize good luck and longevity.

## Vietnamese Currency

The Vietnamese unit of currency is the "đồng." Bills come in denominations of 100, 200, 500, 1,000, 2,000, 5,000, 10,000, 20,000 and 50,000 đồng. 14,000 đồng are worth roughly 1 US dollar.

When counting out change, Vietnamese merchants use subtractions rather than additions, unlike what is commonly done in the U.S. For example, when you pay 20,000 đồng for a 15,000-đồng item, the seller may say something like this:

*Giá quyển sách này là 15.000 đồng. Cô đưa tôi tờ 20.000. Vậy tôi trả lại cô 5.000 đồng.*

(The price of this book is 15,000 đồng. You gave me a 20,000 bill.

So, I return to you 5,000 đồng.

**Thực hành 12**  **Read Culture Note on Colors**

Hãy trả lời những câu hỏi sau:

1.  Bạn có nên mặc áo dài trắng, áo đầm trắng hay <u>com-lê</u> (suit) trắng để đi dự <u>đám cưới</u> (wedding) Việt Nam không?  Tại sao?

2.  Khi đi dự <u>đám ma</u> (funeral), bạn có mặc áo dài, áo đầm, hay áo sơ mi mầu tươi được không?  Tại sao?

3.  Khi may áo dài để mặc vào ngày Tết, người Việt Nam hay chọn vải mầu gì?  Tại sao?

**Thực hành 13**  **Read Culture Note on Vietnamese Currency and Grammar Point #23: Ways of Reading Numbers**

1.  What would the vendor say:
    1.1  when you give a 20,000 bill for a 15,000-đồng T-shirt?
    1.2  when you give two 20,000 bills for a 35,000-đồng item or service?
    1.3  when you give a 10,000 bill for a 8,000-đồng bowl of phở?

2.  Which bills would you give the vendor when the item you buy costs:
    | | | | |
    |---|---|---|---|
    | 2.1 | 12,000 đồng? | 2.3 | 110,000 đồng? |
    | 2.2 | 22,000 đồng? | 2.4 | 250,000 đồng? |

# CULTURE NOTE

## The Metric System

The people in Vietnam use the metric system. Centimeters (cm), meters (m), and kilometers (km) are used to measure distance. Liquids are measured in cubic centimeters (cc) and liters (l). Weight is expressed in grams (gr) and kilograms (kg).

Following is a conversion table:

| When You Know | Multiply By | To Find |
|---|---|---|
| **\*Length** | | |
| inches | 2.54 | cm (xăng ti mét or phân) |
| feet | 0.31 | m |
| yards | 0.91 | meters (mét or thước) |
| miles | 1.61 | kilometers (ki lô mét or cây số) |
| centimeters | 0.39 | inches |
| meters | 3.28 | feet |
| meters | 1.09 | yards |
| kilometers | 0.62 | miles |
| **\*Weight** | | |
| ounces | 28.35 | gram (gram or lạng) |
| pounds | 0.45 | kilogram (ki lô or cân) |
| grams | .0035 | ounces |
| kilograms | 2.21 | pounds |
| **\*Volume** | | |
| fluid ounces | 29.57 | mililiters (mi li lít) |
| cups | 0.24 | liters (lít) |
| gallons | 3.79 | liters |
| quarts | 0.95 | liters |
| liters | 4.23 | cups |
| liters | 1.06 | quarts |
| liters | 0.26 | gallons |

## Thực hành 14

**Chuẩn bị:** Đọc Culture Note: The Metric System.

**Bạn đang ở Việt Nam. Hãy trả lời những câu hỏi sau đây:**

1. Bạn cao một thước mấy?

2. Anh của bạn cao **6ft** và nặng **180 lbs**. Bạn tả anh ấy thế nào?

3. Bạn cần **2 cups** sữa để làm bánh ngọt. Vậy thì bạn cần mấy **lít** sữa?

4. Bình xăng (gas tank) xe hơi của bạn có **4 lít** xăng. Như vậy là mấy **gallon**?

5. Niu-Yoóc cách Los Angeles bao nhiêu **kilômét**?

6. Tốc độ (speed) cao nhất ở xa lộ là **65 miles/giờ**. Bạn đi **115 km/giờ**. Công an có thể phạt (to fine) bạn được không? Tại sao?

7. Ô-tô của bạn chạy được bao nhiêu **miles/gallon** xăng? Bao nhiêu **km/lít**?

Người mù bán chổi

*Tục ngữ, Ca dao*

*Mua bầu xem cuống,*
*Mua muống xem lá,*
*Mua cá xem mang.*

*Mua vàng thì lỗ, mua thổ thì lời.*

# T Ậ P   N G H E

 **"Tả quần áo"**

### Hãy lắng nghe

The police are investigating a crime. Listen to the descriptions of the following five people who were seen at the scene of the crime and fill in the blanks.

| TÊN | QUẦN ÁO |
|-----|---------|
| Hải | |
| Lâm | |
| Hồng | |
| Liêm | |
| Hạnh | |

### Sau khi nghe

**Bạn đi dự liên hoan cuối tuần vừa rồi. Nói chuyện về:**

1. Những người đến dự liên hoan.
2. Tả quần áo của họ.

## T Ậ P   Đ Ọ C

**"Mua hàng qua Internet"**

### Trước khi đọc

1. Bạn có thích mua hàng qua Internet không?  Vì sao?
2. Bạn nghĩ <u>người tiêu dùng</u> (consumer) thường mua những loại hàng nào qua Internet?
3. Bạn có nghĩ vào năm 2005 sẽ có rất nhiều người mua hàng qua Internet không?

### Chúng ta đọc

## Người mua hàng qua INTERNET sẽ ngày càng nhiều

Những năm gần đây thư điện tử (E-Mail) đã phổ biến ở nhiều nước trên thế giới và trong những năm tới thương mại điện tử (E-Business hay E-Commerce) sẽ phát triển mạnh.

Theo Công ty dữ kiện quốc tế IDC, một công ty nghiên cứu thị trường công nghệ, thị trường thương mại điện tử (tức giao dịch mua và bán hàng qua Internet) trên toàn cầu sẽ tăng từ 2,6 tỷ USD lên 223 tỷ USD vào năm 2001.

..............................................................

Người ta tính rằng trong những năm tới bốn loại hàng hoá sau đây được mua bán trên Internet.

- Hàng tiêu dùng giá trị nhỏ (đĩa compact-CD, hoa, rượu và sách) mà người ta đã thường xuyên mua qua điện thoại hoặc đơn thư đặt hàng.
- Thông tin có giá trị về thời gian (đầu tư, tin thể thao và dịch vụ du lịch)
- Hàng hoá và dịch vụ hấp dẫn đối với sự quan tâm đặc biệt (những sở thích riêng, giải trí).
- Các sản phẩm liên quan đến máy tính...

MINH DUNG

Theo Diễn đàn thông tin quốc tế

**Sau khi đọc**

1. **Dùng Glossary, tìm từ tiếng Anh tương đương cho:**

   a.   thị trường

   b.   phát triển

   c.   toàn cầu= thế giới

   d.   công nghệ

2. Làm câu với những từ trên.

3. **Trả lời câu hỏi:**

   a.   Theo dự tính thì thị trường mua bán qua Internet trên thế giới sẽ ra sao?

   b.   Người tiêu dùng sẽ mua những loại hàng nào qua Internet?

4. Nói tóm tắt bài báo.

# TẬP VIẾT LUẬN 250

 Bạn vừa đi mua sắm cho lễ Giáng Sinh xong.  Bạn thích hay không thích đi mua sắm?  Hãy tả những thứ bạn đã mua. (250 từ)

---

**Use the ideas suggested below to organize your composition before writing.**

## DÀN BÀI

**1.** **Nhập đề**

Bây giờ là tháng mấy?  Còn bao lâu thì là lễ Giáng Sinh?  Bạn sẽ phải làm gì cho lễ Giáng Sinh?

**2.** **Thân bài**

* Nói về khung cảnh của Hàng Ngang hàng Đào:

* - người đi mua sắm

* - các loại hàng hoá

* - các màu sắc

* - các cửa hàng, đường phố

* Bạn đã mua những gì?  Cho những ai?

* Mua bán xong bạn có đi đâu không? Đi ăn hiệu?  Đi thăm bạn bè? vân vân...

Ngữ pháp nên dùng:

* *Chắc -- nếu ...thì -- thì (topic/comment) -- đông -- indefinites+cũng -- mà (contradiction) -- các -- những -- là được*

**3.** **Kết luận**

Hãy kết luận về ngày đi mua sắm cho lễ Giáng Sinh của bạn:  Vui? Mệt? Tiêu nhiều tiền?  Đường phố đông người quá?

# CHƯƠNG 10 Chạy việc vặt

## COMPETENCIES
* Describing one's hairstyle
* Getting a haircut
* Buying postage stamps
* Mailing letters to other countries
* Sending faxes and telegrams
* Withdrawing money at a bank

**Vocabulary and Spoken Activities**
At the Barbershop and the Beauty Salon
At the Post Office and the Bank
**Grammar and Usage**
24. Suggesting with *thôi*
25. Using *luôn* and *luôn luôn*
26. Using *tự, lấy, một mình*
27. Using verbs of direction
**Listening Comprehension**
At the Post Office
**Reading Comprehension**
Home Banking

*THE VOCABULARY AND ACTIVITIES IN CHAPTER 10 WILL HELP YOU MASTER THE SKILLS OF RUNNING ERRANDS.*

## TỪ VỰNG VÀ THỰC HÀNH

# I Đi cắt tóc

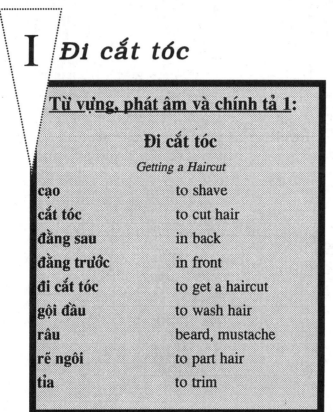

**Từ vựng, phát âm và chính tả 1:**

**Đi cắt tóc**

*Getting a Haircut*

| | |
|---|---|
| cạo | to shave |
| cắt tóc | to cut hair |
| đằng sau | in back |
| đằng trước | in front |
| đi cắt tóc | to get a haircut |
| gội đầu | to wash hair |
| râu | beard, mustache |
| rẽ ngôi | to part hair |
| tỉa | to trim |

**Thực hành 1**

**Hãy hỏi một <u>nam</u> (male) sinh viên:**

1.    Anh thích để râu không?

2.    Một tuần anh cạo râu mấy lần?

3.    Anh rẽ ngôi trái, ngôi phải hay ngôi giữa?

4.    Một tuần anh gội đầu mấy lần?

5.    Anh thường cắt tóc ở đâu?

| **Hội thoại 1** | | **Học ngữ pháp 24** |

*Ở hiệu cắt tóc Phong. Robert xem ảnh trong máy tính (= com pu tơ)*

THỢ CẮT TÓC     Anh muốn cắt kiểu nào?   Kiểu này đẹp lại mốt nữa.

ROBERT           *Thôi*, chị cứ cắt như kiểu cũ cho tôi đi. Để tóc đằng trước dài một tí/ít cho tôi rẽ ngôi. Đằng sau ngắn cũng được.

THỢ CẮT TÓC     Vâng, tóc anh cũng còn ngắn nên tôi sẽ tỉa một ít thôi. Mời anh vào trong này gội đầu. Anh cần cạo râu không?

ROBERT           *Thôi* chị ạ.

**Thực hành 2**

**Trả lời câu hỏi về hội thọai 1:**

1.  Hiệu cắt tóc có thêm <u>dịch vụ</u> (service) gì?

2.  Bạn có thích dịch vụ ấy không?  Tại sao?

3.  Robert muốn cắt tóc như thế nào?

4.  Bạn có xem những kiểu tóc trong máy tính khi đi cắt tóc không?

## II *Đi làm đầu*

### Từ vựng, phát âm và chính tả 2:

#### Đi làm đầu

*Getting hair styled*

| | |
|---|---|
| **bới/búi** | to put hair up |
| **chải đầu** | to comb hair |
| **dài ngang vai** | shoulder length |
| **làm móng tay và móng chân** | to give a manicure and pedicure |
| **luôn** | on the same occasion; at once; often |
| **mô đen/người mẫu** | model |
| **nhuộm tóc** | to dye hair |
| **tóc bạc** | white hair |
| **tóc dày/rậm** | thick hair |
| **tóc quăn** | curly hair |
| **tóc thẳng** | straight hair |
| **tóc thưa** | thin hair |
| **uốn tóc** | to get a perm |

**Thực hành 3**

Hãy nói chuyện với một <u>nữ</u> (female) sinh viên:

1.  Chị có thích cắt tóc theo mô-đen không?  Mô-đen nào thế?

2.  Theo chị thì tóc dài ngang vai có đẹp không?

3.  Chị thích tóc dày hay tóc thưa?  Vì sao?

4.  Chị đã uốn tóc bao giờ chưa?  Khi nào?

5.  Chị đã nhuộm tóc bao giờ chưa?  Chị nhuộm màu gì?

6.  Theo chị thì người ta bắt đầu có tóc bạc lúc bao nhiêu tuổi?

| **Hội thoại 2** | **Học ngữ pháp 25 & 26** |

*Ở hiệu uốn tóc Mimi. Mai Linh xem ảnh trong <u>tạp chí</u> (magazine) Phụ Nữ.*

THỢ UỐN TÓC          Em muốn chải đầu kiểu nào?

MAI LINH             Tóc em búi lên cao được không chị?

THỢ UỐN TÓC          Được chứ. Thế em thích kiểu tóc cô người mẫu này không?

MAI LINH             Thích. Nhưng tóc cô ấy quăn còn tóc em thì thẳng.

THỢ UỐN TÓC          Không sao đâu. Chị làm được. Em đừng lo. À, em có
                     muốn làm móng tay và móng chân **luôn** không?

MAI LINH             Thôi, cám ơn chị. Em làm **lấy** ở nhà được.

**Thực hành 4**

**Trả lời câu hỏi về hội thoại 2:**

1.    Tóc Mai Linh như thế nào?
2.    Ai làm móng tay và móng chân cho Mai Linh?
3.    Mai Linh muốn chải đầu kiểu nào?

**Thực hành 5**

Thay phiên nhau làm thợ cắt tóc hay thợ uốn tóc và khách hàng. Dùng ảnh trong tạp chí để tả <u>rõ ràng</u> (clearly) kiểu tóc bạn muốn có.

# III  *Bưu điện*

<u>Từ vựng, phát âm và chính tả 3:</u>

## Ở bưu điện

| | |
|---|---|
| bưu ảnh | postcard |
| bưu kiện | parcel |
| đặt mua báo  (dài hạn) | to subscribe to a newspaper |
| gọi điện (thoại) | to make a call |
| gửi | to send |
| gửi điện báo | to send a telegram |
| nhận | to receive |
| phong bì | envelope |
| tem (clas: con) | stamp |
| thùng thư | post office mailbox |
| thư (clas: lá/bức) | letter |
| thư bảo đảm | registered mail |
| thư máy bay | air mail |
| thư nhanh | express mail |
| thư thường | regular letter |
| thư trong nước | domestic mail |

**Thực hành 6**

**Trả lời câu hỏi:**

1. Muốn gửi thư thì bạn cần phải có gì?
2. Bạn thường gửi thư ở đâu?
3. Bạn thường gửi thư trong nước hay ngoài nước?
4. Khi nào chúng ta cần gửi thư bảo đảm?
5. Bạn thích viết thư hay gọi điện thoại cho bố mẹ?  Vì sao?
6. Bạn đã gửi bưu kiện bao giờ chưa?  Bao giờ?
7. Bạn đã đặt mua báo dài hạn bao giờ chưa?  Bao giờ?
8. Bạn đã gửi điện báo cho ai bao giờ chưa?  Tại sao thế?
9. Bạn mua phong bì ở đâu?
10. Gần nhà bạn có thùng thư nào không?

| Hội thoại 3 | | Học ngữ pháp 27 |

*Ở Bưu Điện Hà Nội.*

NHÂN VIÊN          Chị cần gì ạ?

MONIQUE           Tôi muốn gửi thư này đi Mỹ.

NHÂN VIÊN          Chị gửi thư thường hay thư nhanh?

MONIQUE           Thư thường thôi.

NHÂN VIÊN          Mười lăm nghìn.

MONIQUE           À, thư ở đây *vào* Nam mất mấy ngày hả chị?

NHÂN VIÊN          Chỉ hai ngày là nhiều.

MONIQUE           Chị cho tôi mua thêm 15 tem gửi trong nước nữa.

## Từ vựng làm vốn:

| | |
|---|---|
| điện thoại đường dài | long-distance call |
| điện thoại quốc tế | international call |
| lắp điện thoại | to install a phone |
| quay số điện thoại | to dial |
| số máy | telephone number |
| nhấc điện thoại (lên) | to pick up the phone |
| đặt điện thoại (xuống) | to hang up |

### Thực hành 7

**You are in Hà Nội. What would you tell the postal clerk when you want to:**

1.   send an express letter?

2.   send a telegram?

3.   mail a package to France?

4.   send a fax to Japan?

5.   subscribe to a magazine?

6.   buy stamps to mail a letter to Australia?

7.   call your parents who are living in America?

8.   subscribe to a newspaper?

9.   have a telephone installed in your home?

10.  buy four postcards?

### Thực hành 8

Hãy nói chuyện với bạn. Một người là nhân viên bưu điện, còn người kia là khách hàng muốn gửi một thư bảo đảm từ Hà Nội đi Mỹ.

# IV Ngân hàng

## Từ vựng, phát âm và chính tả 4:

### Ở ngân hàng

| | |
|---|---|
| đổi tiền | to exchange money |
| giảm | to decrease |
| giấy bạc | bill |
| gửi tiền | to deposit money |
| kiểm tra | to check |
| ký tên | to sign |
| lệ phí | fee |
| mở (tài khoản) | to open an account |
| ngoại tệ | foreign currency |
| rút tiền/lấy tiền | to withdraw money |
| séc | check |
| tài khoản tiền gửi | checking account |
| tài khoản tiết kiệm | savings account |
| tăng | to increase |
| thẻ tín dụng | credit card |
| tỉ giá | rate of exchange |
| tiền mặt | cash |

**Thực hành 9**

What would you say to the teller at a bank in Vietnam when you want to:

1.  open a checking account?

2.  exchange 100 dollars for *đồng*?

3.  deposit money in your savings account?

4.  withdraw money from your savings account?

5.  send money to someone in Saigon?

6.  get cash from your checking account?

7.  ask for today's exchange rate?

8.  ask if the exchange rate has increased or decreased?

9.  ask if you have to sign your name?

10. ask if you can use your credit card to get cash?

**Hội thoại 4**

*Ở ngân hàng Vietcombank.*

VIỆT            Chị cho tôi dùng thẻ tín dụng lấy tiền mặt.

NHÂN VIÊN       Anh cần bao nhiêu tiền tất cả?

VIỆT            Hai trăm đô. À, hôm nay tỉ giá là bao nhiêu hả chị?

NHÂN VIÊN       Tăng hơn hôm qua một tí, mười bốn nghìn.

VIỆT            Chị nhớ cho tôi tiền năm chục (50.000) và hai chục  (20.000) nhé.

NHÂN VIÊN       Sau khi trừ tiền lệ phí 4 phần trăm thì tổng cộng số tiền là hai triệu
                sáu trăm tám mươi tám nghìn đồng (2.688.000đ).

Việt (nói nhỏ): Mười bốn nghìn <u>nhân với</u> hai trăm là hai triệu tám (2.000.000), rồi <u>trừ đi</u>
bốn phần trăm hay một trăm mười hai nghìn (112.000).  Như vậy là còn hai triệu sáu
trăm tám mươi tám nghìn (2.688.000).

NHÂN VIÊN       Xin anh đếm và kiểm tra lại tiền trước khi ký tên vào phiếu này.

**Thực hành  10**

**Trả  lời câu hỏi về hội thoại 4:**

1.  Việt cần làm gì ở ngân hàng?

2.  Muốn dùng thẻ tín dụng đổi lấy 100 đôla, Việt phải trả bao nhiêu
    tiền lệ phí ?

3.  Sau khi đếm tiền, Việt phải làm gì, tại sao thế?

**Thực hành  11**

Hãy nói chuyện với bạn. Một người làm ở ngân hàng, còn người kia là
khách hàng muốn đổi đô la lấy đồng. Dùng mẫu đơn dưới đây để làm bài
tập này.

---

NGÂN HÀNG NGOẠI THƯƠNG VIỆT NAM
CHI NHÁNH T.P. HỒ CHÍ MINH
29 Bến Chương Dương

**Phiếu Đổi Ngoại Tệ**

**Phần dành cho khách hàng**        Họ và Tên:  _____

                                    Số hộ chiếu:  _____

                                    Địa chỉ:  _____

**Ngoại tệ đổi bằng**               Tiền mặt  _____

**Chuyển đổi thành**                Xin vui lòng gạch chéo vào    ☐  Đô la Mỹ
                                    ô thích hợp                   ☐  Đồng Việt Nam
                                                                  ☐  Loại tiền khác

                                    Ngày  _____

                                                        Chữ ký khách hàng
                                                        _____

---

# B Ả N G   T Ó M   T Ắ T   T Ừ   V Ự N G   V À   C Â U   M Ẫ U

## Đi cắt tóc

| | | | |
|---|---|---|---|
| cạo | to shave | gội đầu | to wash hair |
| cắt tóc | to cut hair | râu | beard, mustache |
| đằng sau | in back | rẽ ngôi | to part hair |
| đằng trước | in front | tỉa | to trim |
| đi cắt tóc | to get a haircut | | |

## Đi làm đầu

| | | | |
|---|---|---|---|
| búi | to put hair up | tóc bạc | white hair |
| chải đầu | to comb hair | tóc dày, rậm | thick hair |
| dài ngang vai | shoulder length | tóc quăn | curly hair |
| làm móng tay và móng chân | to give a manicure & pedicure | tóc thẳng | straight hair |
| luôn | on the same occasion; at once; often | tóc thưa | thin hair |
| mô đen/người mẫu | model | uốn tóc | to get a perm |
| nhuộm tóc | to dye hair | | |

## Ở bưu điện

| | | | |
|---|---|---|---|
| bưu ảnh | postcard | tem (con) | stamp |
| bưu kiện | parcel | thùng thư | P.O. mailbox |
| đặt mua báo (dài hạn) | to subscribe to a newspaper | thư (lá/bức) | letter |
| gọi điện (thoại) | to make a call | thư bảo đảm | registered mail |
| gửi | to send | thư máy bay | air mail |
| gửi điện báo | to send a telegram | thư nhanh | express mail |
| nhận | to receive | thư thường | regular letter |
| phong bì | envelope | thư trong nước | domestic mail |

## Từ vựng làm vốn

| | | | |
|---|---|---|---|
| điện thoại đường dài | long-distance call | quay số điện thoại | to dial |
| điện thoại quốc tế | international call | số máy | telephone number |
| lắp điện thoại | to install a phone | | |

# BẢNG TÓM TẮT TỪ VỰNG VÀ CÂU MẪU

**nhấc điện thoại (lên)**                to pick up the phone

**đặt điện thoại (xuống)**               to hang up

## Ở ngân hàng

| | | | |
|---|---|---|---|
| **đổi tiền** | to exchange money | **rút tiền/lấy tiền** | to withdraw money |
| **giảm** | to decrease | **séc** | check |
| **giấy bạc** | bill | **tài khoản tiền gửi** | checking account |
| **gửi tiền** | to deposit money | **tài khoản tiết kiệm** | savings account |
| **kiểm tra** | to check | **tăng** | to increase |
| **ký tên** | to sign | **thẻ tín dụng** | credit card |
| **lệ phí** | fee | **tỉ giá** | rate of exchange |
| **mở (tài khoản)** | to open an account | **tiền mặt** | cash |
| **ngoại tệ** | foreign currency | | |

## Câu mẫu

**Thôi**, chúng ta đi cắt tóc đi.

Ngày mai tôi sẽ đi cắt tóc và đi ngân hàng **luôn**.

Bao giờ anh sẽ **về** quê?

Chúng tôi sẽ **xuống** Cần Thơ một tuần.

Bà **tự** làm móng tay **lấy** được không?

Ngày mai tôi sẽ **ra** Hà Nội.

Tôi muốn **lên** Sài Gòn hai ngày.

Ông **sang** Mỹ được bao lâu rồi?

# NGỮ PHÁP VÀ CÁCH DÙNG TỪ

**24.**   **Suggesting with** *thôi*

Literally, **thôi** means to "stop."  Placed at the beginning of an imperative clause, **thôi** indicates a command or an exhortation: "Say, let's do something," as in:

*Thôi, chị ốm, không nên đi bưu điện hôm nay.*
Stop, you are sick; you should not go to the post-office today.

*Thôi, bây giờ mình đi ra ngân hàng đi.*
Say, let's go to the bank now.

*Thôi, mình đi cắt tóc thứ bảy này đi.*
Say, let's go get a haircut this Saturday.

   | **Bài tập 24** |

Bây giờ là tối thứ bảy. Người bạn cùng nhà với bạn chỉ muốn ru rú trong nhà nghe nhạc hay xem ti vi.  Dùng **thôi** để rủ (to ask someone to join) người này đi chơi đâu đó. Hãy viết 5 câu.

VÍ DỤ:        *Thôi, hôm nay thứ bảy, anh/chị đi nghe nhạc với tôi nhé.*

## 25.   Summary of *luôn* and *luôn luôn*

a.   **Luôn** and **luôn luôn** can be placed before or after a verb to mean "often," as in:

> *Chị ấy <u>luôn</u> búi tóc cao.*
> She <u>often</u> puts her hair up high.

> *Họ <u>luôn luôn</u> chải đầu theo kiểu mô đen.*
> They <u>often</u> style their hair like the models.

> *Cô Tuyết không khoẻ, ốm <u>luôn luôn</u>.*
> Tuyết is not healthy; she is <u>often</u> ill.

> *Anh ấy gửi điện báo cho gia đình <u>luôn</u>.*
> He <u>often</u> sends telegrams to his family.

b.   **Luôn** also has the meaning of "right away," as in:

> *Cắt tóc xong là chúng nó đi chơi <u>luôn</u>.*
> They went out <u>right away</u> after they got their haircuts.

> *Đổi tiền xong thì họ về <u>luôn</u>.*
> Once they finished exchanging the money, they left <u>immediately</u>.

c.   The idiom **luôn miệng,** involving the mouth, is used to describe someone who eats or talks non-stop, while the idiom **luôn tay** or **luôn tay luôn chân,** involving hands and feet, is used to describe someone who plays or works non-stop:

> *Anh ấy không có việc gì làm nên ăn <u>luôn miệng</u>.*
> He has nothing to do so he eats <u>non-stop</u>.

> *Không ai thích ông ấy vì ông ấy nói <u>luôn miệng</u>.*
> Nobody likes him because he talks <u>continuously</u>.

> *Anh thợ cắt tóc làm <u>luôn tay</u> mà vẫn không hết việc.*
> The barber works <u>non-stop</u>, yet still cannot finish the work.

*Thằng bé con chơi <u>luôn tay luôn chân</u> mà không mệt.*
The little kid plays <u>non-stop</u>, yet he is not tired.

**d.**     If **luôn** is followed by a numerated noun, such as "một tuần," "hai chục," it means "in a row," as in:

*Vải này rẻ quá nên tôi mua <u>luôn ba chục thước</u>.*
This fabric is so inexpensive that I bought <u>thirty meters in a row</u>.
*Bà Lan muốn đi Đà Lạt nghỉ mát <u>luôn một tuần</u>.*
Mrs. Lan wants to vacation in Đà Lạt <u>one week straight</u>.

   **Bài tập 25.1**

Đặt hai câu với **mỗi** (each) từ:

- **luôn** = often        - **luôn miệng**                - **luôn** = in a row
- **luôn** = right away  - **luôn tay luôn chân**

   **Bài tập 25.2**

Hãy <u>đánh dấu</u> (to check) nghĩa đúng của chữ **luôn** trong những câu sau:

|  | often | non-stop | right away | in a row |
|---|---|---|---|---|
| 1. Tôi muốn đi VN **luôn** hai tháng. |  |  |  |  |
| 2. Tại sao nó ăn **luôn mồm** thế? |  |  |  |  |
| 3. Anh chở tôi **luôn** đến trường nhé? |  |  |  |  |
| 4. Bà Tú hỏi về con **luôn miệng**. |  |  |  |  |
| 5. Mùa đông là cô ấy cảm **luôn**. |  |  |  |  |
| 6. Cô mua hộ tôi **luôn** 10 mét nhé. |  |  |  |  |
| 7. Anh thấy ông ấy làm **luôn tay** không? |  |  |  |  |
| 8. Hễ thi xong thì họ đi chơi Cali **luôn**. |  |  |  |  |
| 9. Cô ấy đi phố mua sắm **luôn**. |  |  |  |  |
| 10. Ông Bá **luôn luôn** cắt tóc ngắn. |  |  |  |  |

## 26.    Using *tự*, *lấy*, and *một mình*

**Tự** placed <u>before a verb</u>, and **lấy** placed <u>after a verb</u>, are used when the action is performed by the subject itself, as in:

> *Họ <u>tự</u> học tiếng Việt.*
> They taught themselves Vietnamese.

> *Mai Linh làm móng tay và móng chân <u>lấy</u> được.*
> Mai Linh can give herself a manicure and a pedicure.

a.    **Tự** may be used together with **lấy**, as in:

> *Làm sao mà cô <u>tự</u> cắt tóc <u>lấy</u> giỏi thế?*
> How did you cut your hair so well by <u>yourself</u>?

> *Chị <u>tự</u> may quần áo <u>lấy</u> à?*
> You make your <u>own</u> clothes?

b.    The expression **một mình**, which literally means alone, can also be used in conjunction with **tự** or **lấy** for added emphasis, as in:

> *Chị <u>tự</u> cắt tóc <u>một mình</u> à?*
> You cut your <u>own</u> hair by <u>yourself</u>?

> *Anh ấy <u>tự</u> là quần áo <u>lấy một mình</u>.*
> He does his <u>own</u> ironing <u>himself</u>.

   |  **Bài tập 26**  |

Hãy viết 5 việc bạn muốn tự làm lấy hay sẽ làm một mình khi đi du lịch Việt Nam.

> VÍ DỤ:  *Khi đi du lịch Việt Nam tôi sẽ đi chợ <u>một mình</u>.*

## 27.    Verbs of Direction: *ra, vào, lên, xuống, sang, về*

    **a.**    **Ra, vào, lên,** and **xuống** are verbs of motion that are used to indicate the direction of travel in Vietnam.

        **Ra** indicates south to north movements, **vào** north to south movements. **Lên** indicates upward travel, **xuống** downward travel.

        The following examples will illustrate the uses of the above verbs as verbs of direction:

        *Tháng trước, du khách đi từ Sài Gòn <u>ra</u> Hà Nội.*
        Last month, the travelers went from Sài Gòn <u>to</u> Hà Nội.

        *Ngày mai họ sẽ <u>lên</u> Đà Lạt.*
        Tomorrow they will go <u>up</u> to Đà Lạt. (Đà Lạt is at a higher altitude.)

        *Sau đó họ sẽ <u>xuống</u> Nha Trang.*
        After that, they will go <u>down</u> to Nha Trang. (Nha Trang is at sea level.)

        *Tháng sau thì họ sẽ đi từ Huế <u>vào</u> Sài Gòn.*
        Next month, they will go from Huế <u>to</u> Sài Gòn.

    **b.**    The verb **sang** is used to indicate movement of travel across a border and **về** movement of travel back to one's place of origin.

        *Cụ Long đã từ Mỹ <u>sang</u> Canada nhiều lần rồi.*
        Cụ Long <u>has gone to</u> Canada from the U.S. many times.

        *Sang năm tôi sẽ <u>về</u> Việt Nam.*
        Next year I will <u>go back</u> to Việt Nam.

## Bài tập 27

Hãy dùng **ra, vào, lên, xuống, sang, về** để điền vào chỗ trống.
*Nếu cần, bạn nên xem bản đồ Việt Nam.

> VÍ DỤ:    *Tháng sau họ sẽ từ Đà Lạt <u>xuống</u> Nha Trang nghỉ hè hai tuần.*

1. Ngày mai chị định từ Sài Gòn ................. Cần Thơ à?

2. Đi máy bay từ Sài Gòn ............. Hà Nội mất bao lâu?

3. Quê họ ở Thái Bình nên năm nào họ cũng từ Hà Nội ..............
   Thái Bình ăn Tết.

4. Trông cô ấy cứ như là <u>nhà quê</u> (peasant) ................<u>tỉnh</u>
   (city--guess this one).

5. Tháng mấy anh định (từ Việt Nam) ................. Thái Lan?

6. Anh chị Thắng sẽ (từ Sài Gòn) .................. Đà Lạt nghỉ mát hai
   tuần.

7. Sáng nay chị Loan ................. ngân hàng từ 9 giờ.

8. Thế bao giờ cô sẽ từ Hải Phòng ................... Huế?

9. Thư gửi từ Mỹ ................. Việt Nam mất mấy tuần?

10. Mùa đông này họ sẽ (từ Phoenix) ............... Colorado đi trượt
    tuyết.

# CULTURE NOTE

## Getting A Haircut

Most barber shops and beauty salons in Vietnam routinely provide extra services for customers: shaving and removing ear wax for men, and head and facial massage for both men and women.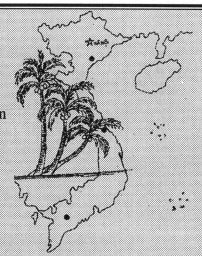

Customers can drop in at any time. Appointments are not necessary.

## Post Offices in Vietnam

Packages and printed materials are checked by post-office employess before they can be mailed. Audio and video tapes have to be reviewed and sealed. One can also subscribe to newspapers, magazines, and make collect or long-distance calls at the post-office. A good number of Vietnamese still go to the post office to place long distance calls as phones are not yet available in every home.

*Tục ngữ, Ca dao*

Cái răng cái tóc là góc con người.

Có tiền mua tiên cũng được.

Tiền ở trong nhà tiền chửa,

Tiền ra khỏi cửa tiền đẻ.

# T Ậ P   N G H E

## "Ở bưu điện"

### Trước khi nghe

Bạn thường đến bưu điện để làm gì?

Ở Việt Nam người ta thường đến bưu điện để làm gì?

### Hãy lắng nghe

Bạn sẽ nghe ba mẩu đối thoại ngắn ở bưu điện. Hãy lắng nghe và điền vào những chỗ trống.

**Dialogue 1**    The customer wants to....................................

He has to ............................. and ..................

What does the customer have to do if the parcel is not a present?......................................................

**Dialogue 2**    The customer wants to......................................

To pay for the service, what choices does the customer have ?...........................................................

What does she choose?...........................................

**Dialogue 3**    The customer wants to ....................................

What does he have to do? ...............................

How long does it take for his friend in France to receive it?...........................................................

### Sau khi nghe

**Tập nói với bạn học.**

    1.    Một người là nhân viên bưu điện. Người kia muốn lắp điện thoại ở căn hộ.

    2.    Một người là nhân viên bưu điện. Người kia muốn đặt mua báo Thanh Niên một năm.

## T Ậ P   Đ Ọ C

 **"Dịch vụ ngân hàng tại nhà"**

### Trước khi đọc

1.  Bạn mở tài khoản ở ngân hàng nào?  Có phải là tài khoản tiết kiệm không?

2.  Nếu không có tiền thì bạn có <u>vay</u> (to borrow) được tiền ở ngân hàng của bạn không?  <u>Lãi suất</u> (interest rate) là mấy phần trăm (%)?

3.  Bạn có xin thẻ tín dụng Visa hay Mastercard ở ngân hàng của bạn được không?

4.  Hiện giờ bạn có <u>nợ</u> (to owe) tiền ngân hàng không?

### Chúng ta đọc

## Dịch vụ ngân hàng tại nhà

(TT-TP.HCM)-Ông Trần Văn Vinh - phó giám đốc Ngân hàng (NH) Đầu tư và phát triển TP.HCM - cho biết NH này vừa mở dịch vụ NH tại nhà (miễn phí). Thông qua mạng máy tính được kết nối với NH, khách hàng có thể xem xét các số liệu về dư nợ vốn vay, lãi suất tiền gửi và tiền vay, thông tin về tỉ giá, số dư tiền gửi, số dư tiền vay, số nợ đến hạn cần phải thanh toán trong các tháng và các thông tin khác liên quan đến hoạt động NH. Được biết, đến nay tại TP.HCM đã có ba NH áp dụng dịch vụ này gồm Vietcombank TP, Eximbank và NH Đầu tư - phát triển TP.  T.TU.

 *Tuổi trẻ*

## Sau khi đọc

 1.        **Hãy trả lời đúng hay sai?**

|  |  | Đúng | Sai |
|---|---|---|---|
| 1.1 | Ngân hàng Vietcombank có dịch vụ ngân hàng tại nhà. | ☐ | ☐ |
| 1.2 | Ngân hàng Đầu tư và phát triển không có dịch vụ ngân hàng tại nhà. | ☐ | ☐ |

1.3    Dịch vụ ngân hàng tại nhà gồm có <u>thông tin</u> (information) về:

|  | Đúng | Sai |
|---|---|---|
| a. lãi suất tiền gửi | ☐ | ☐ |
| b. tiền nợ | ☐ | ☐ |
| c. phó giám đốc ngân hàng | ☐ | ☐ |

1.4    Khách hàng có thể lấy thông tin qua:

|  | Đúng | Sai |
|---|---|---|
| a. điện thoại | ☐ | ☐ |
| b. máy vi tính | ☐ | ☐ |

 2.        Nói tóm tắt bài báo.

# T Ậ P   V I Ế T   L U Ậ N   2 5 0

Nếu bạn là triệu phú thì bạn có chạy việc vặt nữa không?  Hay bạn sẽ thuê người chạy việc vặt cho bạn?  Hãy tưởng tượng bạn là triệu phú. (250 từ)

---

**Use the ideas suggested below to organize your composition before writing.**

## DÀN BÀI

**1.**   **Nhập đề**
Bạn thích hay không thích chạy việc vặt?  Nếu là triệu phú thì bạn có cần chạy việc vặt nữa không?  Bạn có thể thuê ai?

**2.**   **Thân bài**
\* Việc vặt là những việc gì?
\* Một tuần bạn hay người bạn thuê sẽ phải chạy việc vặt mấy lần?
\* Không phải chạy việc vặt thì bạn sẽ làm gì?  vân vân...

Ngữ pháp nên dùng:
\* *Different uses of luôn -- tự/lấy/một mình -- sang -- về -- Chắc -- nếu...thì -- thì (topic/comment) -- đông -- indefinites+cũng -- mà (contradiction) -- các -- những -- là được*

**3.**   **Kết luận**
Là triệu phú và không phải chạy việc vặt tốt hay không?

# Chương 11

# Giải trí & thể thao

## COMPETENCIES

* Discussing pastimes, entertainment, and sports
* Talking about sports games
* Discussing books and movies
* Encouraging someone to do something

**Vocabulary and Spoken Activities**

Pastimes

Sports

Entertainment

**Grammar and Usage**

28. Asking rhetorical questions with *chẳng được?*

29. Expressing an ultimate condition: *miễn là* or *miễn là...là được*

Listening Comprehension

Talking about Pastimes

**Reading Comprehension**

The New "Star Wars"

*MASTERING THE VOCABULARY AND ACTIVITIES IN CHAPTER 11 WILL HELP YOU TALK ABOUT YOUR HOBBIES AND PREFERENCES WITH CONFIDENCE. THIS SKILL WILL FACILITATE DAILY CONTACT WITH THE PEOPLE YOU MEET.*

# TỪ VỰNG VÀ THỰC HÀNH

## I | *Sở thích*

### Từ vựng, phát âm và chính tả 1:

#### Sở thích
*Hobbies*

| | | | |
|---|---|---|---|
| **cắm trại** | camping | **nhẩy đầm** | dancing |
| **câu cá** | fishing | **nhiếp ảnh** | photography |
| **chạy bộ** | jogging | **sưu tầm** | collecting |
| **chèo thuyền** | boating | **tập thể dục** | working out |
| **chụp ảnh** | taking pictures | **trèo núi** | hiking |
| **leo núi** | mountain climbing | **vẽ** | drawing |

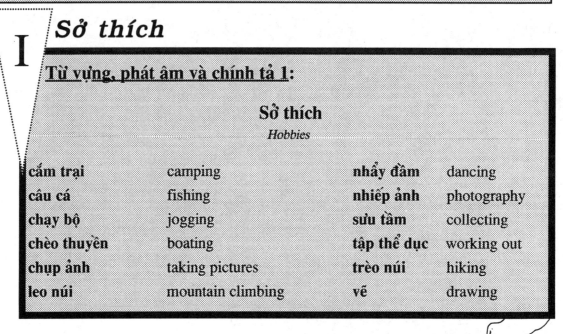

**Thực hành 1**

Dùng Từ Vựng 1, xếp hạng (to rank) 5 sở thích theo ý bạn. Hãy nói về 2 sở thích quan trọng nhất.

**Thực hành 2**

Nói chuyện với bạn. Hỏi người ấy muốn làm gì cuối tuần này nếu có thì giờ.

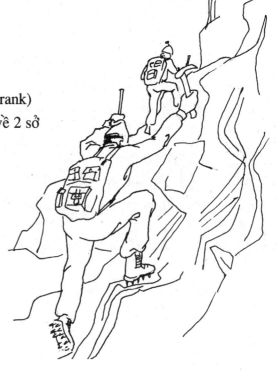

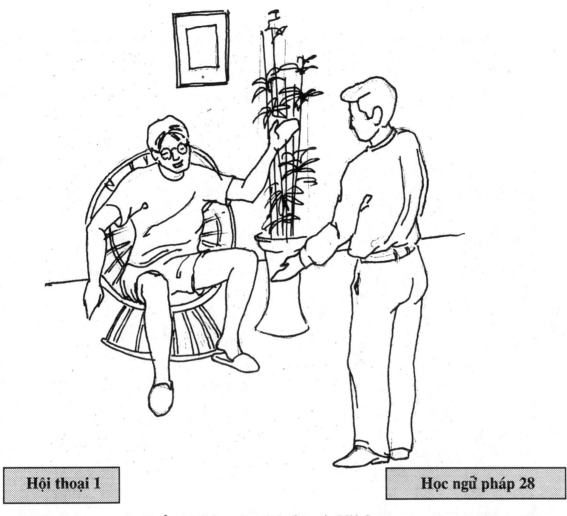

| **Hội thoại 1** | **Học ngữ pháp 28** |

ROBERT          Chủ nhật này cậu định làm gì, Việt?

VIỆT            Tớ định đi chèo thuyền ở hồ Tây và đi câu cá với mấy người bạn.
                Còn cậu làm gì?

ROBERT          Tớ định ở nhà nghe nhạc và viết thư.

VIỆT            Chủ nhật mà ru rú trong nhà thì chán chết. Thôi, cậu đi chơi với
                tụi này đi. Lúc nào viết thư lại *chẳng được*?

| **Thực hành  3** |

Dùng hội thoại 1 làm mẫu. Nói chuyện với một người bạn về những sở
thích khác.

DE—DE—DE—DE—DE—DE——IC—IC—IC—IC—IC—IC

## II | *Thể thao*

### Từ vựng, phát âm và chính tả 2:

#### Thể thao
*Sports*

| | | | |
|---|---|---|---|
| **bóng chày** | baseball | **quyền Anh** | boxing |
| **bóng chuyền** | volleyball | **reo hò** | to cheer |
| **bóng đá** | soccer | **sân vận động** | stadium |
| **bóng rổ** | basketball | **ten nít** | tennis |
| **cầu thủ** | ball player | **thắng** | to win |
| **đánh bại** | to defeat | **thịnh hành** | to be popular |
| **đội** | team | | (not for people) |
| **hào hứng** | to be exciting | **(bị) thua** | to lose |
| **hâm mộ** | to be a fan of | **trận đấu** | match |
| **hiệp** | round | **trượt băng** | ice skating |
| **hoà** | to tie (competition) | **trượt tuyết** | skiing |
| **huấn luyện viên** | coach, trainer | **tỷ số** | ratio/score |
| **khán giả** | audience | **vận động viên** | athlete |

### Thực hành 4

**Trả lời câu hỏi:**

1.    Bạn biết chơi những môn thể thao nào?

2.    Theo bạn thì môn thể thao nào hào hứng nhất?  Vì sao?

3.    Bạn hâm mộ vận động viên của môn thể thao nào?  Vì sao?

4.    Bạn có ở gần sân vận động không?

5.    Huấn luyện viên làm gì?

6.    Khán giả làm gì?

7.    Cầu thủ làm gì?

8.    Khi chơi thể thao, bạn thích đội của bạn thua hay thắng?  Với tỷ số bao nhiêu?

**Hội thoại 2**

*Thành và Monique đang ngồi ở sân vận động.*

THÀNH        Chị Monique, ở Mỹ môn thể thao nào đang thịnh hành nhất?

MONIQUE      Thịnh hành nhất là phút bôn, rồi đến bóng chày, bóng rổ, và tennít.

THÀNH        Ở Việt Nam thì <u>hầu như</u> (almost) ai cũng hâm mộ bóng đá.
             A, chị xem kìa! Các cầu thủ đang ra chào khán giả.

MONIQUE      Ồ! Khán giả hâm mộ đội Việt Nam quá nhỉ. Anh nghĩ đội nào sẽ
             thắng trận đấu này?

THÀNH        Tôi đoán hiệp 1 thì hai đội hòa 1-1, nhưng hết hiệp 2 thì đội Việt
             Nam thắng đội Malaixia với tỷ số 2-1 hay 3-1.

## Thực hành 5

**Trả lời câu hỏi về hội thoại 2:**

1. Thành và Monique đang xem gì, ở đâu?

2. Theo Monique, môn thể thao nào được nhiều người hâm mộ nhất ở Mỹ?

3. Còn ở Việt Nam thì sao?  Môn thể thao nào thịnh hành nhất?

4. Theo Thành thì đội bóng đá nào chơi giỏi hơn?

## Thực hành 6

**Xem từ vựng và phát âm 2 để:**

1. Chọn những môn thể thao bạn thích và xếp hạng.

2. Xếp hạng những môn thể thao bạn có thể chơi được.

3. Bây giờ hãy so sánh câu trả lời của bạn với những câu trả lời của một sinh viên khác.

## Thực hành 7

Tưởng tượng bạn là <u>phát thanh viên thể thao</u> (sports broadcaster) ở Việt Nam. Bạn sẽ nói gì về kết quả của những trận đấu sau?

**AT A GLANCE**

| National League, C4 | American League, C4 |
|---|---|
| Reds 10, Mets 5 | |
| Braves 5, Giants 2 | Royals 10, Rangers 4 |
| Marlins 7, Rockies 5 | White Sox 1, Orioles 0 (11) |
| Marlins at Rockies, rain | Yankees 2, Brewers 0 |
| Pirates 9, Phillies 2 | Blue Jays 3, Athletics 1 |
| Expos 8, Cubs 0 | Indians 9, Red Sox 5 |
| Dodgers 8, Cardinals 2 | Tigers 3, Mariners 1 |
| Padres 5, Astros 4 (10) | Twins 6, Angels 1 |

**At a glance**

NBA Finals

(Best-of-seven)
UTAH vs. CHICAGO
All games on Ch. 12
Chicago leads, 2-1.
Game 1: Chicago 84, Utah 82
Game 2: Chicago 97, Utah 85
Game 3: Utah 104, Chicago 93
Today: at Utah, 4:30 p.m.
Wednesday: at Utah, 6 p.m.
Friday: at Chicago, 6 p.m.*
June 15: at Chicago, 4:30 p.m.*
* - if necessary.

**Thực hành 8**

**Hãy nói những môn thể thao nào cần:**

1.      hai người chơi?

2.      ba người hay ba người <u>trở lên</u> (3 +) chơi?

3.      ngoài trời?

4.      trong nhà?

## III *Giải trí*

### Từ vựng, phát âm và chính tả 3:
#### Giải trí
*Entertainment*

| | | | |
|---|---|---|---|
| buồn cười | to be funny | nhạc giao hưởng | symphony |
| ca nhạc | musical show | phim hài | comedy (movie) |
| cải lương (clas: vở) | modern opera (South) | phim tài liệu | documentary |
| chèo | popular comic opera (North) | phim tình cảm | romantic movie |
| dân ca | folk song | phim trinh thám | detective movie |
| khoa học viễn tưởng | science fiction | thú vị | interesting |
| kịch nói | drama, soap opera | | |
| múa | dance | trình diễn | to perform |
| nhạc cổ điển | classical music | kịch (clas: vở) | a play |

### Thành ngữ

**đàn gẩy tai trâu**
talking to deaf ears
Nói chuyện nhạc với nó thì cũng như **đàn gẩy tai trâu!**

**trăm nghe không bằng một thấy**
seeing is believing
Tôi chỉ tin những gì tôi nhìn thấy thôi. **Trăm nghe không bằng một thấy!**

## Thực hành  9

**Bạn ưa thích:**

1.    loại phim nào?

2.    loại nhạc nào?

3.    loại sách nào?

Hãy nói chuyện với một người bạn về các loại phim, nhạc và sách ấy.

## Thực hành  10

**Bạn nghĩ đến gì khi nói đến:**

1.    phim tình cảm?

2.    phim trinh thám?

3.    phim khoa học viễn tưởng?

4.    nhạc giao hưởng?

5.    ca nhạc?

> VÍ DỤ:    *Khi nói đến nhạc cổ điển thì tôi nghĩ đến*
> *Mozart và những người có tóc rậm và quăn.*

Hãy đi hỏi các bạn trong lớp xem có ai nghĩ giống bạn không.

| Hội thoại 3 | Học ngữ pháp 29 |

QUỲNH            Tối mai Mai Linh có rỗi không?  Mình đi xem phim đi.

MAI-LINH        Rỗi. Tuần này có phim nào hay không?

QUỲNH            Có vài phim thôi. Thế Mai Linh thích loại phim nào?

MAI-LINH        Mình thích phim hài nhất. Phim tình cảm cũng được **miễn là**
                     không buồn quá.

QUỲNH            Mình thì thích xem phim trinh thám hay khoa học viễn tưởng.

**Thực hành  11**

**Trả lời câu hỏi về hội thoại 3:**

1.      Quỳnh muốn làm gì tối mai?

2.      Phim Việt Nam thường có những loại phim nào?

3.      Bạn nghĩ Quỳnh và Mai Linh sẽ làm gì tối mai?

4.      Bạn đoán họ sẽ chọn phim nào để cả hai cùng xem?

## BẢNG TÓM TẮT TỪ VỰNG VÀ CÂU MẪU

### Sở thích

| | | | |
|---|---|---|---|
| **cắm trại** | camping | **nhảy đầm** | dancing |
| **câu cá** | fishing | **nhiếp ảnh** | photography |
| **chạy bộ** | jogging | **sưu tầm** | collecting |
| **chèo thuyền** | boating | **tập thể dục** | working out |
| **chụp ảnh** | taking pictures | **trèo núi** | hiking |
| **leo núi** | mountain climbing | **vẽ** | drawing |

### Thể thao

| | | | |
|---|---|---|---|
| **bóng chày** | baseball | **quyền Anh** | boxing |
| **bóng chuyền** | volleyball | **reo hò** | to cheer |
| **bóng đá** | soccer | **sân vận động** | stadium |
| **bóng rổ** | basketball | **ten nít** | tennis |
| **cầu thủ** | ball player | **thắng** | to win |
| **đánh bại** | to defeat | **thịnh hành** | to be popular (not for people) |
| **đội** | team | **(bị) thua** | to lose |
| **hào hứng** | to be exciting | **trận đấu** | match |
| **hâm mộ** | to be a fan of | **trượt băng** | ice skating |
| **hiệp** | round | **trượt tuyết** | skiing |
| **hoà** | to tie (competition) | **tỷ số** | ratio/score |
| **huấn luyện viên** | coach, trainer | **vận động viên** | athlete |
| **khán giả** | audience | | |

### Giải trí

| | | | |
|---|---|---|---|
| **buồn cười** | to be funny | **nhạc giao hưởng** | symphony |
| **ca nhạc** | musical show | **phim hài** | comedy movie |
| **cải lương** | modern opera (South) | **phim tài liệu** | documentary |
| **(vở) chèo** | popular comic opera (North) | **phim tình cảm** | romantic movie |
| **dân ca** | folk song | **phim trinh thám** | detective movie |
| **khoa học viễn tưởng** | science fiction | **thú vị** | interesting |
| **kịch nói** | drama, soap opera | **trình diễn** | to perform |
| **múa** | dance | **(vở) kịch** | a play |
| **nhạc cổ điển** | classical music | | |

## BẢNG TÓM TẮT TỪ VỰNG VÀ CÂU MẪU

### Thành ngữ

**Đàn gảy tai trâu**                                    talking to deaf ears

**Trăm nghe không bằng một thấy**              seeing is believing

### Câu mẫu

Cô muốn đi bộ lúc nào **chẳng được**?

Chơi môn thể thao nào cũng được, **miễn** không phải là bóng đá **là được**.

Xem phim nào cũng được, **miễn là** phim hay **thì thôi**.

# NGỮ PHÁP VÀ CÁCH DÙNG TỪ

**28.**   **Asking a Rhetorical Question with *chẳng được?***

**chẳng được** (why not?) is an idiomatic expression that uses the negative *chẳng* to ask a rhetorical question while implying the affirmative, as in:

*Anh đi bộ ở đâu <u>chẳng được</u>?*
You can walk anywhere; and <u>why not </u>?
Meaning: You can walk anywhere you wish.

*Chúng mình xem phim với ai <u>chẳng được</u>?*
We can watch movies with anybody; and <u>why not</u>?
Meaning: We can watch movies with anyone we want.

*Cậu chơi bóng rổ với đội nào <u>chẳng được</u>?*
You can play basketball with any team; and <u>why not</u>?
Meaning: You can play basketball with any team you choose.


   * Note: **chẳng được** is used with the indefinites **ai, nào, đâu, gì,** etc.

   | **Bài tập 28.1** |

Anh A luôn luôn lo lắng (to worry). Anh B là người ít lo lắng.
A sẽ nói gì khi B nói:

> **VÍ DỤ:**      **A:** *Tớ không biết đi giày này leo núi được không?*
>                 **B :** *Cậu đi giày gì leo núi **chẳng được**?*


1.   Tôi không biết phải mặc quần áo gì để đi tập ten- nít chiều nay.

2.   Chúng mình sẽ đi xem phim Evita ở rạp nào đây?

3.   Tối nay mấy giờ chúng nó sẽ đi hát Karaoke?

4.   Sáng mai tôi đi tập bơi với chị được không?

5.   Tối mai các anh chị sẽ đi nhảy đầm ở câu lạc bộ nào?

**Bài tập 28.2**

**Just Say It in Vietnamese**

Pay attention to the clues in parentheses.

1.    You can dance with anyone. (Who cares!)
2.    We can fish at any lake. (It's not forbidden.)
3.    The students can go camping anywhere. (There are so many parks.)
4.    My uncle draws anything. (He's so good!)
5.    Collect any stamps you want. (You have the money to buy them.)
6.    You can take my picture any time. (I'm always ready.)

## 29.    Expressing Conditions with *miễn là.... thì thôi* and *miễn...là được*

**Miễn là... thì thôi** and **Miễn ...là được** (so long as, provided that) are used as conjunctions to link two clauses, the second of which expresses a condition.

> *Tôi không cần giầu sang, <u>miễn là</u> có hạnh phúc (<u>thì thôi</u>).*
> I don't need to be rich, <u>so long as</u> I have happiness.
>
> *Tôi nghe nhạc nào cũng được, <u>miễn</u> không phải là nhạc 'rap' <u>là được</u>.*
> I can listen to any kind of music, <u>so long as</u> it is not rap music.
>
> *Anh cứ sưu tập cái gì anh thích, <u>miễn là</u> không tốn nhiều tiền (<u>thì thôi</u>).*
> Collect anything you like <u>so long as</u> it doesn't cost a lot of money.

**Bài tập 29**

Hãy cho 5 <u>điều kiện</u> (condition) bạn cần phải có khi chơi một môn thể thao hay <u>thưởng thức</u> (to enjoy) một môn giải trí nào.

VÍ DỤ:        *Tôi thường đi bơi mỗi ngày <u>miễn là</u> trời không mưa.*

# CULTURE NOTE

## SPORTS

Soccer is the number one sport in Vietnam. Volleyball is the next most popular sport. Basketball and tennis also draw a lot of spectators who stay glued to the television set to watch games and tournaments.

## PASTIMES

Indoor and outdoor cafés are favorite places where people gather to sip coffee and chat with friends. Karaoke singing is also a very popular pastime in Vietnam. Karaoke booths can be found almost anywhere.

Vui xem hát, nhạt xem bói,

Tả tới xem hội, bối rối xem đám ma,

Bỏ cửa bỏ nhà xem đám rước.

# T Ậ P   N G H E

## "Thể thao"

### Trước khi nghe

Bạn thích những môn thể thao nào?  Bạn chơi những môn thể thao nào giỏi? Những môn thể thao nào thịnh hành ở nước bạn?

### Hãy lắng nghe

Hãy nghe một nhóm sinh viên của trường Đại Học Tổng Hợp Hà Nội nói về các môn thể thao của họ. Trả lời **Đúng** hay **Sai**  .

1._____Both Việt and Robert like sports.

2._____The sport Việt is best at is basketball.

3._____Mai Linh is a good swimmer because she learned to swim
        when she was little.

4._____Monique is good at winter sports since she is from a cold
        region of Canada.

5._____Thành's favorite pastime is tennis.

6._____Sports are not Lan's favorite pastime.

7._____Sơn loves soccer.

8._____Thành is a better tennis player than Sơn.

### Sau khi nghe

**Phân vai:**

- Sinh viên A là một vận động viên nổi tiếng.
- Sinh viên B là phóng viên nhà báo. B hỏi A về: tuổi, gia đình, các
  món ăn ưa thích, sở thích về quần áo, các trận đấu A đã thắng và các sở
  thích khác của A.

## T Ậ P   Đ Ọ C

 **"Phim Star Wars"**

### Trước khi đọc

1.    Bạn thích xem loại phim nào nhất?
2.    Bạn có thường xem lại những phim cũ đã xem rồi không?  Nếu có, bạn xem những phim nào?

### Chúng ta đọc

Sau đây là một bản tin ngắn trích trong báo Người Việt phát hành tại Cali.

| Từ vựng: | |
|---|---|
| **xuất hát** | show |
| **tân trang** | to modernize |
| **kỹ thuật điện toán** | |
| computer technology | |
| **âm thanh** | sound |

## KHÁN GIẢ MỸ ĐỔ XÔ ĐI XEM CUỐN PHIM STAR WARS

Hồi cuối tuần qua giới khán giả mê xi-nê ở Hoa Kỳ đổ xô đi xem một cuốn phim cũ đã 20 năm nay được chiếu lại.

Các rạp chiếu bóng có đầy người xếp hàng để xem cuốn phim khoa học viễn tưởng Star Wars.

Khoảng 1,800 rạp chiếu phim ở Hoa Kỳ đang chiếu lại bộ phim này đều bán sạch vé cho tất cả các xuất hát. Số người đi xem đông đến nỗi nhiều rạp phải chiếu thêm xuất khuya.

Lần này đạo diễn George Lucas đã dùng kỹ thuật điện toán để tân trang cuốn phim, dựng thêm nhiều hình ảnh và nhân vật cho cuốn phim. Ông cũng dùng phương pháp thu âm bằng kỹ thuật số để tạo ra phần âm thanh mới cho cuốn phim Star Wars.

### Sau khi đọc

1.   **Trả lời câu hỏi:**

   1.1   What happened when so many people went to see "Star Wars"?

   1.2   What did George Lucas do to the movie "Star Wars"?

   1.3   Based on the context, what are the English equivalents of: *xếp hàng, bán sạch vé*, and *đạo diễn*.

2.   Nói tóm tắt bài báo.

# TẬP VIẾT LUẬN 250

Hãy viết về những môn thể thao thịnh hành ở nước bạn (250 từ).

---

Use the ideas suggested below to organize your composition before writing.

## DÀN BÀI

**1.    Nhập đề**

Nước bạn có những môn thể thao nào thịnh hành?  Bạn thích môn thể thao nào nhất?

**2.    Thân bài**

* Nói về các môn thể thao bạn ưa thích và cho lý do.
* Nói về thể thao và các mùa.
* Theo bạn thì thể thao có quan trọng không?  Vì sao?
* Bạn nghĩ gì về các vận động viên và huấn luyện viên nổi tiếng làm quá nhiều tiền?  Ở nước bạn có những ai như thế không?
* Bạn nghĩ gì về những sinh viên  được <u>học bổng</u> (scholarship) thể thao để học ở đại học? vân vân...

Ngữ pháp nên dùng:
* *Miễn là/miễn là...là được -- luôn luôn -- tự/lấy/một mình -- Chắc-- nếu...thì -- thì (topic/comment) -- đông -- indefinites+cũng -- mà (contradiction) -- các -- những -- là được*

**3.    Kết luận**
Thể thao quan trọng hay không?  Chúng ta phải tập thể thao hay chỉ xem thể thao trên tivi là được?  Vì sao?

# CHƯƠNG 12

# ÔN TẬP BA

---

# NGỮ PHÁP & TỪ VỰNG

## 1.    Điền vào chỗ trống với:

*tự, lấy, miễn là, miễn là...là được, ra, vào, lên, sang, về, chẳng được, chắc, luôn, thôi, thì.*

* *chú ý:  một từ có thể dùng nhiều lần.*

1.1.    Bộ quần soóc mầu kem và áo sơ-mi mầu boóc-đô trông đẹp quá! _____ đắt lắm chị nhỉ?

1.2     Thắt lưng mầu nâu _____ phải đi với giầy mầu kem mới hợp chứ.

1.3     _____, 150.000 đồng là đắt rồi. Bán cho tôi đi!

1.4     Ông có đến hiệu ấy cắt tóc _____ không hay chỉ thỉnh thoảng thôi?

1.5     Anh ta hay lắm, sống một mình. Cái gì cũng _____ làm lấy cả:  may quần áo _____, nấu cơm _____, cắt tóc _____.

1.6     - Từ Sài Gòn _____ Hà Nội bằng máy bay mất mấy tiếng hả bác?
        - Tôi biết là từ Sài Gòn _____ Đà Lạt cũng đã mất hai tiếng rồi.

1.7     Bây giờ người ta du lịch như đi chợ ấy. Nhiều người từ Hà Nội _____ Huế và Sài gon một tuần mấy lần là thường.

1.8     Hãng máy bay Việt Nam có 3,4 chuyến bay từ Hà Nội _____ Băng Cốc mỗi ngày.

1.9     Ông bà Hải _____ Pháp bao giờ thế?  Và bao giờ thì _____ Việt Nam?

1.10    Cậu đi bơi hôm nào _____. Thôi, hôm nay đi chơi bóng đá với tớ cho vui đi!

1.11    Ừ, tớ sẽ đi chơi bóng đá với cậu, _____ tớ không phải làm cơm hôm nay. Chịu không?

1.12    Ai biết thế nào là hạnh phúc? _____ mình mạnh khoẻ và yêu đời _____.

## 2.     Làm câu

**Hãy làm câu với những từ sau đây:**

2.1     bán chạy

2.2     bán ế

2.3     thay quần áo

2.4     đánh điện tín

2.5     chải đầu

2.6     ngoại tệ

2.7     tài khoản

2.8     ký tên

2.9     chụp ảnh

2.10    vận động viên

## 3.     Just Say It in Vietnamese

3.1     Stamp collecting takes a lot of time and money but can be very interesting.

3.2     They know nothing about music. Singing to them is like talking to deaf ears.

3.3     You can read all the books in the world but, to me, seeing is believing.

3.4     Many people like to climb to the top of Mt. Everest, but very few succeed.

3.5     I like all kinds of movies. Comedies make me laugh when I'm sad, detective movies make me want to be a detective, and science-fiction movies make me want to travel to the moon.

3.6     My friend is a very good baseball player. He also skis and plays soccer and volleyball.

3.7     If you want to see the best-groomed people of America, just watch the Oscar Film Award (*Giải thưởng Oscar*) on TV tonight.

3.8     Knowing the art of photography can lead to a good job in Hollywood.

3.9     Many credit cards have very high interest rates. That's why many people prefer to use cash or checks.

3.10    When I was young, I used to like bright colors, such as red and purple; now I prefer dark colors, such as navy blue or burgundy.

## 4.    Viết chuyện: Điền vào chỗ trống

### 4.1    Thể thao

Dùng từ vựng sau đây:

huấn luyện viên

sân vận động

tỷ số

hâm mộ

khán giả

reo hò

đánh bại

vận động viên

cầu thủ

đội

Anh Hiệp là một _____ bóng đá rất giỏi. Ở Việt Nam anh được coi là một _____ thành công nhất. Anh thường _____ các _____ khác với _____ cao. Anh được nhiều người _____ . Mỗi khi đội anh chơi là có rất nhiều _____ đến dự ở _____. Họ _____ khi thấy đội của anh thắng. Khán giả cũng hâm mộ cả _____ của anh nữa.

### 4.2    Giải trí

Dùng từ vựng sau đây:

chèo

giải trí

phim hài

cải lương

phim tình cảm

khán giả

phim tài liệu

khoa học viễn tưởng

rạp chiếu bóng

Người Hà Nội thường đi ăn hiệu, xem phim hoặc xem kịch để _____ . _____ "Cách mạng tháng 8" là tên một rạp đẹp nhất ở Hà Nội. _____ có thể đến đấy xem đủ các loại phim, từ _____ đến phim _____. Bạn thích phim buồn ư? Hãy xem _____ như phim "Cuốn theo chiều gió". Hay bạn muốn vui? Những_____ của Charlie Chaplin vẫn còn có người thích. Ở Hà Nội chúng ta còn có thể đi xem hát _____ hay _____ nhưng hai loại kịch này bây giờ không thịnh hành lắm.

### 4.3    Chạy việc vặt

> **Dùng từ vựng sau đây:**
>
> *nữ trang*
>
> *mua sắm*
>
> *bưu điện*
>
> *ca vát*
>
> *vải*
>
> *hiệu uốn tóc*
>
> *ngân hàng*
>
> *tiện*
>
> *bít tất*
>
> *thắt lưng*
>
> *cửa hiệu*

Hà Nội là thành phố của xe đạp và xe máy. Monique thường đi mua sắm với bạn bè hay chạy việc vặt bằng xe đạp. Chị đi làm đầu ở _____ , đổi ngoại tệ ở _____ hay đi _____ mua tem, gửi thư cũng bằng xe đạp.

Đi _____ ở trung tâm thành phố bằng xe đạp cũng _____ nữa. Ở đấy có rất nhiều _____ bán quần áo, giày dép cùng những đồ dùng đi kèm như _____ , _____ , _____ . Nếu muốn may quần áo thì mua _____ ở đấy cũng được. Còn đồ _____ như vòng, nhẫn, dây chuyền, hoa tai thì cũng mua được ở nhiều hiệu lắm.

# TỤC NGỮ / CA DAO

Choose one *tục ngữ/ca dao* from each section below. Explain each meaning and then indicate in what situations each can be used.

**Chương 9:**

Mua bầu xem cuống,

Mua muống xem lá,

Mua cá xem mang.

Mua vàng thì lỗ, mua thổ thì lời.

**Chương 11:**

Vui xem hát, nhạt xem bơi,

Tả tơi xem hội, bối rối xem đám ma.

Bỏ cửa bỏ nhà xem đám rước.

**Chương 10:**

Cái răng cái tóc là góc con người.

Có tiền mua tiên cũng được.

Tiền ở trong nhà tiền chửa,

Tiền ra khỏi cửa tiền để.

# T H Ự C   H À N H

## Thực hành  1

### Tả quần áo

**Bạn đã ăn mặc như thế nào trong những dịp sau đây?  Hãy tả kỹ (in detail) quần áo và tất cả những đồ dùng đi kèm.**

1.    Ngày bạn đi phỏng vấn xin việc (job interview).
2.    Ngày bạn đi chơi và đi ăn tối với người yêu lần đầu tiên.
3.    Ngày bạn đi dự đám cưới (wedding) một người bạn.
4.    Ngày bạn đi dự đám tang (funeral) một người quen.
5.    Ngày bạn đi dự một buổi tiệc sinh nhật ở ngoài trời.

## Thực hành  2

### Bóng rổ và phim

**Student A:**

You bought a ticket to watch a basketball game on Friday night. However, you cannot go because you have a bad cold. Call a friend to offer him/her the ticket. Ask him/her to tell you about the game later. Chitchat about the teams and the players.

**Student B:**

A friend just called to offer you his/her ticket to go to a basketball game on Friday night because s/he has a cold. You are very happy to be able to go since you are free. Say you are sorry that your friend cannot go. Thank your friend and reassure him/her that you will tell him/her about the game. Tell your friend you will treat him/her to a movie when s/he gets better. Chitchat about the films that are being shown in town.

**Thực hành 3**

## Viết hội thoại

Write three conversations based on the following scenarios. You may elaborate as you wish to make your conversations more interesting, but you must include all the details suggested in the scenarios.

### 3.1.    Chạy việc vặt

Use grammar points:  *tự/lấy, miễn là, luôn.*

Student A runs into student B on campus. A says she is running errands, and asks B where she is heading. A says she is going to get a short haircut and have her nails done. A also says she is going to ask the hairdresser to leave her hair long in the front so she can part it in the middle. A says she will also have her hair dyed blonde.

 Student B says that she is going to buy Christmas presents for her friends and relatives. B will then go to the post office to send packages. There B will also buy stamps and postcards at the same time. B says she will have no money left in her bank account. With no cash left, B says she will not go to the hairdresser's but will put her hair up herself to go to a Christmas party. B concludes philosophically by saying that she does not need money so long as her friends and relatives are happy.

Quần áo truyền thống miền bắc VN

**3.2. Ở nhà hay đi chơi?**

Use grammar points: *thôi, chẳng được, correct terms of address*

Students A and B are two very close friends. They discuss what to do to entertain themselves over the weekend.

A says he wants to rent a video and watch it at home. It will be cheaper and more comfortable that way.

B objects by saying that being cooped up inside the house during the weekend is not fun. A can stay home any time. B encourages A to go out with him.

A suggests two choices: a funny movie because he wants to laugh a lot or a detective movie.

B suggests going to a dance or seeing a romantic movie.

IMAGINE THE REST...

 **3.3 Ở sân vận động**

Use grammar points: *luôn luôn, chỉ...thôi, luôn tay luôn chân, luôn miệng.*

A says to B that B is a very good swimmer and a strong soccer player.

B responds by saying that he likes to watch A play baseball in the stadium because A's team always wins the match with very high scores. B asks A if he comes to the stadium often.

A says that he only comes to the stadium on weekends. During the week, A has to work. He is very busy because he has to work non-stop.

B jokes by saying that his wife always complains that he eats non-stop and does not do anything.

IMAGINE THE REST ...

**Thực hành 4**

## Phân vai

Sinh viên phân vai để <u>diễn</u> (to perform) ba hội thoại đã viết ở trên.

# VIẾT CHÍNH TẢ

 **1. Tập đọc bài chính tả cho trôi chảy.**

## Đi mua sắm

Cuối tuần vừa rồi Mai Linh và Monique rảnh rỗi. Hai chị em rủ nhau đi Hàng Đào mua quà Nô-En cho gia đình và các bạn. Việt và Robert đã có kế hoạch nên không đi cùng được. Việt đi chèo thuyền ở Hồ Tây với các sinh viên trong lớp lịch sử. Robert đi xem trận bóng đá giữa đội Công An Hà Nội và đội Công An Hải Phòng. Trận đấu rất hào hứng với tỷ số 3/4!

Mua bán xong, Monique và Mai Linh thấy đói. Họ tạt vào hàng kem Thủy Tạ ăn bánh. Vừa ăn hai chị em vừa cho nhau xem những gì đã mua. Mai Linh mua được một chiếc áo sơ-mi số to mầu kem làm bằng tơ tằm và một bộ quần áo ngủ mầu hồng nhạt. Monique cũng mua được một chiếc áo đầm mầu xanh nước biển và một đôi guốc sơn trắng. Ăn xong Monique và Mai Linh gọi tắc xi về nhà, rất hài lòng với buổi đi mua sắm.

 **2. Trả lời câu hỏi của bài chính tả:**

2.1 Dùng Glossary tìm từ tiếng Anh tương đương cho các từ:

a. kế hoạch      c. guốc

b. tạt vào       d. hài lòng.

2.2 Mai Linh, Monique, Việt và Robert đã làm gì cuối tuần vừa rồi?

2.3 Trận đấu bóng đá ra sao?

2.4 Hai chị em Monique Mai Linh đã mua được những gì?

2.5 Monique và Mai Linh đã làm gì trước khi về nhà?

2.6 Họ về nhà bằng gì?

 **3. Viết chính tả**

Dictation recorded on CD 3

# Chương 13

# Hình dáng & tính tình

*THE VOCABULARY IN CHAPTER 13 IS USEFUL FOR DESCRIBING ONESELF AND OTHERS. YOU WILL ALSO BE ABLE TO MAKE SMALL TALK, GIVE COMPLIMENTS, JUST GOSSIP, AND EVEN FULFILL YOUR CIVIC DUTIES BY IDENTIFYING CRIMINALS.*

# TỪ VỰNG VÀ THỰC HÀNH

## I  *Mặt mũi*

### Từ vựng, phát âm và chính tả 1:

**Mặt mũi**
*Facial Features*
*[See Culture Note on Vietnamese Standards of Beauty]*

| | | | |
|---|---|---|---|
| **má** | cheek | **môi dầy** | thick lips |
| **má lúm đồng tiền** | dimpled cheeks | **môi mỏng** | thin lips |
| **mắt (clas: con, đôi)** | eye | **mồm/miệng** | mouth * |
| **mắt bồ câu** | eyes like a dove's | **mũi** | nose |
| **mắt lác** | crossed eyes | **mũi dọc dừa** | high bridged nose |
| **mắt ốc nhồi** | bulging eyes | **mũi tẹt** | flat nose (unflattering) |
| **mặt(clas: cái, khuôn)** | face | **nốt ruồi** | beauty mark |
| **mặt trái xoan** | oval face | **răng vẩu** | buck teeth |
| **mặt tròn** | round face | **sẹo** | scar |
| **mặt vuông** | square face | **trán** | forehead |
| **môi** | lips | | |

\* The use of **miệng** is more polished than **mồm**

**Thực hành 1**

Thay phiên tả ảnh một người sau đây. Một sinh viên tả, một sinh viên đoán xem đó là ảnh số mấy.

VÍ DỤ:          Người này có -- mắt to, mặt tròn, má lúm đồng tiền, v. v...

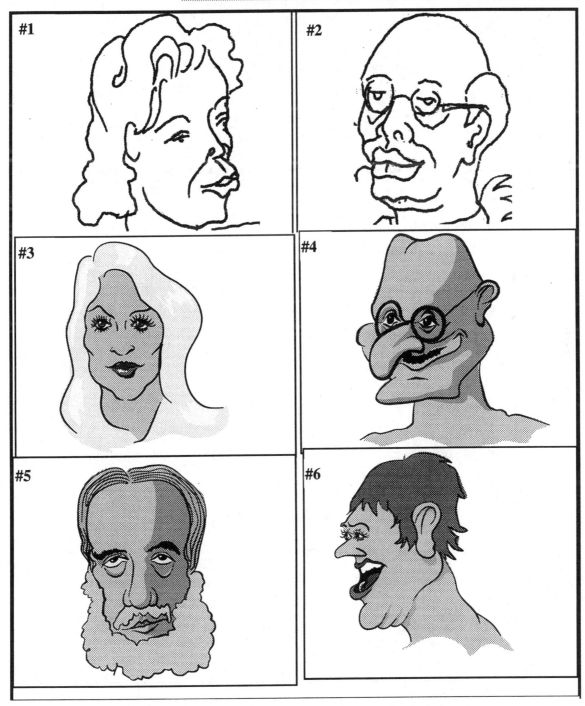

# II Dáng người

## Từ vựng, phát âm và chính tả 2:

### Dáng người
*The Figure*
*[See Culture Note on Vietnamese Standards of Beauty]*

| | | | |
|---|---|---|---|
| **béo tròn** | to be plump | **nhỏ bé** | to be petite |
| **cao ráo** | to be of tall stature | **tầm thước** | to be of average height |
| **lùn** | to be short (unflattering) | **thanh mảnh** | to be slender |
| | | **thấp bé** | to be short and small |
| | | **to lớn** | to be tall and big |

### Thành ngữ

**cao lênh khênh**                              to be of towering height
Anh ấy cao 2 thước, **cao lênh khênh!**

**đẹp như tiên**                                as beaufiful as a fairy
**đẹp như tranh**                               as beautiful as a painting
Cô ấy đẹp quá, **đẹp như tiên/tranh** ấy!

**đen thui**                                    scorched black
Đi biển một tháng về, trông anh ấy **đen thui!**

**gầy giơ xương**                               as skinny as a skeleton
Cô ấy bị ốm cả tháng nên **gầy giơ xương.**

**trắng như trứng gà bóc**                      as fair as a peeled egg
Da chị ấy đẹp quá, **trắng như trứng gà bóc!**

**xấu như ma**                                  as ugly as a ghost
Anh ấy không đẹp trai nhưng không **xấu như ma** đâu!

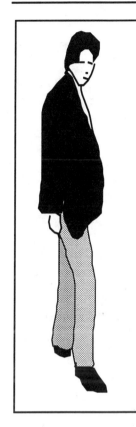

**Hội thoại 1**                            **Học ngữ pháp 30**

*Mai Linh vừa đi học về.*

ÔNG THẮNG        Này, ban nãy *có* người đến tìm
                 cháu đấy.

MAI LINH         Ai thế hả bác?

ÔNG THẮNG        Có một cậu người cao lênh khênh.

MAI LINH         Bác để cháu đoán. Anh này trán cao,
                 phải không ạ?

ÔNG THẮNG        Ừ, người thì gầy giơ xương, mà sao da
                 thì trắng thế! Trắng như trứng gà bóc
                 ấy.

MAI LINH         Đúng rồi ! Anh Thành học cùng lớp
                 sử với cháu đấy mà.

**Thực hành 2**

**Trả lời câu hỏi về hội thoại 1:**

1.    Hình dáng người tìm gặp Mai Linh như thế nào?

2.    Mặt mũi người ấy như thế nào? ·

3.    Mai Linh có quen người ấy không?

**Thực hành 3**

Dùng hội thoại 1 làm mẫu. Nói chuyện và tả với bạn về một người khác.

**Thực hành 4**

**Vẽ và tả một người ở hành tinh Mars hay hành tinh Venus:**

1.    Sinh viên A vừa vẽ vừa tả cho sinh viên B.

2.    Sinh viên B vẽ theo lời sinh viên A tả.

3.    Sinh viên A và B so sánh hai hình vẽ.

**Thực hành 5**

Bạn đang nói chuyện với một người Việt Nam. Hãy xem bảng thông tin dưới đây để tả cho người ấy nghe về chiều cao của:

1.    Mickey Rooney

2.    Michael Jordan

3.    Một người đàn ông cao khoảng 1m 65

4.    Một cô gái cao khoảng 1 m 60

VÍ DỤ: Anh Pierre 1m80. Đối với người Việt thì anh Pierre cao lênh khênh.

---

### Chiều cao ở Việt Nam

Vietnamese express height in meters (m) and centimeters (cm). 1m is equal to 100cm and is roughly 40 inches. The following chart is a general guide for height assessment in describing someone:

| ĐÀN ÔNG | | ĐÀN BÀ |
|---|---|---|
| 1m 80 | RẤT CAO | 1 m 70 |
| 1m 70 | CAO | 1 m 60 |
| 1m 60 | TẦM THƯỚC | 1 m 50 |
| 1m 55 | THẤP | 1 m 45 |
| 1m 50 | RẤT THẤP | 1 m 40 |

| **Hội thoại 2** | **Học ngữ pháp 31, 32 & 33** |

*Bác Trinh là bạn của bố mẹ Việt.*

VIỆT            Thưa bác, chiều mai cháu sẽ đến Sài Gòn khoảng năm rưỡi.

BÁC TRINH       Ngày mai hơi bận nhưng **thể nào** bác **cũng** ra Tân Sơn Nhất đón cháu.

VIỆT            Vâng, chiều mai cháu sẽ gặp bác ạ.

BÁC TRINH       Ơ, nhưng **làm sao mà** bác nhận ra (to recognize) được cháu?

VIỆT            Dạ, cháu cao khoảng một mét bảy tám, nặng khoảng bảy mươi cân, da ngăm đen. Cháu sẽ mặc quần bò và áo phông đen.

BÁC TRINH       Thế cậu nào **mà** đẹp trai như tài tử xi-nê (movie star) là đúng cháu đấy nhỉ!

| **Thực hành 6** |

**Trả lời câu hỏi về hội thoại 2:**

1.    Việt và bà Trinh đã gặp nhau bao giờ chưa?
2.    Làm sao bà Trinh sẽ nhận ra Việt ở sân bay Tân Sơn Nhất?
3.    Bà Trinh nói đùa (to kid) gì với Việt?

| **Thực hành 7** |

Dùng hội thoại 2 làm mẫu. Tả Việt một cách khác.

| **Thực hành 8** |

Bạn có hẹn (date, appointment) với một người mà bạn chưa bao giờ gặp .
Hãy gọi điện thoại để tả về mình và quần áo bạn sẽ mặc hôm có hẹn.

# III / *Tính tình*

## <u>Từ vựng, phát âm và chính tả 3:</u>

### Tính tình
*Character*

| | |
|---|---|
| **có duyên** | to be charming |
| **có óc khôi hài** | to have a good sense of humor |
| **dễ tính** | to be easygoing |
| **dốt** | to be ignorant |
| **dữ tợn** | to be brutal |
| **độc ác** | to be cruel |
| **hiền lành** | to be good-natured |
| **khó chịu** | to be ill at ease |
| **khó tính** | to be hard to please |
| **khôn ngoan** | to be wise |
| **mẫu người** | type of person |
| **ngu** | to be stupid |
| **thông minh** | to be intelligent |
| **tự lập** | to be independent |
| **tự tin** | to be self-confident |

**Thành ngữ**

**xấu người tốt nết**         ugly appearance, good character
Anh ấy **xấu người** nhưng **tốt nết** nên được nhiều người yêu mến.

**kén cá chọn canh**         to be picky
Vì **kén cá chọn canh** nên Tú chưa lấy được vợ.

**Hội thoại 3**

*Việt nói chuyện với Đan Thanh, con gái bác Trinh.*

| | |
|---|---|
| ĐAN THANH | Anh thấy con gái Sài Gòn thế nào? |
| VIỆT | Mới đến, anh đã có dịp quen ai đâu? |
| ĐAN THANH | Em có nhiều bạn gái lắm. Đứa nào cũng hay cả. |
| VIỆT | Thì giới thiệu cho anh một cô đi. |
| ĐAN THANH | Một cô như thế nào cơ? |
| VIỆT | Anh dễ tính lắm. Chỉ cần một cô vừa thông minh vừa có duyên là được. |

**Thực hành 9**

**Trả lời câu hỏi về hội thoại 3:**

1.    Việt có mấy cô bạn gái ở Sài Gòn?

2.    Có phải Việt muốn làm quen với một cô gái thật đẹp không?

**Thực hành 10**

Dùng hội thoại 3 làm mẫu. Nói chuyện với bạn về mẫu người mình thích.

## Từ vựng làm vốn:

### Tính tình

| | | | |
|---|---|---|---|
| **can đảm** | to be courageous | | |
| **cởi mở** | to be open | | |
| **giả dối** | to be insincere | | |
| **hà tiện** | to be stingy | | |
| **hẹp hòi** | to be narrow-minded | | |
| **hoà đồng** | to fit in, to be in harmony with | | |
| **khiêm nhường** | to be modest | **say mê** | to be passionate |
| **khoe khoang** | to be boastful | **tế nhị** | to be subtle |
| **kín đáo** | to be discreet | **thành thật** | to be sincere |
| **lễ phép** | to be polite | **tò mò** | to be curious |
| **lịch sự** | to be courteous | **tử tế** | to be nice |
| **nhút nhát** | to be shy, timid | **vô lễ** | to be impolite |
| **nóng tính** | to have a hot temper | **vui tính** | to be light-hearted |
| **rộng lượng** | to be generous | | |

**Thực hành 11**

Theo ý bạn, những người sau đây cần có tính tốt nào?   Những tính xấu nào họ cần <u>tránh</u> (to avoid)?

| VÍ DỤ: | Con cái |
|---|---|
| | *Con cái cần phải lễ phép* |

| | | | |
|---|---|---|---|
| 1. | bạn thân | 4. | sinh viên |
| 2. | bạn cùng phòng hay cùng nhà | 5. | bạn trai/bạn gái |
| 3. | giáo sư | 6. | vợ/chồng |

# BẢNG TÓM TẮT TỪ VỰNG VÀ CÂU MẪU

## Mặt mũi

| | | | |
|---|---|---|---|
| má | cheek | môi dày | thick lips |
| má lúm đồng tiền | dimpled cheeks | môi mỏng | thin lips |
| mắt (con, đôi) | eye | mồm/miệng | mouth |
| mắt bồ câu | eyes like a dove's | mũi | nose |
| mắt lác | crossed eyes | mũi dọc dừa | high-bridged nose |
| mắt ốc nhồi | bulging eyes | mũi tẹt | flat nose (unflattering) |
| mặt (cái, khuôn) | face | nốt ruồi | beauty mark |
| mặt trái xoan | oval face | răng vẩu | buck teeth |
| mặt tròn | round face | sẹo | scar |
| mặt vuông | square face | trán | forehead |
| môi | lips | | |

## Dáng người

| | | | |
|---|---|---|---|
| béo tròn | to be plump | tầm thước | to be of average height |
| cao ráo | to be of tall stature | thanh mảnh | to be slender |
| lùn (unflattering) | to be short | thấp bé | to be short and small |
| nhỏ bé | to be petite | to lớn | to be tall and big |

## Tính tình

| | | | |
|---|---|---|---|
| có duyên | to be charming | khó chịu | to be ill at ease |
| có óc khôi hài | to have a good sense of humor | khó tính | to be hard to please |
| dễ tính | to be easygoing | khôn ngoan | to be wise |
| dốt | to be ignorant | mẫu người | type (of person) |
| dữ tợn | to be brutal | ngu | to be stupid |
| độc ác | to be cruel | thông minh | to be intelligent |
| hiền lành | to be good-natured | tự lập | to be independent |
| | | tự tin | to be self-confident |

# BẢNG TÓM TẮT TỪ VỰNG VÀ CÂU MẪU

## Từ vựng làm vốn

| | | | |
|---|---|---|---|
| can đảm | to be courageous | nhút nhát | to be shy, timid |
| cởi mở | to be open | nóng tính | to have a hot temper |
| giả dối | to be insincere | rộng lượng | to be generous |
| hà tiện | to be stingy | say mê | to be passionate |
| hẹp hòi | to be narrow-minded | tế nhị | to be subtle |
| hoà đồng | to fit in, be in harmony with | thành thật | to be sincere |
| khiêm nhường | to be modest | tò mò | to be curious |
| khoe khoang | to be boastful | tử tế | to be nice |
| kín đáo | to be discreet | vô lễ | to be impolite |
| lễ phép | to be polite | vui tính | to be light-hearted |
| lịch sự | to be courteous | | |

## Thành ngữ

| | |
|---|---|
| trắng như trứng gà bóc | as fair as a peeled egg |
| đen thui | scorched black |
| cao lênh khênh | to be of towering height |
| gầy giơ xương | as skinny as a skeleton |
| xấu như ma | as ugly as a ghost |
| đẹp như tiên | as beautiful as a fairy |
| đẹp như tranh | as beautiful as a painting |
| xấu người tốt nết | ugly appearance, good character |
| kén cá chọn canh | to be picky |

## Câu mẫu

| | |
|---|---|
| Anh Long **có** trán cao. | Hôm qua chị đến, bà Chi **có** nhà không? |
| Chị ấy **có** thành thật không? | **Thể nào** anh ấy **cũng** nhận ra tôi. |
| Tuần trước tôi **có** gọi điện cho chị ấy. | Anh ăn ít thế, **làm sao** béo **được**? |
| Ban nãy **có** một anh béo tròn đến tìm cháu. | **Làm sao mà** nó to lớn thế! |
| Ông Nam cao **có** 1m55 thôi | Người **mà** chị yêu phải hiền lành. |

# NGỮ PHÁP VÀ CÁCH DÙNG TỪ

**30.    Summary of có:**

**1.    As a primary verb**

    **a.**    **có** means "to have":

            *Chị ấy <u>có</u> mắt bồ câu.*

            She <u>has</u> eyes like a dove's.

            *Nhưng chồng chị ấy <u>có</u> mắt lác.*

            But her husband <u>has</u> crossed eyes.

    **b.**    **Có** can also be translated as "there is/there are":

            *Ở đấy <u>có</u> nhiều người cao lênh khênh.*

            <u>There are</u> many people of towering height there.

            *<u>Có</u> một người mặt đen thui đang ở trong phòng.*

            <u>There is</u> a person with a scorched black face in the room.

    **c.**    **Có** can further mean "to be at":

            *Hôm qua anh <u>có</u> nhà không?*

            Were you <u>at</u> home yesterday?

            *Thứ bảy là anh ấy có ở sân vận động.*

            He is <u>at</u> the stadium every Saturday.

**2.    As a co-verb**

    **a.**    **có** is used to add emphasis:

            *Con <u>có</u> đói thì cứ ăn trước đi.*

            If you are (<u>really</u>) hungry, then just go ahead and eat first.

            *Tôi <u>có</u> nói gì sai thì anh đừng nóng tính nhé.*

            If I <u>do</u> say something wrong, please do not get angry.

b.    **có** can be translated as "only":

*Chị Ly ăn <u>có</u> một bát phở thôi.*
Ly ate <u>only</u> a bowl of phở.

*Họ học tiếng Việt <u>có</u> một năm mà nói khá thạo.*
They studied Vietnamese <u>only</u> for a year and yet speak rather fluently.

c.    The past tense is often indicated with **có**:

*Tuần trước tôi có gọi điện cho chị Nga.*
I telephoned Nga last week.

*Sáng nay ông Bảo <u>có</u> đến tìm anh.*
Mr. Bảo came to look for you this morning.

**Bài tập 30**

**Give the meaning of có in the following sentences:**

1.    Chị **có** đi chợ, mua cho tôi ba quả cam nhé.
2.    Anh Xuân **có** vợ chưa?
3.    Ở sân bay Tân Sơn Nhất **có** nhiều máy bay quốc tế.
4.    Cô Hoa không **có** nhà. Chiều cô ấy mới về.
5.    Tôi mới dọn nhà đến đây **có** một tuần thôi.
6.    Hôm qua tôi **có** gặp chị Vi.
7.    Bắt đầu từ ngày mai bà ấy sẽ không **có** ở đấy nữa.
8.    Họ đi du lịch Trung Quốc **có** vài ngày.
9.    Thứ sáu này anh **có** đến thì cho tôi biết nhé.
10.   Ở đây ai **có** trán cao?

## 31.  Affirming and Predicting with *Thể nào ... cũng*

**Thể nào... cũng** is an idiomatic expression used to predict that something is surely going to take place, as in:

*Tiếng ông ấy nói oang oang, <u>thể nào</u> ông ấy <u>cũng</u> là người to lớn.*
His voice is resonant; he <u>must</u> be a big man.

*<u>Thể nào</u> ngày mai bác Trinh <u>cũng</u> nhận ra Việt.*
Mrs. Trinh will <u>surely</u> recognize Việt tomorrow.

| Bài tập 31 |
|---|

Bạn quen một người hay lo lắng. Hãy dùng **thể nào...cũng** để trả lời những câu sau đây, làm cho người ấy không lo lắng nữa.
Xem mục **Từ vựng làm vốn**.

> VÍ DỤ:      *Tôi lo là ngày mai trời có bão to.*
>            *Không đâu. <u>Thể nào</u> ngày mai trời <u>cũng</u> đẹp.*

1.    Anh nhớ giới thiệu tôi với một cô có má lúm đồng tiền đấy nhé.
2.    Tôi chỉ sợ học trò vô lễ với tôi thôi.
3.    Chị sợ lấy một người chồng hà tiện lắm.
4.    Tôi nghe nói ông ấy là người giả dối.
5.    Tôi không dám nói với anh ta vì sợ anh ta nóng tính.
6.    Chắc họ sẽ không thích tôi vì tôi nhút nhát.
7.    Họ sẽ nghĩ tôi không kín đáo.
8.    Tôi nghe nói nó rất vô lễ.

**32.    Expressing Difficulty with *làm sao (mà)... được?***

The simplest meaning of **làm sao (mà)** is "how come":

<u>Làm sao (mà)</u> nó to lớn thế!

<u>How come</u> he is so big!

Cô ấy ăn nhiều, <u>làm sao (mà)</u> vẫn gầy gò thế!

She eats a lot; <u>how come</u> she is still so skinny!

The expression **làm sao (mà) ... được** means "how could" and indicates the
difficulty, even the impossibility, of accomplishing something, as in:

Họ rất độc ác, <u>làm sao (mà)</u> chúng tôi ưa thích họ được?

They are very cruel; <u>how could</u> we like them?

Ông ấy khó tính như thế thì <u>làm sao (mà)</u> có vợ được?

He is so difficult; <u>how could</u> he get married?

**Bài tập 32**

**Just Say It in Vietnamese**

1.    His parents are both short; how come he is of towering height like
      that?

2.    Your cousin is too short!  How could he be a basketball player?

3.    Our aunt is as skinny as a skeleton!  How come she can eat so
      much?

4.    How could I tell if he was looking at me? He is cross-eyed!

5.    How could you say that he had a flat nose?  It is not <u>polite</u>.
      (lễ phép).

6.    - How come I know that she <u>sulks</u> (hờn) often?

      - Because she has thick lips!

7.    - How come she is so intelligent?

      - That's because she has a high forehead!

## 33.   Using *mà* as a Relative Pronoun

a.    Relative clauses in Vietnamese are usually unmarked:

*Người đàn ông anh thấy ở đằng kia khó tính lắm.*
The man you see over there is very difficult.

*Người đàn bà tôi gặp hôm nọ rất có duyên.*
The woman I met the other day was very charming.

b.    For more clarity and more emphasis, the same clauses may be used with **mà**:

*Người đàn ông <u>mà</u> anh thấy ở đằng kia khó tính lắm.*
The man <u>whom</u> you see over there is very difficult.

*Người đàn bà <u>mà</u> tôi gặp hôm nọ rất có duyên.*
The woman <u>whom</u> I met the other day was very charming.

*Khuôn mặt <u>mà</u> tôi thích nhất là khuôn mặt trái xoan.*
The face <u>that</u> I like best is the oval face.

c.    **Mà** can be used after time expressions such as **ngày, tháng, năm, lúc, khi**:

*Ngày <u>mà</u> tôi rời Việt Nam trời có bão lớn.*
The weather was very stormy the day I left Việt Nam.

*Lúc <u>mà</u> Liên khóc, tôi không biết nói gì.*
I did not know what to say when Liên cried.

| **Bài tập 33** |

Trong một <u>buổi tiệc</u> (party) đông người, hãy giúp một người bạn biết tên của những người khách đang ở đấy.

> **VÍ DỤ:**       **Yến: the woman whom I greeted.**
> *Người đàn bà mà tôi chào tên là Yến.*

**Vân:**          the short woman with whom you would like to get

                 acquainted.

**Minh:**         the towering student whom you do not like.

**Vinh:**         the single man whom you just met.

**Mai:**          the slender lady with whom you <u>shook hands</u> (bắt tay).

**Hiền:**         the polite kid to whom you gave money.

**Xuân:**         the shy woman to whom you talked.

**Lão:**          the easygoing elderly man to whom you said hello.

**Vi:**           the elderly woman with an oval face whom you like.

# CULTURE NOTE

## Vietnamese Standards of Beauty

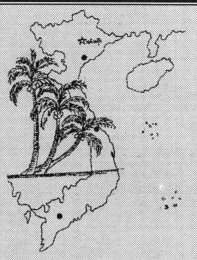

In the Vietnamese book of beauty standards, the following facial features have long been considered desirable:

- **má lúm đồng tiền** (dimpled cheeks) are a measure of feminine charm. *Má lúm đồng tiền* grace the face of a young woman with an attractive smile by revealing two little coins, one on each cheek.

- **mắt bồ câu** (dove eyes) are big and round. They are also a measure of feminine beauty. In young girls, *mắt bồ câu* typify innocence, that of a dove.

- **mặt trái xoan** (oval face) is considered beautiful. The xoan fruit is egg shaped. The xoan tree has been variously translated as bead tree, China tree, or Japanese lilac tree. *Mặt tròn* (round face) is also desirable, not so much for its beauty as for its typification of virtue.

- **mũi dọc dừa** (high bridged nose) is considered beautiful. In this case, the nose is compared to the straight stem of a palm leaf.

- **trán cao** (tall forehead) is desirable, especially in men, as it represents higher intelligence.

In contrast to the flattering facial features above, **mắt ốc nhồi** (bulging eyes), **mắt lác** (crossed eyes), **mũi tẹt** (flat nose), **môi dày** (thick lips), and **môi mỏng** (thin lips) constitute marks of unattractiveness. *Môi dày* and *moi mỏng* also reveal one's character, the former that of a person prone to sulking, the latter that of a tattletale.

As for the figure, **cao ráo** (of tall stature) is desirable while **cao lênh khênh** (of towering height ) is not, especially when speaking of a woman. **Gầy gò** (lanky) or **gầy giơ xương** (skeleton thin) reflect lack of prosperity and health, and are therefore undesirable.

**Trắng như trứng gà bóc** (as fair as a peeled egg) is the coveted color of skin, especially for a woman. **Đen thui** (scorched by the sun) is considered less attractive since it is associated with menial work outside and under the hot sun.

*Tục ngữ, Ca dao*

Cái nết đánh chết cái đẹp.

Gái tham tài, trai tham sắc.

Mỏng môi hay hớt,
Dày môi hay hờn.

Con mắt lá răm,

lông mày lá liễu,

đáng trăm quan tiền.

# T Ậ P   N G H E

**"Tả bạn"**

### Trước khi nghe

Hãy nghĩ về những người bạn thân của bạn. Bạn có thể tả mặt mũi, hình dáng và tính tình của họ không?

### Hãy lắng nghe

Hãy nghe người ta nói về bạn bè của họ: Quỳnh, Thành, Lan, Sơn. Hãy điền vào những chỗ trống.

| TÊN | QUỲNH | THÀNH | LAN | SƠN |
|---|---|---|---|---|
| Tuổi | | | | |
| Mặt mũi | | | | |
| Da | | | | |
| Tóc | | | | |
| Hình dáng | | | | |
| chiều cao | | | | |
| Tính tình | | | | |

### Sau khi nghe

1.    **Bạn nghĩ**

    1.1.    ai là người gầy nhất?

    1.2    ai là người cao nhất?

    1.3    ai là người có tính tình hợp với bạn nhất?

    1.4    ai là người thích thể thao?  Tại sao?

2.    Hãy nói về bề ngoài và tính tình của một hai người bạn thân của bạn.

# T Ậ P   Đ Ọ C

 **"Mục tin tìm bạn"**

## Trước khi đọc

1.    Have you read or placed personal ads?

2.    What types of information would one find in personal ads?

3.    Who would place personal ads?  Why?

4.    Who would read and answer personal ads?  Why?

## Chúng ta đọc

5 mẩu tin tìm bạn sau đây được trích trong báo Thanh Niên phát hành tại Sài Gòn, mục Câu Lạc Bộ Làm Quen. Xem Từ vựng làm vốn.

**#1**

**Ngọc Quân** (Nam) - 39t, giáo viên Pháp văn kiêm nhiếp ảnh gia, độc thân, cao 1m73, hòa nhã, tế nhị. Năng khiếu: Pháp văn và nhiếp ảnh. Mong làm quen với các bạn nữ độc thân, yêu thích nghệ thuật. Thư về: 152/47 Lý Chính Thắng - P7 - Q3 - TP.HCM.

**#2  Kiều Hạnh** (Nữ) - 30t, giáo viên, chưa lập gia đình, cao 1m60. Thời gian rảnh đọc sách báo, xem phim ảnh, ca nhạc. Muốn làm quen với các bạn và anh chị tuổi từ 30 trở lên, có nghề nghiệp ổn định. Thư về: 413/20E Lê Văn Sĩ - phường 12 - quận 3 - TP.HCM.

**#3**

**Uông Hoài Sơn** (Nam) - 30t, công nhân Bưu điện, còn sống độc thân, cao 1m66, ít nói, hòa đồng, không uống rượu, hút thuốc, đôi lúc nóng tính. Thời gian rảnh thường uống cà phê, nghe nhạc. Mong làm quen với các bạn tuổi từ 18-26, có trình độ trung cấp, nếu tiến xa càng tốt. Thư về: Bưu điện An Thới - Phú Quốc - Kiên Giang.

**#4**

**Lê Văn Tấn** (Nam) - 36t, cao 1m60, tính hiền, vui, hòa đồng, say mê công việc, nghề nghiệp ổn định. Mong làm quen với các bạn gái ngành Y đã hoặc đang học ĐH. Nếu hợp sẽ tiến xa hơn. Thư về: BĂNG TÂM - 248 Cống Quỳnh - Q1 - TP.HCM (nhờ chuyển Lê Văn Tấn 36t)

**#5  Âu Kim Phượng** (Nữ) - 22t, thợ uốn tóc, cao 1m57, tính vui, hòa đồng. Thích xem phim tình cảm Hồng Kông, du lịch, hát Karaoke. Mong được làm quen với các bạn nam nữ tuổi từ 22-30. Thư về: 32/B ấp 1, xã Hiệp Bình-huyện Thủ Đức, TP.HCM.

A.    Đọc 5 mẩu tin tìm bạn rồi đánh dấu vào những ô thích hợp.

Check the appropriate box(es) :

|  | #1 | #2 | #3 | #4 | #5 |
|---|---|---|---|---|---|
| **Những mục nào chỉ tìm bạn gái?** |  |  |  |  |  |
| **Những mục nào tìm cả bạn trai và bạn gái?** |  |  |  |  |  |
| **Những mục nào do người nữ viết?** |  |  |  |  |  |
| **Những mục nào do người nam viết?** |  |  |  |  |  |

B.    Những mẩu tin tìm bạn nào cho chúng ta biết:

|  | #1 | #2 | #3 | #4 | #5 |
|---|---|---|---|---|---|
| **Chiều cao** |  |  |  |  |  |
| **Tuổi** |  |  |  |  |  |
| **Gia cảnh (Marital Status)** |  |  |  |  |  |
| **Tính tình** |  |  |  |  |  |
| **Nghề nghiệp** |  |  |  |  |  |
| **Học vấn (education)** |  |  |  |  |  |
| **Sở thích hay năng khiếu (talent)** |  |  |  |  |  |

### Sau khi đọc

1. Đọc lại 5 mẩu tin trên. Trả lời câu hỏi bằng cách viết số của những mẩu tin thích hợp.

Which ad (s) would interest someone who:

- wants to find a music-loving friend?................................
- wants to find an older friend? ..............................
- likes reading and/or traveling ? ...............................
- prefers a friend with a <u>stable</u> (ổn định) job? .....................

2. **Phân vai:** Bạn muốn giúp một cô bạn tìm <u>bạn thư tín</u> (pen pal) ở Việt Nam. Cô này khoảng 23 tuổi. Cô thích nghe nhạc, chụp ảnh và đi du lịch. Cô là người ít nói và hiền lành. Bạn sẽ khuyên cô bạn ấy chọn những mẩu nhắn tin nào? Tại sao?

# TẬP VIẾT LUẬN 250

Hãy viết 250 từ về mẫu người lý tưởng của bạn.

**Use the ideas suggested below to organize your composition before writing.**

## DÀN BÀI

**1.  Nhập đề**

Bạn có bao giờ nghĩ đến mẫu người lý tưởng không?

**2.  Thân bài**

*  Mẫu người lý tưởng của bạn như thế nào?  Hãy nói về:

*  -  Hình dáng của người lý tưởng.

*  -  Tính tình của người lý tưởng.

*  -  Công việc và gia đình của người lý tưởng, vân vân...

*  -  Sở thích của người lý tưởng về: thức ăn, thể thao, giải trí, du lịch, khí hậu

và          *    thời tiết, nhà cửa, vân vân...

Ngữ pháp nên dùng:

*  *mà: relative pronoun-- miễn...là được-- indefinites + cũng --*

   *Negation có...đâu, không... đâu, chưa... đâu*

   *là được: approval*

   *có: emphatic-- làm sao được-- mà: contradiction--tự/lấy/một mình*

**3.  Kết luận**

Ai cũng nên có một mẫu người lý tưởng không?  Vì sao?

# Thân thể &
# sức khoẻ

## COMPETENCIES

* Identifying body parts
* Describing symptoms of common illnesses
* Communicating with doctors
* Buying medication
* Following instructions on prescriptions

**Vocabulary and Spoken Activities**

Body Parts

Illnesses

Going to the Doctor

Going to the Dentist

**Grammar and Usage**

34. Using *đau, nhức, mỏi, sưng, viêm*

35. Indicating increased intensity between two related events with *càng...càng.*

36. Expressing frequency of action.

37. Expressing mental and physical changes with *đi, ra, lên, lại*

**Listening Comprehension**

Medical History

**Reading Comprehension**

Elderly Woman Growing Teeth

*CHAPTER 14 PRESENTS VOCABULARY THAT IS USEFUL FOR DESCRIBING THE HUMAN BODY, SEEKING MEDICAL ASSISTANCE, OR CONVERSING ABOUT A VARIETY OF HEALTH-RELATED MATTERS.*

## TỪ VỰNG VÀ THỰC HÀNH

### I | Bộ phận thân thể

#### Từ vựng, phát âm và chính tả 1:

##### Bộ phận thân thể
*Body Parts*

| | |
|---|---|
| bàn chân | foot |
| bàn tay | hand |
| bụng | belly |
| cánh tay | arm |
| chân | leg |
| cổ | neck |
| đầu gối | knee |
| đùi | thigh |
| lưng | back |
| mình | body |
| ngón chân | toe |
| ngón tay | finger |
| ngực | chest |
| vai | shoulder |

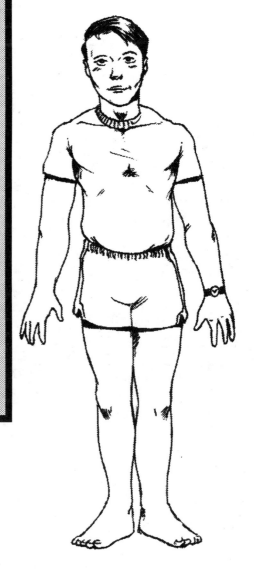

---

### Thực hành 1

Hãy điền tên của các bộ phận cơ thể vào hình vẽ ở trên.

### Thực hành 2

**Chúng ta dùng bộ phận thân thể nào để làm những việc sau đây?**

*VÍ DỤ: ăn -- Chúng ta dùng miệng và răng để ăn.*

1.   thở (to breathe)              6.   quỳ (to kneel)
2.   chạy (to run)                 7.   đấm (to punch)
3.   chơi piano                    8.   ngửi (to smell)
4.   ôm (to hug)                   9.   chơi bóng đá
5.   nằm (to lie down)            10.   nghe nhạc

### Thực hành 3

**Chơi vẽ với bạn.**

Sinh viên A:              1. Vẽ bộ phận cơ thể của Godzilla hay của một
                             người sao hỏa  (Martian).
                          2. Tả hình vẽ cho sinh viên B.
Sinh viên B:              3. Vừa nghe vừa vẽ hình.
Sinh viên A và B:         4. So sánh hai hình vẽ.

---

## Từ vựng làm vốn:
### Bộ phận thân thể

| | | | |
|---|---|---|---|
| **cổ tay** | wrist | **phổi (lá)** | lung |
| **dạ dày** | stomach | **rốn** | navel |
| **gan** (clas: **lá**) | liver | **thận** (clas: **quả**) | kidney |
| **lưỡi** | tongue | **tim (quả)** | heart |
| **khuỷu tay** | elbow | **xương** | bone |

# II Bệnh và chứng bệnh

## Từ vựng, phát âm và chính tả 2:

### Bệnh và chứng bệnh
*Illnesses and Symptoms*

| | | | |
|---|---|---|---|
| **chóng mặt** | to be dizzy | **ngạt mũi** | to have a stuffy nose |
| **cúm** | flu | **nhức** | to ache |
| **dị ứng** | to be allergic | **ngộ độc** | to have food poisoning |
| **đau** | to hurt | **nôn** | to vomit |
| **đi ngoài** | to have a bowel movement | **(bị) rét** | to have a chill |
| **đi tả** | to have diarrhea | **sổ mũi** | to have a runny nose |
| **đi tiểu** | to urinate | **(bị) sốt** | to have a fever |
| **hất hơi** | to sneeze | **(bị) sưng** | to be swollen |
| **mỏi** | to be fatigued | **viêm** | to be inflamed |
| | | **(bị) viêm họng** | to have a sore throat |

### Thực hành 4

**Hãy dùng bảng Từ vựng và phát âm 2 để trả lời những câu hỏi sau đây:**

1. Bạn đã bị bệnh nào rồi?
2. Vì sao?
3. Bạn bị bao giờ và bị bao lâu?
4. Bạn có phải đi bác sĩ không?

### Thực hành 5

Làm xong Thực hành 4, bây giờ nói chuyện với các bạn trong lớp. Hãy hỏi nhiều người để xem có những ai giống bạn.

VÍ DỤ:        *Tôi đã bị ----------- rồi. Bạn đã bị ----------- chưa?*

### Thực hành 6

Hãy dùng bảng Từ vựng và phát âm 2 để xếp hạng theo thứ tự các bệnh. Đi từ bệnh <u>nhẹ</u> (not serious)  đến bệnh <u>nặng</u> (serious).

### Thực hành 7

**Đoán bệnh.**

Sinh viên A là bệnh nhân và sinh viên B là bác sĩ.

Sinh viên A:   Tả cho bác sĩ nghe chứng bệnh của những bệnh sau đây:
(nhớ đừng nói tên của bệnh).

1.      cảm

2.      cúm

3.      ngộ độc

Sinh viên B : Vừa nghe vừa hỏi về chứng bệnh của bệnh nhân. Đoán bệnh của bệnh nhân.

# III Đi bác sĩ

## Từ vựng, phát âm và chính tả 3:

### Đi bác sĩ

| | |
|---|---|
| bảo hiểm sức khoẻ | health insurance |
| bôi (thuốc) | to apply medication on the skin |
| cặp sốt | to take temperature |
| chiếu X-quang | to take X-rays |
| đi khám bệnh | to see a doctor |
| đỡ | to feel better |
| đơn (thuốc) | prescription |
| há miệng | to open mouth |
| khám bệnh | to perform a medical exam |
| khỏi (bệnh) | to recover |
| lây | to be contagious |
| liều thuốc | dose of medicine |
| thè lưỡi | to stick tongue out |
| thuốc | medication |
| thuốc nước | liquid medicine |
| thuốc viên | pill |
| tiêm | to give an injection |
| uống thuốc | to take medicine |

### Thành ngữ

**Khỏe như vâm**          as strong as an elephant
Nó ăn **khoẻ như vâm** ấy.

**Yếu như sên**          as weak as a snail
Anh ấy trông to thế mà **yếu như sên**.

## Thực hành 8

A.    Dùng bảng Từ vựng và phát âm 3 để phỏng vấn một người trong lớp: bác sĩ và y tá đã làm những gì cho người ấy khi đi khám bệnh?

VÍ DỤ:        *Khi đi khám bệnh, bác sĩ có **tiêm** cho bạn không?*

B.    Bây giờ báo cáo cho lớp nghe về người ấy.

VÍ DỤ:        *1.    Khi đi khám bệnh, bác sĩ đã **tiêm** cho anh/chị ấy.*
              *2.    ------------------------------------------------------- .*

## Thực hành 9

**Hãy trả lời:**

1.    Trong gia đình của bạn, ai là người khoẻ như vâm?  Cho 2 lý do vì sao bạn nghĩ như thế?

2.    Ai là người yếu như sên?  Cho 2 lý do.

Hiệu thuốc bắc

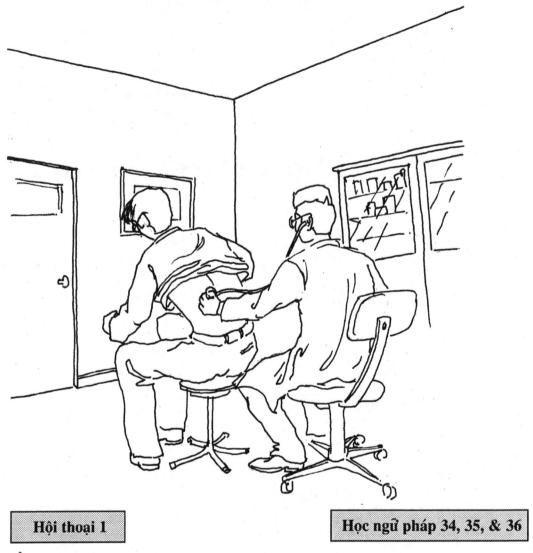

| Hội thoại 1 | Học ngữ pháp 34, 35, & 36 |
|---|---|

*Ở phòng khám bệnh*

**BÁC SĨ**        Anh thấy trong người thế nào?

**ROBERT**        Tôi bị ***nhức*** đầu. Chân tay tôi cũng ***mỏi*** lắm.

**BÁC SĨ**        Bị như thế lâu chưa?

**ROBERT**        Hai ba ngày rồi ạ. À, tôi cũng bị sốt nữa.

**BÁC SĨ**        Anh há miệng, thè lưỡi cho tôi xem nào. Anh có ho nhiều không?

**ROBERT**        Dạ có. ***Càng*** ho tôi ***càng*** nhức đầu.

**BÁC SĨ**        Anh bị cúm khá nặng đấy. Đem đơn này đi mua thuốc; uống một ***ngày ba lần, mỗi lần hai viên***. Hai ba ngày sau anh sẽ thấy đỡ.

| Thực hành  10 |
|---|

**Trả lời câu hỏi về hội thoại 1:**

1.    Tại sao Robert phải đi bác sĩ?

2.    Robert bị bệnh gì?

3     Bệnh này có những chứng bệnh gì?

4.    Robert phải làm gì để khỏi bệnh?

| Thực hành  11 |
|---|

Dùng hội thoại 1 làm mẫu. Hai sinh viên nói chuyện với nhau về những bệnh sau đây:

1.    bị ngộ độc

2.    bị dị ứng với mèo hay chó

3.    bị viêm họng

---

**<u>Từ vựng làm vốn:</u>**

### Các chứng bệnh (triệu chứng)

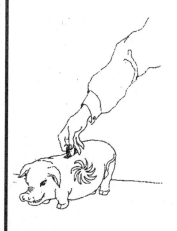

| | |
|---|---|
| **bệnh đau dạ dày** | ulcer |
| **bệnh lao (phổi)** | tuberculosis |
| **bệnh sưng phổi** | pneumonia |
| **bệnh tim** | heart disease |
| **bệnh ung thư** | cancer |
| **bệnh viêm gan** | hepatitis |
| **bị gẫy xương** | to have a broken bone |
| **bị mổ** | to be operated on |
| **buồn nôn** | to feel nauseous |

## Hội thoại 2

*Ở hiệu thuốc tây.*

| | |
|---|---|
| MONIQUE | Bác có thuốc đau bụng không, bác? |
| NGƯỜI BÁN THUỐC | Cô đau bụng như thế nào? |
| MONIQUE | Cháu bị đau bụng và đi tả từ tối hôm qua. |
| NGƯỜI BÁN THUỐC | Có bị nôn không? |
| MONIQUE | Dạ, không. |
| NGƯỜI BÁN THUỐC | Thế thì cô nên uống thuốc này. Cô uống mỗi ngày ba lần, mỗi lần 2 viên. Ngày mai mà vẫn không đỡ thì nhớ phải đi bác sĩ đấy nhé. |

## Thực hành 12

**Trả lời câu hỏi về hội thoại 2.**

1.      Monique bị bệnh gì?
2.      Chứng bệnh như thế nào?
3.      Monique phải uống thuốc như thế nào?
4.      Nếu không đỡ thì Monique phải làm gì?

## Thực hành 13

Dùng hội thoại 2 làm mẫu. Một sinh viên là dược sĩ, sinh viên kia là bệnh nhân. Hãy bắt đầu hội thoại bằng những câu hỏi sau:

1.      Ông/bà có thuốc cảm không?
2.      Cô/anh có thuốc ho không?

# IV Đi khám răng

**Từ vựng, phát âm và chính tả 4:**

### Đi nha sĩ

*At the Dentist*

| | |
|---|---|
| **hàm dưới** | lower jaw |
| **hàm trên** | upper jaw |
| **hàn (răng)** | to fill (a tooth) |
| **lợi** | gum |
| **nhổ (răng)** | to pull (a tooth) |
| **răng** | tooth |
| **răng cửa** | front tooth |
| **răng giả** | false tooth |
| **răng hàm** | molar |
| **răng khôn** | wisdom tooth |
| **răng nanh** | canine |
| **răng sâu** | decayed tooth |

| Hội thoại 3 | Học ngữ pháp 37 |
|---|---|

*Ở phòng bác sĩ răng.*

**BÁC SĨ**      Đâu, em nhức ở chỗ nào?

**MAI LINH**      Dạ, cái răng hàm dưới ở bên phải ạ.

**BÁC SĨ**      Có đau đâu nữa không?

**MAI LINH**      Cái răng cửa này, khi uống nước lạnh thì em thấy đau đau.

**BÁC SĨ**      Ngồi đây đợi, y tá sẽ chụp X- quang cho em .

*Sau khi chụp X-quang*

**BÁC SĨ**      May quá! Chỉ có cái răng hàm bị sâu thôi. Cái răng cửa không sao. Để tôi hàn cho.

**MAI LINH**      Cám ơn bác sĩ. Cả tuần nay em **gầy đi** vì không ăn uống gì được cả .

**Thực hành 14**

**Trả lời câu hỏi về hội thoại 3:**

1.    Tại sao Mai Linh gầy đi?

2.    Y tá làm gì cho Mai Linh?

3.    Bác sĩ làm gì cho Mai Linh?

4.    Răng nào của Mai Linh chỉ đau một ít thôi?

**Thực hành 15**

**Dùng hội thoại 3 làm mẫu để nói chuyện với bạn học về các răng khác:**

1.    răng khôn

2.    răng nanh

## B Ả N G   T Ó M   T Ắ T   T Ừ   V Ự N G   V À   C Â U   M Ẫ U

### Bộ phận thân thể

| | | | |
|---|---|---|---|
| **bàn chân** | foot | **đùi** | thigh |
| **bàn tay** | hand | **lưng** | back |
| **bụng** | belly | **mình** | body |
| **cánh tay** | arm | **ngón chân** | toe |
| **chân** | leg | **ngón tay** | finger |
| **cổ** | neck | **ngực** | chest |
| **đầu gối** | knee | **vai** | shoulder |

### Từ vựng làm vốn: Bộ phận thân thể

| | | | |
|---|---|---|---|
| **cổ tay** | wrist | **phổi (lá)** | lung |
| **dạ dày** | stomach | **rốn** | navel |
| **gan (lá)** | liver | **thận (quả)** | kidney |
| **lưỡi** | tongue | **tim (quả)** | heart |
| **khuỷu tay** | elbow | **xương** | bone |

### Bệnh và chứng bệnh

| | | | |
|---|---|---|---|
| **chóng mặt** | to be dizzy | **nhức** | to ache |
| **cúm** | flu | **ngạt mũi** | to have a stuffy nose |
| **dị ứng** | to be allergic | **ngộ độc** | to have food poisoning |
| **đau** | to hurt | **nôn** | to vomit |
| **đi ngoài** | to have a bowel movement | **(bị) rét** | to have a chill |
| **đi tả** | to have diarrhea | **sổ mũi** | to have a runny nose |
| **đi tiểu** | to urinate | **(bị) sốt** | to have a fever |
| **hắt hơi** | to sneeze | **(bị) sưng** | to be swollen |
| **mỏi** | to be fatigued | **viêm** | to be inflamed |
| | | **(bị) viêm họng** | to have a sore throat |

### Đi bác sĩ

| | | | |
|---|---|---|---|
| **bảo hiểm sức khỏe** | health insurance | **khỏi (bệnh)** | to recover |
| **bôi (thuốc)** | to apply medication on the skin | **lây** | to be contagious |
| | | **liều thuốc** | dose of medicine |
| **cặp sốt** | to take temperature | **thè lưỡi** | to stick tongue out |
| **chụp X-quang** | to take X-rays | **thuốc** | medication |

# BẢNG TÓM TẮT TỪ VỰNG VÀ CÂU MẪU

| đi khám bệnh | to see a doctor | thuốc nước | liquid medicine |
|---|---|---|---|
| đỡ | to feel better | thuốc viên | pill |
| đơn (thuốc) | prescription | tiêm | to give an injection |
| há miệng | to open mouth | uống thuốc | to take medicine |
| khám bệnh | to perform a medical exam | | |

## Từ vựng làm vốn: Các chứng bệnh (triệu chứng)

| bệnh đau dạ dày | ulcer | bệnh viêm gan | hepatitis |
|---|---|---|---|
| bệnh lao (phổi) | tuberculosis | bị gẫy xương | to have a broken bone |
| bệnh sưng phổi | pneumonia | bị mổ | to be operated on |
| bệnh tim | heart desease | buồn nôn | to feel nauseous |
| bệnh ung thư | cancer | | |

## Đi khám răng

| hàm dưới | lower jaw | răng cửa | front tooth |
|---|---|---|---|
| hàm trên | upper jaw | răng giả | false tooth |
| hàn (răng) | to fill (a tooth) | răng hàm | molar |
| lợi | gum | răng khôn | wisdom tooth |
| nhổ (răng) | to pull (a tooth) | răng nanh | canine |
| răng | tooth | răng sâu | decayed tooth |

## Thành ngữ

| Khỏe như vâm | as strong as an elephant |
|---|---|
| Yếu như sên | as weak as a snail |

## Câu mẫu

Càng uống thuốc bà ấy **càng ốm nặng**.

Càng ngày ông ấy **càng** bị nhức đầu.

**Một ngày uống ba lần, mỗi lần hai viên**.

Cô ấy bây giờ **gầy đi**.

Càng béo bà ấy càng **trắng ra**.

Xin vặn ra-đi-ô nhỏ lại.

Xin bạn nói **to lên**.

# NGỮ PHÁP VÀ CÁCH DÙNG TỪ

### 34.    Using *đau, nhức, mỏi, sưng, viêm*

**Đau, nhức, mỏi, sưng,** and **viêm** are stative verbs indicating physical states. They indicate that some part of the body is in pain or in trouble. **Đau, nhức, mỏi, sưng,** and **viêm** are often preceded by **bị**. The following formula can be applied in all cases:

> S u b j e c t   +   b ị   +   đ a u   +   b o d y   p a r t

> *Anh ấy bị <u>đau</u> bụng.*           He has a <u>stomachache</u>.
> *Tôi bị <u>nhức</u> đầu.*              I have a <u>headache</u>.

However, if the body part is in long or chronic trouble and, thus, is diseased, **bệnh** is added before **đau, nhức, mỏi, sưng,** and **viêm** to indicate that it is about an illness.

> *Tôi bị <u>bệnh nhức</u> đầu.*          I suffer from <u>headaches</u>.
> *Anh ấy bị <u>bệnh đau</u> bụng.*       He suffers from <u>stomachaches</u>.

## 35. Expressing Increase in Intensity Between Two Events With *càng...càng*

**a.**   **Càng** + verb... **càng** + verb... (the more...the more) are used to express an increase in intensity between two events, as in:

> *Càng chạy tôi càng thấy đau chân.*
> The more I run the more I feel that my legs hurt.

> *Chị Tú càng ho nhiều thì cổ họng càng đau thêm.*
> The more Tú coughs the sorer her throat gets.

**b.**   The expression **càng ngày ... càng** serves the same function as **càng...càng** but, as the term **ngày** indicates, it emphasizes the time element.

> *Càng ngày đứa bé càng cao.*
> The more time passes the taller the little child gets.

> *Càng ngày ở đấy càng có nhiều người bị bệnh ung thư.*
> The more time passes the more there are people suffering from cancer there.

   **Bài tập 35.1**

Dùng **càng...càng** để hoàn chỉnh những câu sau đây cho có nghĩa:
1.   ----------- học nhiều tôi ------------------------------------------------ .
2.   Trời ----------- lạnh nhiệt độ -------------------------------------- .
3.   ----------- uống thuốc bệnh nhân ---------------------------------- .
4.   ----------- nói nhiều anh ấy --------------------------------------- .
5.   ----------- hắt hơi tôi --------------------------------------------- .
6.   ----------- ngạt mũi tôi ------------------------------------------ .
7.   ----------- ăn nhiều bụng anh ấy --------------------------------- .
8.   Tôi thấy ----------- lớn bàn chân em bé -------------------------- .
9.   Người ta nói ------------- tập thể dục cơ thể --------------------- .
10.  ----------- uống nước nhiều em bé -------------------------------- .

**Bài tập 35.2**

Hãy dùng **càng... càng** để nối một mệnh đề ở cột A với một mệnh đề ở cột B cho hợp lý:

> VÍ DỤ:     A:     ăn nhiều đường
>
>            B:     chúng ta bị sâu răng
>
>            A+B: *Càng ăn nhiều đường chúng ta càng bị sâu răng.*

|            A            |              B                |
|-------------------------|-------------------------------|
| đi tả                   | bà Hoa thấy đau cổ họng        |
| ho nhiều                | chị Châu bị nhức răng nhiều    |
| uống nước lạnh          | Chị Loan khát nước             |
| tập thể dục             | anh Bảo thấy đau bụng nhiều hơn |
| đi bộ lâu               | cô ấy thấy đói                 |
| uống thuốc              | Ông Long khoẻ hơn              |

Tránh bệnh SIDA

## 36.  Expressing Frequency of Action

To indicate how often an event takes place, such as "three times a day, four pills each time," the following patterns can be used:

Time expression + number of times:    **một ngày ba lần**
Time expression + quantity:           **bốn giờ một viên**
Each time + quantity:                 **mỗi lần ba viên**

> *Anh phải uống thuốc này <u>một ngày ba lần, mỗi lần hai viên</u>.*
> You have to take this medicine <u>three times a day, two pills each time</u>.
> (Time expression + number of times--Each time + quantity)

> *Bà nhớ uống <u>sáu giờ một viên</u>.* (Time expression + quantity)
> Remember to take <u>one pill every six hours</u>.

> *Chị ấy đi chợ <u>một tuần ba lần</u>.* (Time expression + number of times)
> She goes to the market <u>three times a week</u>.

    **Bài tập 36**

Write the following directions for a Vietnamese friend who cannot read English.

| Từ vựng : | thìa cà phê | teaspoon |
|---|---|---|
| | *thìa xúp* | tablespoon |

-Take two tablets three times a day.

-Apply twice a day.

-Take one tablespoon every six hours.

-Take one teaspoon four times daily.

-Take one pill four times a day for ten days.

## 37.  Expressing Physical and Mental Changes with Verbs of Direction *đi, ra, lên, lại*

The verbs of direction **đi, ra, lên,** and **lại** can follow stative verbs to indicate physical and mental changes, either for the better or for the worse.

**a.**    Stative verb + **ra** indicates a desirable change:

**béo ra, khỏe ra, trắng ra, đẹp ra**

>   *Ông Sinh khỏi bệnh đau dạ dày nên trông béo ra.*
>   Mr. Sinh has been cured of his ulcer so he looks <u>fatter</u>.

>   *Thuốc bổ (vitamins) đã làm cô Minh khoẻ ra.*
>   Vitamins pills have made Miss Minh <u>healthier</u>.

>   *Dạo này trông bà Long vừa trắng ra vừa đẹp ra.*
>   Mrs. Long looks both <u>fairer</u> and <u>more beautiful</u> these days.

**b.**    On the contrary, stative verb + **đi** indicates a turn for the worse:

**gầy đi, yếu đi, đen đi, xấu đi**

>   *Hồi trước ông ấy là vận động viên nhưng bệnh đau tim làm ông ấy gầy đi và yếu đi.*
>   He used to be an athlete but heart disease caused him to become <u>skinny</u> and <u>weak</u>.

>   *Nhiều người Việt nghĩ rằng làm ruộng thì đen đi và xấu đi.*
>   Many Vietnamese think that working in the rice paddies makes one become <u>dark</u> and <u>ugly</u>.

**c.**    Stative verb + **lên** and stative verb + **lại** indicate changes that can be viewed as favorable or not, depending on the situation:

**đỏ lên, to lên, nhỏ lại, bé lại**

>   *Anh Bình nhút nhát; nói đến phái nữ là mặt anh ấy đỏ lên và tiếng nói anh ấy nhỏ lại.*
>   Bình is shy; talking about women makes his face become <u>red</u> and his voice becomes <u>softer</u>.

>   *Càng bay cao quả bóng càng bé lại và trẻ con càng reo hò to lên.*
>   The higher the balloon flies the <u>smaller</u> it gets and the <u>louder</u> the kids cheer.

**Bài tập 37.1**

Hãy điền vào chỗ trống với **ra**, **đi**, **lên**, **lại**.

1. <u>Hàng nội hóa</u> (domestic goods) ở Việt Nam càng ngày càng **đẹp**.....

2. Cô ca sĩ này hát càng ngày càng **kém** .........

3. Tuyết càng rơi nhiều, đường phố càng **vắng** người .......

4. Đi nghỉ hè về, chị Trinh có vẻ **đen**........ nhưng lại thấy **khoẻ**.....

5. Sau khi bị cúm một tuần, anh Đạt cảm thấy mình **yếu** .............

6. Tại sao dạo này <u>chữ anh ấy viết</u> (his handwriting) **nhỏ** ......... thế?

7. Họ **giàu** ......... vì làm việc nhiều hay vì trúng số?

8. Tôi không hiểu sao ông ấy càng ngày càng **nghèo** ...............

9. Dạo này chị Loan **đẹp** ......... và **trắng** ..........

10. Tôi nhức đầu quá, anh <u>vặn</u> (to turn on) ra đi ô **nhỏ** ......... được không?

11. Ông ấy giận chuyện gì mà lại <u>la hét</u> (to yell) **to** ......... như thế?

**Bài tập 37.2**

**Just Say It in Vietnamese**

*Use verbs of direction to express changes.*

1. Tell a friend you have not seen for a while that he has lost weight.

2. Wish a little kid to grow tall fast so he can be a basketball player.

3. Compliment a young lady by saying that she looks more beautiful than before.

4. Explain to a kid that, when the plane is high in the sky, it will become smaller.

5. Ask a classmate to speak up because you cannot hear him clearly.

6. Ask your roommate to turn the TV down so you can study.

7. Tell your parents that you work out a lot these days because you want to become stronger.

# CULTURE NOTE

## Vietnamese Views of Physical Appearance

The Vietnamese consider being chubby, even fat, a good thing. It is a sign of wealth and good health. Being skinny, on the other hand, conveys the opposite. Thus, it is a compliment when someone says:

*Dạo này trông anh/chị béo ra.*

The person means to say that you must be doing quite well since you look fuller these days.

## Health Care in Vietnam

Most Vietnamese buy over-the-counter medication for common ailments (cold, headache, diarrhea, indigestion) upon the advice of a pharmacist or of someone they know. A visit to the doctor's is only the last resort.

Many types of antibiotics can be purchased at a pharmacy without prescription. They can even be bought from a street vendor, but the quality is questionable. Vietnamese still use herbal medicine sold at "hiệu thuốc bắc" because of its fewer side effects.

Except those who are in the military or work for the government, most Vietnamese do not have health insurance.

*Tục ngữ, Ca dao*

Chữa bệnh như chữa lửa.

Chữa được bệnh, không ai chữa được mệnh.

Chữa lợn lành ra lợn què.

# T Ậ P   N G H E

## "Vào bệnh viện"

### Hãy lắng nghe

You are at a medical clinic in Hanoi. Fill out the following registration form for a friend who is very ill. Listen to the conversation between your friend and the hospital clerk.

---

## C l i n i c   R e g i s t r a t i o n   F o r m

Name.................................................... Date of Birth............................

Address ............................................... Telephone Number ....................

### Current Symptoms

|  | YES | NO |
|---|---|---|
| fever ----------------------------------------- | ☐ | ☐ |
| headache ------------------------------------- | ☐ | ☐ |
| sore throat ----------------------------------- | ☐ | ☐ |
| stomachache --------------------------------- | ☐ | ☐ |
| diarrhea -------------------------------------- | ☐ | ☐ |
| nausea --------------------------------------- | ☐ | ☐ |
| cough ---------------------------------------- | ☐ | ☐ |
| loss of appetite ----------------------------- | ☐ | ☐ |

I am taking medication ...................................................................

I am allergic to..............................................................................

Other ...........................................................................................

Medical History ...........................................................................

Previous hospitalization ...............................................................

Reason .........................................................................................

Surgery .................................... When ................. Reason ...............

# T Ậ P   Đ Ọ C

## "Cụ già mọc răng"

### Trước khi đọc

1. Chiếc răng đầu tiên của bạn mọc (to grow) khi bạn được mấy tháng?

2. Bạn có biết người già bắt đầu rụng răng (to lose teeth) vào năm bao nhiêu tuổi không?

3. Bạn có nghe nói là trước đây đàn bà Việt Nam nhuộm răng đen không?

### Chúng ta đọc

Sau đây là một bài báo trích trong báo *Tuổi Trẻ*, phát hành tại Sài Gòn.

## Hà Tĩnh: Cụ bà 94 tuổi, mọc lại... năm răng!

HƯƠNG SƠN, Hà Tĩnh (NV) -- Chuyện khó tin, mà có ... thật, đó là trường hợp một cụ bà 94 tuổi... đã mọc lại răng tại Hà Tĩnh, thuộc miền Bắc Việt Nam, giúp Cụ bà có thể ăn lại được dễ dàng!

Báo *Lao Động*, phát hành tại Saigon hôm 17 tháng Bảy 1994, cho biết:

Cụ bà Đặng Thị Niệm, 94 tuổi ở xã Sơn Thủy (Hương Sơn, Hà Tĩnh), răng đã rụng hết, nay bỗng mọc thêm năm chiếc ở phần cửa miệng hàm dưới.

Chúng tôi (phóng viên báo *Lao Động*) đã đến thăm cụ Niệm và thấy năm chiếc răng đó có màu trắng đục, nhỏ và ngắn hơn chiếc răng của cụ hồi trước nhuộm đen.

Theo cụ cho biết, nhờ thêm mấy chiếc răng "trẻ" mà cụ ăn dễ dàng và có cảm giác ngon miệng. Hiện tượng răng mọc lại của cụ Niệm là điều chưa giải thích được. (LT/ty)

### Sau khi đọc

1. **Trả lời những câu hỏi sau đây:**

   1.1. Vì sao người ta gọi bà Đặng Thị Niệm là cụ?

   1.2 Cái gì làm cho cụ Niệm ăn dễ dàng?

   1.3 Cụ Niệm có mấy cái răng mới mọc?

   1.4 Những răng ấy như thế nào?

   1.5 Hồi trước răng cụ Niệm màu gì? Vì sao?

2. Kể tin cụ Đặng Thị Niệm cho một người bạn nghe.

# TẬP VIẾT LUẬN 250

 Một người thân của bạn đã phải <u>vào nằm</u> (to be admitted) bệnh viện .
Hãy viết thư cho một người bạn tả kỹ chứng bệnh và lý do tại sao người
ấy phải vào bệnh viện (250 từ).

---

Use the ideas suggested below to organize your composition before writing.

## DÀN BÀI

1.  **Nhập đề**
    * Vì sao bạn viết thư này?
    * Bệnh nhân là ai?
    * Bệnh nhân đã phải đi đâu?
    * Vào nằm bệnh viện có quan trọng không?

2.  **Thân bài**
    * Bệnh nhân có những triệu chứng gì?
    * Bệnh nhân có khoẻ không hay yếu đi nhiều?
    * Bác sĩ và y tá đã làm gì khi khám bệnh cho bệnh nhân?
    * Khám bệnh xong, bác sĩ đoán bệnh nhân bị bệnh gì?  Bệnh này nặng hay nhẹ?
    * Bác sĩ  đã cho đơn mua thuốc gì?
    * Bệnh nhân phải uống thuốc như thế nào?  Phải ăn uống như thế nào?
    * Bệnh nhân có bảo hiểm sức khoẻ không?

    Ngữ pháp nên dùng:
    *đau-- nhức-- mỏi-- sưng-- viêm--càng...càng--frequency of action-- physical and
    mental change with đi--ra--lên--lại--indefintes+cũng--vừa...vừa*

3.  **Kết luận**
    Bạn nghĩ bao giờ bệnh nhân sẽ khỏi bệnh để có thể đi học hay đi làm lại được?

# CHƯƠNG 15 Thông tin đại chúng

*THE VOCABULARY IN CHAPTER 15 WILL HELP YOU TALK ABOUT AND MAKE USE OF THE MASS MEDIA THAT HAS BECOME AN INTEGRAL PART OF MODERN DAILY LIFE.*

## TỪ VỰNG VÀ THỰC HÀNH

### I  *Truyền thanh và truyền hình*

#### Từ vựng, phát âm và chính tả 1:

**Truyền thanh và truyền hình**

*Radio and Television Broadcasting*

| | | | |
|---|---|---|---|
| **câu lạc bộ thể thao** | sports club | **kênh** | TV channel |
| **chiếu** | to show | **phát thanh viên** | radio/TV announcer |
| **chương trình** | program | **phóng sự** | report |
| **đài/ra đi ô** | radio | **quốc tế** | international |
| **đài phát thanh** | radio station | **thế giới** | world |
| **đài truyền hình** | television station | **tin tức** | news |

**Thành ngữ**

**Tai nghe mắt thấy**    to be an eyewitness
Tôi chỉ tin những chuyện **tai nghe mắt thấy** thôi.

**Thực hành  1**

**Trả lời câu hỏi:**

1.    Bạn thích xem chương trình truyền hình nào?

2.    Bạn thích nghe đài ra đi ô nào?

3.    Bạn thường xem kênh tivi nào?

4.    Chương trình truyền hình bạn thích nhất chiếu vào ngày nào?

5.    Bạn có biết câu lạc bộ thể thao nào không?

6.    Có phải CNN là một đài truyền hình quốc tế không?  Vì sao?

7.    Bạn có nghe tin tức hàng ngày không?  Tin tức nói về thành phố của bạn hay tin tức thế giới?

8.    Bạn có thể xem bao nhiêu kênh tivi ở thành phố của bạn?

9.    Bạn có nghĩ rằng các chương trình truyền thanh và truyền hình quan trọng không?  Vì sao?

| Hội thoại 1 | Học ngữ pháp 38 & 39 |

THÀNH        Robert này, cậu có biết đài Hà Nội vừa có thêm một chương trình mới không?

ROBERT       Chương trình nào thế?

THÀNH        Câu lạc bộ thể thao. Thứ ba và thứ năm. 7 giờ đến 9 giờ tối.

ROBERT       Ừ, mình nghe nói chương trình ấy hay lắm.

THÀNH        7g15 rồi. Mình vặn nghe thử nhé.

ROBERT       Đợi vài phút. Mình đang viết **dở** (=chưa xong) bức thư này. Đợi mình viết **nốt** (=xong) đã.

**Thực hành 2**

**Trả lời câu hỏi về hội thoại 1:**

1.    Câu lạc bộ thể thao phát thanh vào ngày nào?

2.    Thành muốn làm gì?

3.    Robert muốn làm gì?  Tại sao?

**Thực hành 3**

Dùng hội thoại 1 làm mẫu. Nói chuyện với bạn, rủ bạn nghe hay xem một chương trình mới nào đấy. <u>Thay thế</u> (to substitute) câu lạc bộ thể thao bằng

1.    cải lương

2.    dân ca

3.    nhạc cổ điển

<u>**Từ vựng làm vốn**</u>:

**Phim ảnh**

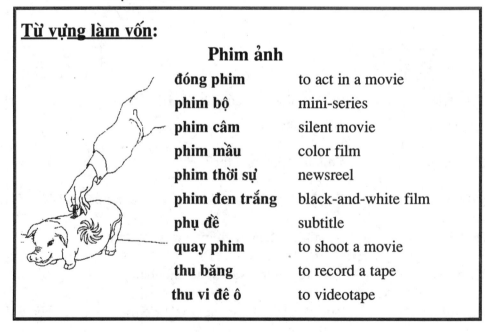

| | |
|---|---|
| **đóng phim** | to act in a movie |
| **phim bộ** | mini-series |
| **phim câm** | silent movie |
| **phim mầu** | color film |
| **phim thời sự** | newsreel |
| **phim đen trắng** | black-and-white film |
| **phụ đề** | subtitle |
| **quay phim** | to shoot a movie |
| **thu băng** | to record a tape |
| **thu vi đê ô** | to videotape |

| Hội thoại 2 | Học ngữ pháp 40 & 41 |

MONIQUE       Anh Thành ơi, tối nay ti vi có chương trình gì hay không?

THÀNH        Kênh số 7 có ca nhạc và phim truyện. Còn kênh số 9 thì chiếu xiếc và cải lương.

MONIQUE       Mấy giờ, hả anh?  Tôi phải làm nốt bài tập này mới xem tivi được.

THÀNH        Bắt đầu từ 9 giờ.

MONIQUE       Anh thích xem chương trình nào nhất?

THÀNH        Không ngày nào tôi *bỏ sót* bản tin thế giới cả.

MONIQUE       Còn tôi thì phải xem *cho bằng được* bản tin tiếng nước ngoài trước khi đi ngủ.

| Thực hành  4 |

**Trả lời câu hỏi về hội thoại 2:**

1.     Tối nay tivi có những chương trình nào?  Bao giờ bắt đầu?
2.     Monique phải làm gì mới xem được tivi?
3.     Thành phải xem chương trình gì mỗi tối?
4.     Còn Monique?

| Thực hành  5 |

1.     Bạn xem ti vi một ngày mấy tiếng?
2.     Hãy nói về chương trình TV hay kênh bạn thích xem nhất?  Tại sao?

## II Báo chí

### Từ vựng, phát âm và chính tả 2:

**Báo chí**

*Newspapers &Magazines*

| bài báo | newspaper acticle | quảng cáo | to advertise |
|---|---|---|---|
| đăng | to publish | rao vặt | classified ads |
| giao | to deliver | tạp chí | magazine |
| in | to print | tin giờ chót | latest news |
| mục | section | tin ngắn | brief news |
| nguyệt báo | monthly magazine | tin vịt | false information (slang) |
| nhật báo | daily newspaper | tuần báo | weekly magazine |

### Từ vựng làm vốn: Báo chí

| | |
|---|---|
| dòng đầu | headline |
| độc giả | reader |
| mua báo dài hạn | to subscribe to a newspaper |
| phóng viên/nhà báo | reporter |
| sách bỏ túi | pocket book |
| tin giật gân | sensational news |
| toà soạn | editorial board |
| trang đầu | front page |

**Thực hành 6**

**Trả lời câu hỏi:**

1. Tin giờ chót thường có vào lúc mấy giờ?

2. Bạn đọc quảng cáo bán xe hơi ở đâu?

3. Bạn đăng quảng cáo bán nhà ở đâu?

4. Bạn làm gì để biết tin tức hàng ngày?

5. Bạn thích đọc nhật báo, nguyệt báo hay tuần báo?

6. Mua báo dài hạn (to subscribe to a newspaper) là gì? Bạn mua báo nào dài hạn?

7. Khi xem báo hay tạp chí, bạn thường xem trang hay mục nào trước? Vì sao?

| **Hội thoại 3** | **Học ngữ pháp 42** |

VIỆT            Chị Monique, đã đọc báo hôm nay chưa?

MONIQUE         Chưa. Báo đâu ra **mà** đọc!

VIỆT            Lạ nhỉ? Tuần trước em đã đến bưu điện mua báo dài hạn rồi mà.

MONIQUE         Chắc tuần sau họ mới bắt đầu giao báo.

**Thực hành 7**

**Trả lời câu hỏi về hội thoại 3:**

1.      Monique đã đọc báo chưa? Vì sao?

2.      Việt mua báo thế nào?

3.      Monique nghĩ bao giờ sẽ có báo đọc?

**Thực hành 8**

**Dùng hội thoại 3 làm mẫu. Dùng những từ sau đây:**

1.      tạp chí

2.      tuần báo

3.      nguyệt báo

## BẢNG TÓM TẮT TỪ VỰNG VÀ CÂU MẪU

### Truyền thanh và truyền hình

| | | | |
|---|---|---|---|
| **câu lạc bộ thể thao** | sports club | **kênh** | TV channel |
| **chiếu** | to show | **phát thanh viên** | radio/TVannouncer |
| **chương trình** | program | **phóng sự** | report |
| **đài/ra đi ô** | radio | **quốc tế** | international |
| **đài phát thanh** | radio station | **thế giới** | world |
| **đài truyền hình** | television station | **tin (tức)** | news |

### Từ vựng làm vốn: Phim ảnh

| | | | |
|---|---|---|---|
| **đóng phim** | to act in a movie | **phim trắng đen** | black-and-white film |
| **phim bộ** | mini-series | **phụ đề** | subtitle |
| **phim câm** | silent movie | **quay phim** | to shoot a movie |
| **phim mầu** | color film | **thu băng** | to record a tape |
| **phim thời sự** | newsreel | **thu vi đê ô** | to videotape |

### Báo chí

| | | | |
|---|---|---|---|
| **bài báo** | newspaper acticle | **quảng cáo** | to advertise |
| **đăng** | to publish | **rao vặt** | classified ads |
| **giao** | to deliver | **tạp chí** | magazines |
| **in** | to print | **tin giờ chót** | latest news |
| **mục** | section | **tin ngắn** | brief news |
| **nguyệt báo** | monthly magazine | **tin vịt** | false information (slang) |
| **nhật báo** | daily newspapers | **tuần báo** | weekly magazine |

### Từ vựng làm vốn: Báo chí

| | | | |
|---|---|---|---|
| **dòng đầu** | headline | **sách bỏ túi** | pocket book |
| **độc giả** | reader | **toà soạn** | editorial board |
| **mua báo dài hạn** | to subscribe to a newspaper | | |
| **phóng viên/nhà báo** | reporter | **trang đầu** | front page |

### Thành ngữ

**Tai nghe mắt thấy**　　　　to be an eyewitness

### Câu Mẫu

Tôi đang đọc *dở* quyển tiểu thuyết này.　　Tuần nào họ cũng xem phim *cho bằng được*.

Chị có định xem *nốt* cuốn vi đê ô này không?　Anh thích nhạc thì mua băng này *mà* nghe.

Ông ấy mệt nên *bỏ sót* hai trang.

# NGỮ PHÁP VÀ CÁCH DÙNG TỪ

## 38.    Indicating an Incomplete Action with *Verb + dở*

The co-verb **dở**, placed after the main verb, can be used to indicate that something has not yet been completed, as in:

*Tôi không muốn xem tivi vì còn đang đọc <u>dở</u> bài báo này.*
I do not want to watch TV because I still have <u>not finished</u> reading this newspaper article.

*Ai bỏ <u>dở</u> công việc thế này?*
Who left the work <u>unfinished</u> like this?

*Anh ấy đang ăn <u>dở</u> bát cơm thì có điện thoại reo.*
He was <u>in the middle of</u> eating a bowl of rice when the phone rang.

*Note: **còn** or **đang** are often used in a construction with **verb + dở**.

## Bài tập 38

**What would you say if the phone rang when you were in the middle of:**

1.    listening to the late news?
2.    listening to your favorite sports program on the radio?
3.    watching a silent movie?
4.    reading a novel?
5.    recording a cassette tape?
6.    shooting a movie?
7.    reading the front page of "The New York Times"?
8.    showing a film?
9.    reading the classified ads?
10.   listening to the international news?

## 39.     Completing an Unfinished Action with *verb +nốt*

At the opposite end of **verb + dở**, **verb + nốt** is used to indicate the completion of something left unfinished, as in:

*Tôi đang đọc dở quyển tiểu thuyết này nên sẽ thức khuya để đọc <u>nốt</u> tối nay.*
I am in the middle of reading this novel, so I will stay up late tonight to <u>finish</u> reading it.

*Chương trình tin quốc tế trên đài BBC còn dài; cậu có muốn xem <u>nốt</u> không?*
There is still more international news on the BBC Radio. Do you want to <u>finish</u> watching it?

> ### Bài tập 39

You are in the middle of doing the following. What would you say when you want to finish:

1. studying this lesson?
2. doing your homework?
3. watching a drama?
4. reading a magazine?
5. writing the subtitles for a film?
6. singing this folk song?
7. listening to the weather forecast?
8. eating your dessert?
9. painting your bathroom?
10. doing your nails?

## 40.  Using *bỏ sót* to Indicate That Something Was Left Out

To indicate that something was left out (left undone), the verbal phrase **bỏ sót** can be used, as in:

*Toà soạn báo <u>Time</u> <u>bỏ sót</u> hai bài báo không đăng vì vội quá.*
The "Time" editorial board <u>left unpublished</u> two articles because they were too rushed.

*Cô ấy <u>bỏ sót</u> hai trang báo không đọc vì không có đủ thì giờ.*
She <u>left out</u> (left unread) two pages when reading the newspaper because she did not have enough time.

*Nếu anh đi thăm Việt Nam thì nhớ đừng <u>bỏ sót</u> vịnh Hạ Long nhé.*
If you visit Vietnam, remember <u>not to miss</u> Ha Long Bay.

**Bài tập 40**

### Just Say It in Vietnamese

1.   This magazine is very interesting to read. Do not leave out page 16, OK?

2.   My younger brother was not careful. He left two lines in the test untranslated.

3.   Those readers will not leave out the front page of the newspaper.

4.   I left out two lessons when reviewing, so I did not answer the questions well.

5.   My older sister listened to this music tape from beginning to end. She did not leave out any song.

6.   The novel <u>War and Peace</u> is very long. Yet my aunt did not leave out a single page.

7.   Do not miss Paris when you visit France.

8.   Let's go to the airport now. Did you leave out anything?

9.   You left your sweater out. Here, put it in your <u>suitcase</u> (va li).

10.  Oops!  I thought I did not leave out anything.

## 41. Expressing the Determination to Do Something with *cho bằng được*

The expression **cho bằng được** is used at the end of a sentence to emphasize the stubborn determination to do something, no matter what, as in:

*Buồn ngủ rồi nhưng cô ấy đợi xem tin tức <u>cho bằng được.</u>*
She is already sleepy, but she is waiting to see the news <u>no matter what</u>.

*Tạp chí này đắt quá nhưng họ cứ mua <u>cho bằng được</u>.*
This magazine is so expensive, but they went ahead and bought it <u>no matter what</u>.

*Note: In more formal situations, **cho bằng được** is better replaced by **bằng bất cứ giá nào**, which literally means at any cost.

*Tôi cần nói chuyện với anh. Tôi sẽ gặp anh <u>bằng bất cứ giá nào</u>.*
I need to speak to you. I will meet you <u>at any cost</u>.

### Bài tập 41

**Just Say It in Vietnamese**

1. My father will buy that radio no matter what.
2. My (paternal) grandfather insisted that the newspaper boy deliver the paper to his apartment no matter what.
3. My cousins will go listen to classical music this evening no matter what.
4. The radio announcer will read the international news at 10:00 p.m. no matter what.
5. The American and the French presidents will meet in Germany at any cost.
6. My friends want to travel next year so they will graduate no matter what.
7. My brother-in-law is <u>determined</u> (nhất định) to become a TV announcer at any cost.
8. I will absolutely subscribe to "Time" magazine if I have the money.

## 42. Expressing Purpose or Effect with *mà*

a. **Mà** (so) is used between two verbs. The second verb expresses the purpose, as in the following dialogues:

- *Bác ơi! Cháu thấy bài báo này có nhiều từ khó quá.*
  Uncle! I find that this newspaper article has too many difficult terms.
- *Cháu dùng từ điển <u>mà</u> dịch.*
  Use the dictionary <u>to</u> translate.

- *Hôm nay có tin quốc tế gì mới không, Việt?*
  Is there any new international news today, Việt?
- *Cậu bật tivi lên <u>mà</u> xem.*
  Turn the TV on <u>so</u> you can watch.

b. **Mà** also expresses the effect of a cause, as in the following examples:

*Vì bận <u>mà</u> tôi không đi xem kịch được.*
I was busy, <u>so</u> I couldn't go see the play.

*Vì có tivi <u>mà</u> họ xem được chương trình cải lương hôm qua.*
They have a TV, <u>so</u> they could watch the cải lương program yesterday.

\* In the above examples, **mà** can be substituted with the more common **nên**:
Vì bận <u>nên</u> tôi không đi xem kịch được.
Vì có tivi <u>nên</u> họ xem được chương trình cải lương hôm qua.

 | **Bài tập 42**

Dùng **mà** để trả lời những câu sau đây:

> VÍ DỤ: *Tối nay mình đi xem cải lương, anh nhé.*
> *Anh mệt quá, ở nhà bật ti vi <u>mà</u> xem đi.*

1A.    Chiều nay chúng mình đi nghe chương trình câu lạc bộ thể thao nhé.

1B.    .................................................

2A.    Tôi cần xem chương trình dạy tiếng Việt phát hình ở kênh 16 nhưng không có tivi.

2B.    .................................................

3A.    Hôm nay có tin gì lạ không nhỉ?

3B.    .................................................

4A.    Thưa thày, chúng em không hiểu bài báo này vì có nhiều từ khó.

4B.    .................................................

5A.    Làm sao mình xem bản tin tiếng nước ngoài lúc 10 rưỡi được nhỉ?

5B.    .................................................

6A.    Con mua tuần báoTime dài hạn, ba nhé?

6B.    .................................................

7A.    Không muốn nghe tin vịt thì tụi mình phải làm gì nhỉ?

7B.    .................................................

8A.    Không hiểu sao hôm nay mình mệt thế, không muốn đi đâu cả.

8B.    .................................................

9A.    Làm sao em biết ai bán ô-tô hả chị?

9B.    .................................................

10A.    Mình muốn du lịch vòng quanh thế giới nhưng không có tiền, cậu nghĩ mình nên làm gì ?

10B.    .................................................

Tục ngữ, Ca dao

Nói có sách, mách có chứng

Kẻ nói đơn, người nói kép.

Tiếng lành đồn xa, tiếng dữ đồn xa,
Tiếng lành tiếng dữ đồn ba ngày đường.

## T Ậ P   N G H E

**"Nói chuyện về sách báo"**

### Trước khi nghe

Khi đọc báo bạn thích đọc trang nào trước?

Nếu không có thì giờ đọc báo lâu thì bạn sẽ đọc trang nào trước?

### Hãy lắng nghe

Monique và Việt đang nói chuyện với nhau về tin tức trong báo. Hãy nghe xem họ nói gì.

> **Từ vựng:**
>
> **tin giật gân**     sensational news

### Sau khi nghe

1.  **Hãy trả lời những câu hỏi sau:**

    1.1   Monique và Việt thích đọc báo nào?

    1.2   Monique thường <u>chú ý</u> (to pay attention to) đến gì?

    1.3   Sở thích của Việt là gì?

    1.4   Tin giật gân thường được đăng ở trang nào?

    1.5   Khi đọc báo, bạn thường đọc những trang nào trước?

          Tại sao?

2.  Kể lại câu chuyện giữa Monique và Việt.

# TẬP ĐỌC

 **"Quảng cáo truyền hình "**

### Trước khi đọc

Khi đọc một mục quảng cáo truyền hình thì chúng ta biết những gì?

### Chúng ta đọc

Đây là quảng cáo đăng trên báo *Người Việt*, phát hành ở bang Cali.

*Kính mời quý vị đón xem*
*Chương Trình Truyền Hình 62*

# VIETNAM VISION NETWORK

Với mục đích góp phần phục vụ cộng đồng
Phát hình mỗi sáng thứ Bảy
từ 10g30 đến 11g30
Bắt đầu ngày 25 tháng 9 năm 1993
kênh 62 KRCA
sẽ phát hình khắp miền Nam California
(không cần Cable)

**Với những tiết mục sau đây:**
*THÔNG TIN
*PHÓNG SỰ CHIỀU SÂU
*VĂN NGHỆ
*DIỄN ĐÀN Y HỌC & SỨC KHOẺ

**Sau khi đọc**

1.     **Trả lời câu hỏi:**

1.1    Muốn xem *Vietnam Vision Network* chúng ta phải tìm kênh nào?

1.2    Người ở San Francisco có xem được kênh này không?  Tại sao?

1.3    "Tiết mục" là gì?

1.4    Kênh này có mấy tiết mục?  Tiết mục nào để giải trí và tiết mục nào để học hỏi?

2.     Bạn đang làm việc cho một đài truyền hình. Hãy viết một quảng cáo ngắn cho một chương trình phát hình của đài này để đăng trên báo *Người Việt*. Đọc quảng cáo trong lớp cho các bạn nghe.

# TẬP VIẾT LUẬN 250

 Hãy viết 250 từ nói về thông tin đại chúng ở nơi bạn ở.

## Use the ideas suggested below to organize your composition before writing.

### DÀN BÀI

1.  **Nhập đề**

    * Theo bạn, thông tin đại chúng có quan trọng không?

    * Nơi bạn ở, có những loại thông tin đại chúng nào?  Báo chí? Truyền thanh?

    * Truyền hình? vân vân...Hãy nói về những loại thông tin đại chúng ấy.

2.  **Thân bài**

    * Bạn có <u>hài lòng với</u> (to be satisfied with) thông tin bạn nhận được ở nơi bạn sống không?  Vì sao?

    * Qua thông tin đại chúng bạn học hỏi về được những gì?

        -   du lịch?              -   giải trí và thể thao?
        -   khí hậu?             -   thân thể và sức khoẻ?
        -   nhà cửa?             -   hình dáng và tính tình?
        -   ăn uống?             -   vân vân...
        -   chạy việc vặt?

    * Bạn nghĩ gì về <u>kiểm duyệt</u> (censorship) thông tin đại chúng?  Nên kiểm duyệt hay không?  Vì sao?

    Ngữ pháp nên dùng:

    * *bỏ sót--cho bằng được-- mà*: result or purpose-- *indefinites+cũng-- không...đâu-- có... đâu-- vừa...vừa-- mà*: relative pronoun-- *miễn...là được-- càng...càng.*

3.  **Kết luận**

    Khi rảnh rỗi, bạn thích đọc báo, nghe rađiô hay xem truyền hình?  Nếu không có thông tin đại chúng thì đời sống hàng ngày của bạn sẽ như thế nào?  Đời sống của tất cả chúng ta sẽ ra sao?

Chương

# 16

# ÔN TẬP BỐN

# NGỮ PHÁP & TỪ VỰNG

**I.     Điền vào chỗ trống với:**

> *cho bằng được, mà, một ngày ba lần, thể nào... cũng, càng ...càng, nốt, làm sao (mà), đi, ra, có.*

\* *chú ý: một từ có thể dùng nhiều lần.*

1.     Anh muốn nghe tin giật gân hôm nay thì cứ bật tivi lên _____ xem.

2.     Trong tất cả các diễn viên Hollywood, diễn viên _____ tôi thích nhất là Katherine Hepburn.

3.     Không hiểu tại sao dạo này anh ấy béo_____ nhưng chị ấy lại gầy _____.

4.     Tuần trước mình _____ đi bưu điện mua báo dài hạn. Họ nói rằng tháng sau mới bắt đầu giao báo.

5.     Mỗi ngày tôi hút _____ một điếu thuốc lá . _____ sức khoẻ tôi không tốt được?

6.     _____ tập thể dục người anh ấy _____ to ra.

7.     Đứa bé con muốn mẹ mua kẹo _____.

8.     Bác sĩ bảo ông ấy phải uống thuốc ho_____.

9.     Trời rét như thế mà cháu không mặc áo len. _____ cháu _____ sẽ bị cảm.

10.    Bài tập này em làm chưa xong, phải làm _____ mấy câu ở cuối bài.

## II.   Làm câu

**Hãy làm câu với những từ sau đây:**

1.   có duyên                                  2.   mẫu người
3.   có óc khôi hài                       4.   vui tính
5.   chóng mặt                             6.   khoẻ như vâm
7.   bảo hiểm sức khoẻ              8.   tai nghe mắt thấy
9.   quảng cáo                             10.   phóng viên


## III.   Just Say It in Vietnamese

1.   Please wait a moment; the nurse is in the middle of applying the medication to a patient.

2.   The students read everything and did not skip (to leave out) the advertisement page in the magazine article as we thought they did.

3.   Pneumonia is a disease that causes the patient to have a high fever and his lungs to swell.

4.   I worked out too much yesterday; today my whole body aches.

5.   My (maternal) grandmother has been suffering from chronic headaches for many years now. That's why she takes aspirin three times a day.

6.   Where does your abdomen hurt?  You fell down on your bicycle while delivering the paper?

7.   Because of cancer, my sister-in-law is very skinny and her limbs have atrophied (= become smaller).

8.   My cousin is just lazy: he is strong like a horse but weak as a snail when he has to work.

9.   Please sit here and watch the latest news. The nurse will take your temperature and x-ray your back.

10.   He is my ideal type of person but very hard to please; that's why I do not enjoy going out with him.

## IV.    Viết chuyện: Điền vào chỗ trống

### 1. Hình dáng và tính tình

| Dùng từ vựng sau đây: |
| --- |
| *trắng* |
| *xấu* |
| *gầy* |
| *mỏng* |
| *to* |
| *dài* |
| *thấp* |
| *bồ câu* |
| *trắng như trứng gà bóc* |
| *độc ác* |
| *dọc dừa* |
| *kín đáo* |
| *có duyên* |
| *lúm đồng tiền* |
| *giả dối* |

**Mai Linh:** Người ấy không cao không _____, không béo không _____ . Đôi mắt không _____, không nhỏ; đôi môi không dày, không _____; dáng người không _____, không đẹp; chân tay không _____ không ngắn; nước da không đen, không_____ .

**Monique:** Người này cao ráo, đôi mắt _____, mũi _____ , má _____ và da _____. Khi nói chuyện thì lịch sự và rất _____. Người này hiền lành chứ không _____, thành thật chứ không _____. Người này ít nói vì tính tình _____ .

**Thành:** Tôi đoán được rồi!!  Mai Linh tả hình dáng mẫu người lý tưởng. Còn Monique thì...thì tả tôi đây, đúng không nào?

### 2. Thân thể và sức khoẻ

| Dùng từ vựng sau đây: |
| --- |
| *tiêm* |
| *bệnh viện* |
| *thuốc* |
| *đau tim* |
| *đi tả* |
| *ung thư* |
| *bị cúm* |
| *bảo hiểm sức khoẻ* |
| *đơn* |

Hôm nay _____ đông bệnh nhân quá!  Bác sĩ và y tá làm việc luôn tay luôn chân mà vẫn không hết việc. Người thì đau bụng nhức đầu vì bị cảm hay_____ , người thì buồn nôn _____ vì ăn đồ ăn không tốt . Đấy là chưa nói đến những người bị bệnh nặng như viêm gan, _____ hay _____. Y tá phải _____, chiếu x-quang, còn bác sĩ thì vừa khám bệnh vừa viết _____ cho _____. Bệnh nhân nào không có _____ thì lo không đủ tiền trả bác sĩ hay mua thuốc. Tốt nhất là nên cẩn thận, đừng bao giờ ốm cả.

### 3.     Thông tin đại chúng

Dùng từ vựng sau đây:

tạp chí

sách vở

tin tức

thế giới

truyền thanh

mà

ra đi ô

báo chí

một ngày

thư điện tử

Thông tin đại chúng mười mấy năm gần đây đã đi rất xa. Không phải chỉ có _____ , _____ , _____ hay truyền hình như trước mà còn có cả Internet nữa. Bây giờ chúng ta có thể nghe _____ trong nước hay ngoài nước hai mươi bốn tiếng _____ . Viết _____ thì vài phút sau là người nhận nhận được. _____ hình như đã nhỏ lại. Chúng ta chẳng cần phải đi đâu cả, cứ ngồi trong phòng khách bật tivi lên _____ xem. Ai không có tivi thì nghe _____; không thì vừa uống cà phê vừa đọc báo hay _____ cũng được.

# TỤC NGỮ/CA DAO

**Choose one *tục ngữ*/*ca dao* from each section below. Explain each meaning and then indicate in what situations each can be used.**

**Chương 13:**

Cái nết đánh chết cái đẹp.

Gái tham tài, trai tham sắc.

Mỏng môi hay hớt,
Dày môi hay hờn.

Con mắt lá răm,
Lông mày lá liễu,
Đáng trăm quan tiền.

**Chương 14:**

Chữa bệnh như chữa lửa.

Chữa được bệnh, không ai chữa được mệnh.

Chữa lợn lành ra lợn què.

**Chương 15:**

Nói có sách, mách có chứng

Kẻ nói đơn, người nói kép.

Tiếng lành đồn xa, tiếng dữ đồn xa,
Tiếng lành tiếng dữ đồn ba ngày đường.

# T H Ự C   H À N H

## Thực hành 1

## Bề ngoài

**Nói chuyện với bạn. Hỏi bạn những câu hỏi sau đây:**

1.  Bề ngoài của một người có quan trọng không?  Tại sao?

2.  Muốn <u>nhận diện</u> (to identify) một người, bạn nghĩ những <u>đặc điểm</u> (characteristics) nào quan trọng?

3.  Bạn thích có một người bạn như thế nào?  Tại sao?

## Thực hành 2

## Tính tình

Hãy nói về tính tình của một người mà bạn ưa thích nhất hay một người mà bạn ghét nhất và cho biết tại sao.

## Thực hành 3

## Tả người

Sinh viên A và sinh viên B nói chuyện với nhau.

**Sinh viên A:** nghĩ đến một người <u>nổi tiếng</u> (well known) và tả mặt mũi, hình dáng, nghề nghiệp và hai tính tốt hoặc hai tính xấu của người ấy.

**Sinh viên B:** lắng nghe, đặt câu hỏi và đoán xem người nổi tiếng đó là ai.

## Thực hành 4

### Đi khám bệnh

Sinh viên A là bệnh nhân và sinh viên B là bác sĩ. A sẽ <u>than phiền</u> (to complain) với bác sĩ những gì khi:

1.    bị cúm?         3.    bị cảm?
2.    bị trúng độc?     4.    bị nhức răng?

## Thực hành 5

### <u>Cáo ốm</u> (to call in sick)

**Sinh viên A**

Bạn không bị ốm nhưng không muốn đi làm ngày thứ sáu. Hãy gọi điện thoại đến chỗ làm việc để xin nghỉ. Bạn biết là thứ sáu và thứ hai thường có nhiều người cáo ốm để có 3 ngày nghỉ cuối tuần. Người quản lý chỗ việc làm của bạn cũng có thể nghĩ là bạn cáo ốm để đi chơi.

**Sinh viên B**

Bạn quản lý một văn phòng. Hôm nay là thứ sáu. Bạn biết là thứ sáu và thứ hai thường có nhiều người cáo ốm để có 3 ngày nghỉ cuối tuần  Một nhân viên gọi điện thoại vào xin nghỉ ốm. Bạn không tin người ấy. Hãy hỏi nhiều về chứng bệnh của người ấy.

## Thực hành 6

### Bị <u>gẫy</u> (broken) chân

Tuần trước bạn đi trượt tuyết bị gẫy chân. Bây giờ bạn phải nghỉ ở nhà, không đi làm hay đi chơi đâu được. Hãy gọi điện hay viết thư cho một người bạn ở xa để kể cho người ấy biết về sức khoẻ của bạn.

# V I Ế T   C H Í N H   T Ả

 **1. Tập đọc bài chính tả cho trôi chảy.**

## Anh chàng đẹp trai

Anh chàng này khoảng hai mươi mấy tuổi, mặt mũi thông minh và đẹp trai. Hắn ăn mặc rất dễ coi: quần bò, áo sơ-mi và giày thể thao. Hắn ăn nói có duyên nên được nhiều cô gái thích. Mẫu người phụ nữ đẹp của hắn là những cô gái thanh mảnh, tóc đen, dài và thẳng.

Người ta không hiểu tại sao bao nhiêu cô gái đẹp như trên đã bị giết chết. Tin tức các cô bị giết qua báo chí, truyền thanh, truyền hình làm nhiều người lo lắng. Nghiên cứu mãi, cảnh sát thấy rằng nơi nào các cô bị giết thì đều có hắn.

Không ai ngờ, ngay cả gia đình hắn cũng không biết rằng, sau khuôn mặt đẹp trai và thông minh ấy, hắn là một con người độc ác, một kẻ giết người.

 **2.   Trả lời câu hỏi:**

    1.1    Hãy đoán nghĩa tiếng Anh của: hắn, giết, phụ nữ, mãi, kẻ.

    1.2    Hãy tả bề ngoài của kẻ giết người .

    1.3    Mẫu người phụ nữ hắn thích như thế nào?

    1.4    Tại sao các cô gái ưa thích hắn?

    1.5    Làm sao mà cảnh sát biết hắn là kẻ giết người?

    1.6    Bạn nghĩ gì về bề ngoài và tính tình của kẻ giết người?

 **3.   Viết chính tả .**

Dictation recorded on CD 3.

# 17 Giáo dục & nghề nghiệp

*CHAPTER 17 PRESENTS VOCABULARY USEFUL FOR DISCUSSING EDUCATION, OCCUPATIONS, JOB QUALIFICATIONS, AND JOB SEARCH.*

# TỪ VỰNG VÀ THỰC HÀNH

## I Giáo dục

### Từ vựng, phát âm và chính tả 1:

#### Giáo dục
*Education*

| | |
|---|---|
| bảo vệ luận án | to defend a thesis |
| bằng | diploma, degree |
| (bằng) cử nhân | bachelor's degree |
| đào tạo | to train |
| học kỳ/khóa | semester, quarter |
| học sinh | student (K-12) |
| luận án | thesis |
| mẫu giáo | kindergarten |
| mù chữ | to be illiterate |
| người có học | educated person |
| nhà trẻ | daycare center |
| niên học | school year |
| (bằng) thạc sĩ | master's degree |
| (bằng) tiến sĩ | doctorate |
| tiểu học | elementary school (gr. 1-5) |
| trung học cơ sở | middle school (gr. 6-9) |
| (bằng) trung học phổ thông | high school diploma (gr. 10-12) |

**Thành ngữ**

**Học ít mà tinh**     Learn a little but master it
Không cần học nhiều; **học ít mà tinh** là được rồi.

**Thực hành  1**

**Trả lời câu hỏi:**

1.    Khi lên sáu tuổi bạn học lớp mấy? Trường nào?

2.    Khi mười hai tuổi bạn đã học trung học cơ sở chưa?
      Lớp mấy?

3.    Khi tốt nghiệp trung học phổ thông bạn bao nhiêu tuổi?

4.    Sau khi tốt nghiệp đại học, bạn có định học lấy bằng thạc sĩ hay
      tiến sĩ không?  Tại sao?

5.    Trước khi được bằng tiến sĩ, sinh viên phải bảo vệ gì?

6.    Mù chữ là gì?

7.    Sinh viên học ở đâu?  Học sinh học ở đâu?

8.    Bạn đang học lấy bằng gì?

9.    Người có học có mù chữ không?

10.   Ở trường của bạn, một học kỳ là mấy tháng?  Một niên học có mấy
      học kỳ?


**Thực hành 2**

**Tell what happens educationally before or after the following
situations:**

VÍ DỤ:

*Mẫu giáo: - Trẻ em thường đi học mẫu giáo khi lên 3 hay 4 (tuổi).*

*18 tuổi :   - Người ta thường tốt nghiệp trung học khi mười tám tuổi.*

1.  lên sáu                          5.   tốt nghiệp cử nhân

2.  tốt nghiệp trung học phổ thông   6.   mười một tuổi

3.  lên đại học                      7.   học xong trung học cơ sở

4.  tốt nghiệp tiến sĩ               8.   đi nhà trẻ

# II  *Môn học và ngành học*

### <u>Từ vựng, phát âm và chính tả 2:</u>

## Môn học và ngành học
*Subjects and Fields of Study*

| địa (lý) | geography | tâm lý (học) | psychology |
|---|---|---|---|
| hoá (học) | chemistry | tin học | computer information system |
| hoá sinh | biochemistry | toán | mathematics |
| kinh doanh | business | triết học | philosophy |
| (vật) lý | physics | văn học | literary studies |
| sinh học | biology | xã hội học | sociology |
| sư phạm | pedagogy | y khoa | medicine |

| **Hội thoại 1** | **Học ngữ pháp 43** |
|---|---|

MONIQUE    Học kỳ này Việt học mấy lớp?

VIỆT    Em học hai lớp: Sử và văn hoá.

MONIQUE    Có hai lớp thôi à?

VIỆT    **Thà** học ít mà tinh **còn hơn** học nhiều mà quên. Đùa thôi! Thật ra em phải nghiên cứu nữa nên không có thì giờ.

MONIQUE    Chị học ba lớp. Robert cũng thế. Chị nghe nói lớp xã hội học hay lắm. Không biết Mai Linh thì sao?

VIỆT    Mai Linh bảo em nên học càng nhiều lớp càng tốt.

**Thực hành 3**

**Trả lời câu hỏi về hội thoại 2:**

1.    Tại sao Việt chỉ học hai lớp học kỳ này?
2.    Việt nói đùa gì với Monique ?
3.    Monique sẽ đặc biệt học lớp nào?  Vì sao?
4.    Robert sẽ học mấy lớp?
5.    Bạn có biết Mai Linh học mấy lớp không?

**Thực hành 4**

Dùng hội thoại 1 làm mẫu, hãy nói chuyện về các môn học mà bạn thích.

**Bia:**
**Văn Miếu**
Stele announcing names of the highest achieving scholars in 11th century Vietnam

# III  *Nghề nghiệp*

## Từ vựng, phát âm và chính tả 3:

### Nghề nghiệp
*Occupations*

| | |
|---|---|
| bị đuổi | to be fired |
| chủ nhân | employer |
| dùng | to use |
| điều kiện | requirement |
| đơn xin việc | job application |
| kế toán | bookkeeping |
| kinh nghiệm | experience |
| lương | salary |
| máy tính/vi tính | computer |
| nhân viên | employee |
| nộp hồ sơ | to submit a file |
| phụ tá | assistant |
| sơ yếu lý lịch | résumé, CV |
| sử dụng | to use |
| tài chính | finances |
| thất nghiệp | to be unemployed |
| thu nhập | income |
| thuê | to hire |
| tiếp thị | marketing |
| tuyển | to recruit |
| ứng viên | applicant |
| về hưu/nghỉ hưu | to retire |
| xin việc | to apply for a job |

**Thành ngữ**

**đồng lương chết đói**
starving salary
Nhiều người có bằng đại học mà chỉ làm được **đồng lương chết đói** thôi.

**lương ba cọc ba đồng**
low, fixed salary
Làm phụ tá thì **lương ba cọc ba đồng**.

## Thực hành 5

**Trả lời câu hỏi:**

1.      Bạn đã có kinh nghiệm làm nghề nào?

            - máy tính?                    - kế toán?

            - nhân viên tiếp thị?          - phụ tá tài chính?

2.      Hãy nói lý do vì sao bạn chọn hay không chọn những nghề ấy.

## Thực hành 6

Bạn sẽ làm gì khi tìm việc?  Hãy xếp thứ tự những việc bạn sẽ làm sau đây:

.............      gọi điện thoại cho công ty hỏi về điều kiện tuyển nhân viên

.............      đọc báo

.............      nộp đơn xin việc

.............      hỏi bạn hay người quen về việc làm

.............      đi phỏng vấn

.............      viết sơ yếu lý lịch

| Hội thoại 2 | Học ngữ pháp 44 & 45 |

TÚ            Thành ơi! công ty cậu có cần người không?

THÀNH         Có, họ đang tuyển nhiều nhân viên tiếp thị lắm. Ơ, tớ tưởng cậu
              đang <u>dạy kèm</u> (to tutor) **mà**.

TÚ            Giời ơi, lương chết đói mà !   Làm sao mà sống nổi?

THÀNH         Thế ra cậu tính đổi việc à?

TÚ            Ừ, tớ hy vọng tìm việc nào có thu nhập khá hơn. Làm **tạm** cho
              đến khi ra trường.

THÀNH         Rất dễ. Cậu đọc quảng cáo này đi.

| **Thực hành 7** |

**Trả lời câu hỏi về hội thoại 2:**

1.    Bây giờ Tú đang làm việc gì?
2.    Tại sao Tú muốn tìm việc làm khác?
3.    Công ty của Thành đang làm gì?

| **Thực hành 8** |

Dựa vào hội thoại 2, nói chuyện với bạn. Dùng những nghề khác. <u>Thay thế</u> (to substitute) nhân viên tiếp thị bằng:

1.    phụ tá kế toán
2.    giáo viên trung học phổ thông
3.    thư ký

<table>
<tr>
<td>

C

T

Y

P

H

Á

T

C

A

O

</td>
<td>

### Cần tuyển

**- Kế toán:** tốt nghiệp Đại học Kinh tế hay Tài chánh, biết hệ thống kế toán Mỹ, biết tiếng Anh và Hoa ngữ.

**- 1 Nữ thư ký:** tốt nghiệp đại học, biết Anh ngữ (bằng C) và Hoa ngữ.

**- 1 Nữ phụ tá văn phòng:** tuổi từ 20-28, tốt nghiệp đại học, biết Anh ngữ (bằng B), biết sử dụng thiết bị văn phòng và nghiệp vụ xuất nhập khẩu.

**- Tiếp thị:** 5 người
  <u>Điều kiện</u>: tốt nghiệp đại học, có kinh nghiệm tiêu thụ sản phẩm.

Ứng viên hội đủ điều kiện nộp lý lịch kèm ảnh có xác nhận của địa phương đến **89 đường Nguyễn Khoái, Q.4.** Không hoàn lại hồ sơ nếu không được tuyển.

</td>
</tr>
</table>

| Hội thoại 3 | Học ngữ pháp 46 |

*Sau khi đọc quảng cáo CẦN TUYỂN của công ty Phát Cao*

TÚ             Thành, tớ có kinh nghiệm tiếp thị đâu.

THÀNH          À, nhưng cậu học ngành kinh tế và <u>thạo</u> (fluent) tiếng Pháp.

TÚ             Chưa chắc. Họ dành ưu tiên cho người biết về tiếp thị mà.

THÀNH          Cậu cứ thử nộp đơn xin việc xem sao.

TÚ             Ừ, biết đâu đấy nhỉ? À, cậu vừa được lên lương, đúng không?

THÀNH          Ừ, bây giờ tớ làm tiếp thị **kiêm** phụ tá kế toán.

| Thực hành 9 |

**Trả lời câu hỏi về hội thoại 3:**

1.     Theo quảng cáo, ai có thể xin làm nhân viên tiếp thị?
2      Bạn nghĩ Tú sẽ xin được việc tiếp thị hay không? Tại sao?
3.     Thành đang làm việc gì?

| Thực hành 10 |

Sinh viên A là chủ nhân công ty Phát Cao, sinh viên B là ứng viên. Hãy dựa vào mục quảng cáo CẦN TUYỂN trên để phỏng vấn và nói chuyện.

**Hội thoại 4**

CHỦ NHÂN          Cô có biết sử dụng máy tính không?

MONIQUE           Dạ, có. Tôi dùng thạo hơn bốn năm nay rồi.

CHỦ NHÂN          Cô cũng thạo tiếng Việt quá. Cô học được bao lâu rồi?

MONIQUE           Cám ơn ông. Ba năm rồi ạ.

CHỦ NHÂN          Cô đang đi học, phải không?   Thế bao giờ cô có thể bắt
                  đầu làm việc?

MONIQUE           Dạ, tuần sau ạ.

**Thực hành 11**

**Trả lời câu hỏi về hội thoại 4:**

1.      Monique có kinh nghiệm gì?

2.      Monique nói tiếng Việt thế nào?  Vì sao?

3.      Khi nào Monique có thể đi làm được?

4.      Bạn nghĩ chủ nhân sẽ tuyển Monique hay không?  Vì sao?

**Thực hành 12**

Sau đây là tờ Sơ Yếu Lý Lịch các ứng viên xin việc làm ở Việt Nam phải điền. Hãy dùng tờ Sơ Yếu Lý Lịch để nói chuyện với bạn. Sinh viên A đặt câu hỏi và sinh viên B trả lời. (Skip what is not applicable by writing: *không thích hợp*)

# CỘNG HÒA XÃ HỘI CHỦ NGHĨA VIỆT NAM
## Độc lập -- Tự do -- Hạnh phúc

# SƠ YẾU LÝ LỊCH

## PHẦN I: LỊCH SỬ BẢN THÂN

1. Họ và tên.................................... 2. Nam, nữ ...........................

3. Ngày tháng năm sinh ...........................................................

4. Thường trú số nhà ........................... đường............................

   Phường, xã ........................... Quận, huyện ...........................

5. Dân tộc ........................... Tôn giáo...........................

6. Trình độ văn hoá: ...........................................................

   Ngày tham gia tổ chức (nông hội, hội phụ nữ, công đoàn) ...................

   .............................................. tại ...........................

8. Ngày vào Đoàn thanh niên cộng sản Hồ Chí Minh............... tại ..........

9. Ngày vào đảng Cộng Sản Việt Nam ........................... tại ...........

10. Quá trình bản thân (tóm tắt từ lúc 12 tuổi đến nay, làm gì, ở đâu?) ........

    ...........................................................................

    ...........................................................................

    ...........................................................................

    ...........................................................................

## PHẦN II: QUAN HỆ GIA ĐÌNH

11. Họ tên cha ........................... Sinh năm ...........................

    nghề nghiệp (chức vụ và cấp bậc) trước và sau 30-4-75

    ...........................................................................

    ...........................................................................

    Chỗ ở hiện nay ...........................................................

12.    Họ tên mẹ ........................................... Sinh năm .............................................

nghề nghiệp (chức vụ và cấp bậc) trước và sau 30-4-75

...........................................................................................................

...........................................................................................................

Chỗ ở hiện nay ...........................................................................

13.    Họ tên vợ (hoặc chồng)............................... Sinh năm............................................

nghề nghiệp (chức vụ và cấp bậc) trước và sau 30-4-75

...........................................................................................................

...........................................................................................................

...........................................................................................................

Chỗ ở hiện nay ...........................................................................

14.    Họ tên các con: tuổi? làm gì? ở đâu?

...........................................................................................................

...........................................................................................................

...........................................................................................................

...........................................................................................................

15.    Họ tên anh, chị, em ruột: tuổi? làm gì? ở đâu?

...........................................................................................................

...........................................................................................................

...........................................................................................................

...........................................................................................................

Ngày ............. tháng ............. năm 199 .............

Người làm đơn

(ký tên)

Họ tên .............................................

NHẬN XÉT VÀ CHỨNG NHẬN CỦA CHÍNH QUYỀN ĐỊA PHƯƠNG

Nội dung chứng nhận cần ghi bản lý lịch này đúng hay sai. Nếu sai thì ghi rõ sai ở chỗ nào, (có thể nhận xét thêm về tư cách nghề nghiệp và hoàn cảnh người xin việc làm).

Ngày ............. tháng ............. năm 199.......

UBND Phường, Xã .............................................

## BẢNG TÓM TẮT TỪ VỰNG VÀ CÂU MẪU

### Giáo dục

| | | | |
|---|---|---|---|
| bảo vệ | to defend (a thesis) | người có học | educated person |
| bằng | diploma, degree | nhà trẻ | daycare center |
| (bằng) cử nhân | bachelor's degree | niên học | school year |
| đào tạo | to train | (bằng) thạc sĩ | master's degree |
| học kỳ/khóa | semester, quarter | (bằng) tiến sĩ | doctorate degree |
| học sinh | student (K-12) | tiểu học | elementary school (gr. 1-5) |
| luận án | thesis | trung học cơ sở | middle school (gr. 6-9) |
| mẫu giáo | kindergarten | (bằng) trung học phổ thông | high school |
| mù chữ | to be illiterate | | diploma (gr. 10-12) |

### Môn học và ngành học

| | | | |
|---|---|---|---|
| địa (lý) | geography | tâm lý (học) | psychology |
| hóa (học) | chemistry | tin học | computer information system |
| hoá sinh | biochemistry | toán | mathematics |
| kinh doanh | business | triết học | philosophy |
| (vật) lý | physics | văn học | literary studies |
| sinh học | biology | xã hội học | sociology |
| sư phạm | pedagogy | y khoa | medicine |

### Nghề nghiệp

| | | | |
|---|---|---|---|
| bị đuổi (việc) | to be fired | sơ yếu lý lịch | résumé |
| chủ nhân | employer | sử dụng | to use |
| dùng | to use | tài chính | finances |
| điều kiện | requirement | thất nghiệp | to be unemployed |
| đơn xin việc | job application | thu nhập | income |
| kế toán | accounting | thuê | to hire |
| kinh nghiệm | experience | tiếp thị | marketing |
| lương | salary | tuyển | to recruit |
| máy tính/vi tính | computer | ứng viên | applicant |
| nhân viên | employee | về hưu/nghỉ hưu | to retire |
| nộp hồ sơ | to submit a file | xin việc | to apply for a job |
| phụ tá | assistant | | |

## B Ả N G   T Ó M   T Ắ T   T Ừ   V Ự N G   V À   C Â U   M Ẫ U

### Thành ngữ

| | |
|---|---|
| **đồng lương chết đói** | starving salary |
| **học ít mà tinh** | learn only a little, but master it |

### Câu mẫu

Tôi là sinh viên **kiêm** thư ký.

Anh ấy làm **tạm** ở McDonald hai tháng.

Tôi không thích làm thư ký ở đó **mà**.

**Thà** nghèo mà khoẻ mạnh **còn hơn** giàu có mà ốm yếu.

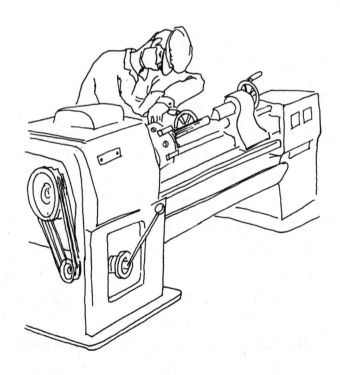

---

# NGỮ PHÁP VÀ CÁCH DÙNG TỪ

### 43. Indicating Choices with *thà... còn hơn*

**Thà ...còn hơn** "would rather...than" is used in a situation where the only option is to choose the lesser of two evils.

> *Toán cũng khó, nhưng* <u>thà</u> *tôi học toán* <u>còn hơn</u> *học lý hóa.*
> Math is also difficult, but I <u>would rather</u> learn math <u>than</u> learn physics and chemistry.

> <u>Thà</u> *tôi bị thất nghiệp* <u>còn hơn</u> *làm việc này.*
> I <u>would rather</u> be unemployed <u>than</u> take this job.

\***Note**: The second choice can be omitted if one does not want to mention it.

> <u>Thà</u> *nộp đơn xin việc muộn* <u>còn hơn</u> *(không nộp).*
> <u>It's better</u> to submit a job application late (<u>than</u> not).

> <u>Thà</u> *bị đuổi việc* <u>còn hơn</u> *(nói dối).*
> I <u>would rather</u> be fired (<u>than</u> tell a lie).

 **Bài tập 43.1**

Dùng **thà... còn hơn** để trả lời những câu hỏi sau đây:

1. Ngày mai trời mưa thì bạn sẽ làm gì? Lau nhà hay quét sân?
2. Tại sao bạn lại ở nhà tối thứ bảy mà không đi chơi với anh ấy?
3. Tại sao bạn không đi xem kịch mà ở nhà xem ti vi?
4. Bạn sẽ chọn gì: <u>thất nghiệp</u> (to be unemployed) hay làm việc mà bạn không thích?
5. Bạn thích vào lớp học muộn hay nghỉ học một ngày?
6. Bạn thích làm việc mình không thích nhưng lương cao hay làm việc bạn thích nhưng lương thấp?
7. Đi làm <u>ca đêm</u> (night shift) hay không có tiền?
8. Bạn muốn về hưu sớm hay tìm việc làm khác nếu bị đuổi việc?

 **Bài tập 43.2**

Dịch những câu trả lời của bài tập 43.1 sang tiếng Anh.

## 44.    Contradicting or Expressing Annoyance with *mà*

**a.**     The final particle **mà** can be used to contradict:

--*Tôi muốn nghỉ làm việc này.*

  I want to quit this job.

-- *Sao lạ thế? Tôi tưởng anh thích việc ấy lắm <u>mà</u>.*

  That's strange! I thought you liked that job very much, actually.

**b.**     The final particle **mà** can also be used to express the speaker's annoyance with the listener who fails to understand a previously emphasized point, as in:

-- *Chị không thích làm việc với máy vi tính à?*

  You don't like to work with computers?

-- *Tôi thích lắm <u>mà</u>!*   I like it very much. [I already told you so]

-- *Sang năm ông sẽ về hưu à?*        You are retiring next year?

-- *Không, tôi chưa đến 65 tuổi <u>mà</u>!*   No, I am not 65 years old yet. [Gosh!]

    | Bài tập 44 |

Dùng **mà** để trả lời những câu hỏi sau đây:
1.     Mấy giờ ngày mai anh đi phỏng vấn ở hãng IBM?
2.     Chị sẽ lấy bằng tiến sĩ ở đây hay ở Việt Nam?
3.     Bao giờ cô sẽ đi nghiên cứu ở Hà Nội?
4.     Ngày mai chúng ta được nghỉ học, phải không?
5.     Anh đã học tiểu học ở trường Phan chu Trinh à?
6.     Cậu đã nộp hồ sơ và sơ yếu lý lịch chưa?
7.     Phổ thông trung học là từ lớp mấy đến lớp mấy?
8.     Trong lớp tiếng Việt có mấy sinh viên học xã hội học?
9.     Làm nghề nào có thu nhập cao ?
10.    Ông ấy có đồng lương chết đói.

## 45.    Opting for a Temporary Alternative with *tạm*

**Tạm** can either precede or follow a verb to express a temporary option, as in:

*Tôi sẽ làm <u>tạm</u> việc này cho đến khi tìm được việc khác.*
I will take this job, <u>for the time being</u>, until I find another one.

*Cậu cứ <u>tạm</u> làm nhân viên tiếp thị đi.*
Just work as a marketing rep <u>for the time being</u>.

    Bài tập 45

Hãy dùng **tạm** để hoàn chỉnh những câu sau đây:

> VÍ DỤ:        *Hôm nay trời mà mưa thì....*
> *Hôm nay trời mà mưa thì mình ở nhà xem tivi <u>tạm</u> vậy.*

1.    Chị chưa có máy vi tính thì...
2.    Anh không thích làm thợ may thì...
3.    Xin việc ở hãng IBM không được thì...
4.    Không có sơ yếu lý lịch thì nộp...
5.    Nếu ông ấy không được làm bác sĩ thì...
6.    Anh chưa tìm được việc làm thì...
7.    Nếu không học thạc sĩ sau khi tốt nghiệp đại học thì...
8.    Anh không <u>đăng ký</u> (to register) vào lớp dân tộc học học kỳ này được thì...
9.    Cháu không thuê nhà mặt đường được thì...
10.    Cửa hiệu chúng tôi hết thịt bò xào rồi, xin anh dùng...

## 46. Holding Concurrent Jobs: *kiêm*

**Kiêm** is used to connect two or more concurrent jobs. It indicates that a person is in charge of two or more functions at the same time--wearing different hats, so to speak.

> *Anh ấy là giám đốc <u>kiêm</u> kỹ sư.*
> He is <u>both</u> director and engineer.

**Kiêm** can also be used as a verb with the same meaning, as in:

> *Hãng này nhiều việc nên ai cũng phải <u>kiêm</u> hai ba việc một lúc.*
> This company has a lot of work, therefore everyone must do two or three jobs <u>at the same time</u>.

> ### Bài tập 46

**Những người sau đây phải làm 2, 3 việc một lúc. Họ sẽ <u>phàn nàn</u> (to complain) như thế nào?**

1. Một người làm nhiều việc ở một công ty: đánh máy, kế toán, tuyển nhân viên.

2. Một nữ y tá phải lái xe cho bệnh nhân.

3. Một sinh viên phải vừa học 5 lớp vừa giúp việc cho ông giám đốc công ty IBM 20 tiếng một tuần.

4. Một người vừa dạy học vừa làm hiệu trưởng một trường đại học.

5. Một chủ hiệu ăn phải đem cà phê cho khách.

# CULTURE NOTE

## Education in Vietnam

The current Vietnamese educational system is organized in three broad categories :

- **giáo dục mầm non** for ages 3-6,
- **giáo dục phổ thông**, which is divided into level 1 *tiểu học* (elementary education, grades 1-5), level 2 *trung học cơ sở* (basic high school, grades 6-9), and level 3 *trung học phổ thông* (general high school, grades 10-12)
- **giáo dục đại học**.

To graduate from one level to another requires passing the qualifying examinations for the higher level. Thus, a student has to pass the elementary school exams, the basic high school exams, and the general high school exams before entering college. The high school diploma is called *bằng trung học phổ thông*.

The academic year (beginning September and ending in May) is divided into two semesters, with a brief break of 1-2 days in between.

The Vietnamese government is currently experimenting with bringing back the three majors for Trung học phổ thông students: major A for the Natural Sciences, major B for Sciences and Technology, and major C for Foreign Languages and the Social Sciences. Those three majors existed in North Vietnam until 1954 and in South Vietnam until 1975. Nowadays, the four most popular subjects of study are English, Computer Science, Economics, and Law (*nhất Anh, nhì Tin, tam Kinh, tứ Luật*).

Since 1990, with the *đổi mới* policy, the Vietnamese government has allowed the opening of semi-private and private schools to lessen the competitive impact of the examinations and to meet the educational needs of more students. Tuition fees depend on whether one attends a public, semi-private, or private school and can range from 20,000 đồng to 250,000 đồng per year.

*Tiên học lễ, hậu học văn.*

*Học thày không tày học bạn.*

*Không thày đố mày làm nên.*

*Nhất sĩ, nhì nông*

*Hết gạo chạy rông,*

*Nhất nông nhì sĩ.*

# T  Ậ  P     N  G  H  E

**"Phỏng vấn xin việc"**

### Hãy lắng nghe

You are a staff assistant. Listen to four people being interviewed for jobs. Check the correct information on the chart below.

|  |  | #1 | #2 | #3 | #4 |
|---|---|---|---|---|---|
| **Education** | high school |  |  |  |  |
|  | college |  |  |  |  |
| **Type of job** | office job |  |  |  |  |
|  | hospital job |  |  |  |  |
|  | factory job |  |  |  |  |
|  | hotel job |  |  |  |  |
| **Previous experience** | none |  |  |  |  |
|  | some |  |  |  |  |
|  | a lot |  |  |  |  |

# T Ậ P   Đ Ọ C

 **"Du học với sinh viên ASEAN"**

## Trước khi đọc

- Bạn có biết tổ chức ASEAN gồm có những nước nào không?
- Những sinh viên nào có thể có <u>học bổng</u> (scholarship) để đi học nước ngoài?

## Chúng ta đọc

Bài báo sau đây được trích trong báo *Tuổi Trẻ*, phát hành tại Sài Gòn.

| <u>Từ vựng</u>: | |
|---|---|
| hoạt động | activity |
| đoàn thể | group |
| tài trợ | to fund |

## Bạn muốn du học với sinh viên ASEAN?

Một ý tưởng đã trở thành hiện thực: sinh viên bảy nước ASEAN cùng học với nhau trong một khóa học nào đó. Trước mắt là một học kỳ (16 - 18 tuần) hay ngắn hơn - hai tháng. Và trước nhất là ở bất cứ khoa nào thuộc Đại học Quốc Gia (NUS) và Đại học Kỹ thuật Nanyang tại Xingapo. Chương trình này được quĩ quốc tế Xingapo (Singapore International Foundation SIF) khởi xướng và tài trợ từ năm 1992.

Theo thông tin của SIF, các ứng viên tham dự chương trình này phải là sinh viên đại học hay cao học, trên 18 tuổi, thông thạo tiếng Anh. Và đặc biệt, phải là người năng động, hoạt động đoàn thể, xã hội và sinh viên. Toàn bộ chi phí máy bay, ăn ở, học bổng sẽ do SIF tài trợ.

Địa chỉ liên hệ:
SIF ASEAN visiting student fellowship programme 1996 - Singapore International Foundation, 111 Somerset Road #11-07, Devonshire Wing, Singapore 238164 Fax: 65 - 738 - 5234.

**Sau khi đọc**

1.    Một người bạn cùng lớp muốn xin đi du học với sinh viên ASEAN, nhưng không hiểu tiếng Việt. Hãy viết những điều kiện để xin du học bằng tiếng Anh cho người này.

2.    Ai tài trợ chương trình du học sinh viên ASEAN?

3.    Chương trình du học sinh viên ASEAN có từ năm nào?

4.    Hãy đoán nghĩa tiếng Anh của những từ sau đây:
      **Đừng dùng từ điển**: *ứng viên, tham dự, quĩ, cao học.*

5.    Nếu bạn là người phỏng vấn các ứng viên ASEAN thì bạn sẽ hỏi những câu hỏi nào? Hãy viết những câu hỏi ấy để hỏi một người bạn trong lớp.

# T Ậ P   V I Ế T   L U Ậ N   3 0 0

 Bạn muốn nộp đơn xin việc. Hãy viết một thư xin việc dài 300 từ để gửi cùng với hồ sơ xin việc của bạn.

**Use the ideas suggested below to organize your composition before writing.**

### DÀN BÀI

Thành phố, ngày, tháng, năm

1. **Nhập đề**

Tại sao bạn nộp đơn xin việc?  Xin làm việc gì?  Hiện giờ bạn đang làm gì? Làm ở đâu?

2. **Thân bài**

* Bạn có kinh nghiệm gì cho công việc bạn đang xin?
* Bạn có kinh nghiệm làm việc ấy bao lâu rồi?
* Bạn có thể làm những gì?
* Hãy nói về giáo dục của bạn: bạn đã học ở đâu và có bằng gì?
* Bạn đã được đào tạo như thế nào?
* Hãy nói về các sở thích của bạn như du lịch, giải trí và thể thao, tính tình của bạn, vân vân.

Ngữ pháp nên dùng:

* *kiêm -- tạm -- mà: relative pronoun -- cho bằng được: expression of determi nation -- luôn luôn -- tự/lấy/một mình -- indefinites+cũng --có...đâu/ không...đâu/chưa... đâu -- vừa...vừa*

3. **Kết luận**

Bạn có muốn được việc làm này không?  Bao giờ bạn có thể bắt đầu làm việc?  Nếu được việc làm này thì bạn có thấy hân hạnh lắm không?

# Chương *18* Tết Việt Nam

| COMPETENCIES | |
|---|---|

**COMPETENCIES**

\* Familiarizing oneself with Vietnam's most popular festivals

\* Extending New Year's wishes Vietnamese style

**Vocabulary and Spoken Activities**

Tết Nguyên Đán

Tết Trung Thu

**Grammar and Usage**

47. Using *dù/mặc dù*

48. Reduplicatives

49. Emphasizing with *không những..mà còn*

**Listening Comprehension**

Types of Holiday Foods

**Reading Comprehension**

Abstain from Housecleaning during Tết

*THE VOCABULARY IN CHAPTER 18 WILL ENABLE YOU TO UNDERSTAND AND TALK ABOUT TWO IMPORTANT FESTIVALS IN VIETNAM. YOU WILL READ ABOUT THE CUSTOMS AND TABOOS SURROUNDING THOSE FESTIVALS AS WELL AS LEARN HOW TO EXTEND NEW YEAR'S WISHES TO FAMILY AND FRIENDS.*

## TỪ VỰNG VÀ THỰC HÀNH

### I. Tết Nguyên Đán

**Từ vựng, phát âm và chính tả 1:**

**Tết Nguyên Đán**
*Vietnamese New Year*

| | |
|---|---|
| **ăn tết** | to celebrate Tết |
| **âm lịch** | lunar calendar |
| **bánh chưng** | steamed, sticky rice cake |
| **chúc** | to wish |
| **cúng** | to make offerings |
| **dương lịch** | solar calendar |
| **đậu xanh** | mung beans |
| **đón tết** | to welcome Tết |
| **gạo nếp** | sweet, sticky rice |
| **Giao Thừa** | New Year's eve |
| **hoa cúc** | chrysanthemum |
| **hoa đào** | cherry blossoms |
| **hoa mai** | a kind of yellow flower, sometimes known as plum flowers |
| **may mắn** | good luck |
| **mừng tuổi** | to celebrate someone's age |
| **mứt** | candied fruits or vegetables |
| **thọ** | to live long |
| **trang hoàng** | to decorate |

**Thành ngữ**

**tối như đêm ba mươi**   pitch dark
Trời **tối như đêm ba mươi** ấy, tôi không muốn ra ngoài sân đâu!

**Thực hành 1**

1.    Bạn có ăn tết năm mới hàng năm không?

2.    Bạn làm gì để chuẩn bị cho tết năm mới?

3.    Ở nước bạn, người ta chúc nhau những gì vào dịp năm mới?

4.    Bạn đã ăn gạo nếp, đậu xanh hay mứt chưa?  Trong ba thức ăn ấy, bạn thích thức ăn nào nhất?

5.    Bạn thích hoa cúc, hoa mai hay hoa đào nhất?

6.    Bạn thường trang hoàng nhà hay phòng của bạn như thế nào?

7.    Âm lịch là gì?  Và dương lịch?

8.    Gia đình bạn có cúng vào dịp năm mới không?

9.    Ở nước bạn, người ta có mừng tuổi năm mới không?

**Tìm hiểu 1**                                        **Học ngữ pháp 47, 48**

Theo phong tục <u>cổ truyền</u> (traditional), người Việt Nam có hai cái tết quan trọng nhất: tết Nguyên Đán và tết Trung Thu.

# Tết Nguyên Đán

Tết Nguyên Đán là ngày mồng một tháng giêng âm lịch. Người Việt thường chuẩn bị để đón Tết từ nhiều ngày trước. **Dù** có nhiều tiền hay không, ai ai cũng làm mứt, mua gạo nếp, đậu xanh, thịt lợn và lá chuối để gói bánh chưng. Người ta cũng *dọn dẹp* nhà cửa, mua hoa đào, hoa cúc hay hoa mai để trang hoàng cho *đẹp đẽ*.

Chiều ba mươi Tết, người ta làm cơm cúng Giao Thừa và mời tổ tiên về đón Tết với con cháu. Sáng sớm ngày mồng một Tết, con cháu trong nhà tụ họp để chúc thọ và chúc tết ông bà, cha mẹ. Trẻ con được người lớn cho tiền mừng tuổi . Sau đó, người ta đi nhà *họ hàng* và *bạn bè* để chúc mừng năm mới.

Tết Nguyên Đán là ngày tết lớn và quan trọng nhất đối với người Việt Nam. Đây là dịp để mọi người thân tụ họp với nhau, cùng nhau *vui vẻ* đón xuân và đón một năm mới tốt đẹp, *may mắn* hơn năm cũ.

**Thực hành  2**

**Trả lời câu hỏi về Tìm hiểu 1:**

1.  Người Việt  gọi năm mới là gì?

2.  Người Việt mời tổ tiên về ăn Tết Nguyên Đán với họ lúc nào?

3.  Người Việt thường ăn gì trong dịp Tết?

4.  Ngày mồng một Tết người Việt làm gì và đi đâu?

5.  Giao Thừa là gì?

6.  Người Việt làm bánh chưng bằng gì?

7.  Vì sao người Việt dọn dẹp nhà cửa vào dịp Tết?

8.  Vì sao Tết Nguyên Đán quan trọng đối với người Việt Nam?

9.  Người Việt dùng gì để làm cho nhà cửa đẹp vào dịp Tết Nguyên Đán?

10. Ngoài nước Việt Nam, bạn có biết nước nào cũng dùng âm lịch không?

## II Chúc tết

### Từ vựng, phát âm và chính tả 2:

### Chúc tết
*New Year's Wishes*

| | |
|---|---|
| học hành tấn tới | to make good progress at school |
| kính | respectfully |
| làm ăn phát tài | to have a prosperous business |
| lên chức | to get a promotion |
| lên lương | to get a pay raise |
| mọi/vạn sự như ý | everything as one wishes |
| nhân dịp | on the occasion of |
| sống lâu trăm tuổi | to live to 100 years |
| thành công | to succeed |
| thịnh vượng | to be prosperous |

Cờ người

| **Hội thoại 1** | **Học ngữ pháp 49** |

*Ngày mồng hai Tết ở nhà ông bà Chi, bố mẹ của Quỳnh.*

MONIQUE          Cháu chào hai bác ạ. Nhân dịp năm mới, cháu xin kính chúc hai bác và gia đình một năm mới thịnh vượng, thành công và làm ăn phát tài.

BÀ CHI           Cám ơn cháu. Hai bác cũng chúc cháu năm mới nhiều sức khoẻ, may mắn và vạn sự như ý.

QUỲNH            Mình chúc Monique thành công, **không những** trong việc học **mà còn** cả về tình yêu nữa.

MONIQUE          Quỳnh chúc hay thế! Mình thì phải chúc Quỳnh mọi sự như ý: lên chức, lên lương và tìm được một ông chồng triệu phú!

| **Thực hành 3** |

**Trả lời câu hỏi về hội thoại 1:**

1.    Monique chúc ông bà Chi những gì?
2.    Monique chúc Quỳnh những gì?
3.    Bạn nghĩ Quỳnh có thích lời chúc của Monique không? Tại sao?
4.    Bà Chi chúc Monique như thế nào?
5.    Quỳnh chúc Monique như thế nào?

**Hội thoại 2**

*Việt đến thăm nhà Sơn, một người bạn cùng lớp, ngày mồng 2 Tết.*

| | |
|---|---|
| ĐÀO | A! Chào anh Việt. Mời anh vào nhà chơi. |
| VIỆT | Đào ơi! Anh Sơn có nhà không, em? |
| ĐÀO | Anh ấy đi chúc Tết họ hàng với bố mẹ em rồi. |
| VIỆT | Thế à? Ra đây anh mừng tuổi cho nào. |
| ĐÀO | Năm mới em chúc anh nhiều sức khoẻ, may mắn, học giỏi và có thật nhiều bạn gái. |

*Việt cười và đưa cho Đào một tờ 20.000đ mới tinh.*

| | |
|---|---|
| VIỆT | Anh thì chúc em ngoan ngoãn, học giỏi và dồi dào sức khoẻ nhé. |

**Thực hành 4**

**Trả lời câu hỏi về hội thoại 2:**

1. Đào là gì của Sơn?
2. Bạn đoán Đào bao nhiêu tuổi? Sao bạn biết?
3. Bạn nghĩ Việt có thích lời chúc Tết của Đào không? Tại sao?

**Thực hành 5**

**Hãy chúc tết những người sau đây. Đọc Culture Note.**

| | | | |
|---|---|---|---|
| 1. | cha mẹ | 5. | thầy giáo/cô giáo |
| 2. | anh chị em | 6. | người yêu |
| 3. | ông bà | 7. | bố mẹ bạn |
| 4. | bạn học cùng lớp | | |

# The Twelve Animals in the Vietnamese Time Cycle

Tý (chuột) = mouse
1960
1972
1984

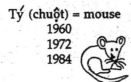

Sửu (trâu) = water buffalo
1961
1973
1985

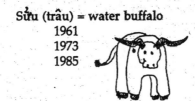

Dần (hổ) = tiger
1962
1974
1986

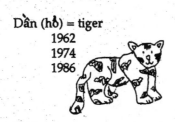

Mão (mèo) = cat
1963
1975
1987

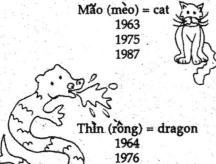

Thìn (rồng) = dragon
1964
1976
1988

Tỵ (rắn) = snake
1965
1977
1989

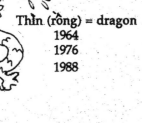

Ngọ (ngựa) = horse
1966
1978
1990

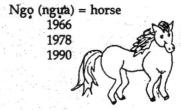

Mùi (dê) = goat
1967
1979
1991

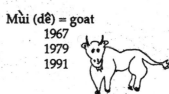

Thân (khỉ) = monkey
1968
1980
1992

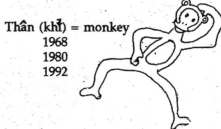

Dậu (gà) = rooster
1969
1981
1993

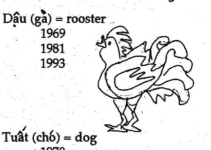

Tuất (chó) = dog
1970
1982
**1994**

Hợi (lợn) = pig
1971
1983
1995

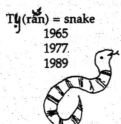
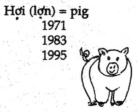

# III / *Tết Trung Thu*

## Từ vựng, phát âm và chính tả 3:

### Tết Trung Thu
*Mid-Autumn Festival*

| | |
|---|---|
| **bánh dẻo** | mooncake |
| **bánh nướng** | baked mooncake |
| **biếu** | to give as a present to someone older or of higher status |
| **đèn** | lantern |
| **múa sư tử** | lion dance |
| **rằm** | 15th day of the lunar calendar |
| **rước đèn** | lantern parade |
| **trăng tròn** | full moon |
| **trẻ con** | children |

## Tìm hiểu 2

## Tết Trung Thu

Tết Trung Thu là ngày rằm tháng tám âm lịch. Đây là ngày trăng tròn, đẹp và sáng nhất trong năm. Người ta mua bánh nướng bánh dẻo để biếu họ hàng và bạn bè. Trẻ con Việt Nam rất thích ngày tết này vì các em được chơi đèn Trung Thu và ăn nhiều bánh ngọt.

Buổi tối Trung Thu, người lớn thì ngồi ngoài sân uống nước chè, ăn bánh Trung Thu và ngắm trăng. Còn trẻ con thì vừa đi rước đèn vừa hát hoặc đi xem múa sư tử ở ngoài đường phố.

**Thực hành  6**

**Trả  lời câu hỏi về Tìm hiểu 2.**

1.    Rằm tháng tám âm lịch là ngày gì?

2.    Trẻ con Việt Nam được làm gì trong ngày Tết Trung Thu?

3.    Người lớn ăn tết Trung Thu như thế nào?

4.    Theo bạn, tết Trung Thu giống ngày lễ hay tết nào ở nước bạn?

5.    Bánh nướng, bánh dẻo còn được gọi là gì nữa?

6.    Bạn có biết vì sao người lớn ngồi ngoài sân buổi tối Trung Thu không?

## BẢNG TÓM TẮT TỪ VỰNG VÀ CÂU MẪU

### Tết Nguyên Đán

| | | | |
|---|---|---|---|
| ăn tết | to celebrate Tết | **Giao Thừa** | New Year's eve |
| âm lịch | lunar calendar | **hoa cúc** | chrysanthemum |
| bánh chưng | steamed, sticky rice cake | **hoa đào** | cherry blossoms |
| chúc | to wish | **hoa mai** | a kind of yellow flower, sometimes known as plum flowers |
| cúng | to make offerings | **may mắn** | good luck |
| dương lịch | solar calendar | **mừng tuổi** | to celebrate someone's age |
| đậu xanh | mung beans | **mứt** | candied fruits or vegetables |
| đón tết | to welcome Tết | **thọ** | to live long |
| gạo nếp | sweet, sticky rice | **trang hoàng** | to decorate |

### Chúc tết

| | | | |
|---|---|---|---|
| học hành tấn tới | to make good progress at school | **sống lâu trăm tuổi** | to live to 100 years |
| kính | respectfully | | |
| làm ăn phát tài | to have a prosperous business | **thành công** | to succeed |
| lên chức | to get a promotion | **thịnh vượng** | to be prosperous |
| lên lương | to get a pay raise | | |
| mọi/vạn sự như ý | everything as one wishes | | |
| nhân dịp | on the occasion of | | |

### Tết Trung Thu

| | | | |
|---|---|---|---|
| bánh dẻo | mooncake | **rằm** | 15th day of the lunar calendar |
| bánh nướng | baked mooncake | **rước đèn** | lantern parade |
| biếu | to give as a present | **trăng tròn** | full moon |
| đèn | lantern | **trẻ con** | children |
| múa sư tử | lion dance | | |

### Thành Ngữ

| | |
|---|---|
| tối như đêm ba mươi | pitch dark |

### Câu mẫu

**Dù** thời tiết xấu, họ vẫn ăn mừng tết.

Cô Linh **không những** đẹp **mà còn** học giỏi.

Năm mới chúc bạn **may mắn vui vẻ.**

## NGỮ PHÁP VÀ CÁCH DÙNG TỪ

### 47.   Using *dù/mặc dù*

**Dù** or **mặc dù** are conjunctions that connect two clauses with contrasting ideas. The main clause usually contains the adverb **vẫn**.

> <u>*Dù*</u> *không thích hai vợ chồng ông ấy lắm, chúng tôi* <u>*vẫn*</u> *vui vẻ chúc họ một năm mới thịnh vượng và thành công.*
> <u>Even though</u> we do not like them very much, we <u>still</u> cheerfully wished them a properous and successful new year.

> <u>*Mặc dù*</u> *có nhiều đồ ăn, không có bánh chưng thì* <u>*vẫn*</u> *không phải là Tết Nguyên Đán.*
> <u>Even though</u> there is a lot of food, it is <u>still</u> not the New Year without bánh chưng.

### Bài tập 47

Dùng **dù** hay **mặc dù** để ghép một mệnh đề ở cột A với một mệnh đề ở cột B.

> VÍ DỤ:       *A: Bé Mai đã no rồi.*
>              *B: Bé Mai vẫn ăn nhiều bánh chưng.*
>              *Dù đã no rồi bé Mai vẫn ăn nhiều bánh chưng.*

| A | B |
|---|---|
| 1. không có nhiều tiền | a. ông bà ấy vẫn nói là không đủ ăn |
| 2. ở xa | b. họ vẫn muốn giữ phong tục Việt Nam |
| 3. <u>làm ăn phát tài</u> | c. bà ấy vẫn tìm mua hoa đào và hoa cúc |
| (to have a prosperous business) | |
| 4. trời tối như đêm ba mươi | d. chị ấy vẫn thích ăn mứt vào dịp Tết |
| 5. thành công nhiều rồi | e. họ vẫn mua đủ thứ đồ ăn cho Tết |
| 6. nhà đã có nhiều hoa rồi | f. con cháu vẫn về để ăn Tết với gia đình |
| 7. không thích đồ ngọt | g. họ vẫn ra ngoài chơi |
| 8. ở nước ngoài | h. họ vẫn muốn <u>thành công</u> (to succeed) hơn nữa |

## 48.    Reduplicatives

**a.**    We have seen the frequent use of compound words in the Vietnamese language. Such words as

| | | |
|---|---|---|
| **mạnh khoẻ** | (strong, healthy) | to be healthy |
| **sử dụng** | (to employ, to use) | to use |
| **trang hoàng** | (to decorate, to be radiant) | to decorate |
| **chúc mừng** | (to wish, to congratulate) | to wish |

are put together, not only to give more nuance, subtlety, and sophistication to the language, but also to create a sense of balance and harmony in the speech. Of the compound words, reduplicatives form a very important group. In this chapter, we will concern ourselves only with some general aspects of the reduplicatives.

**b.**    Reduplicatives, as the term indicates, are recognizable by the fact that certain sounds get repeated. There are reduplicatives with repeated initial consonants, such as **dọn dẹp**, **đẹp đẽ**, **vui vẻ**, and others with repeated final sounds, such as:

| | |
|---|---|
| **tò mò** | curious |
| **ngoan ngoãn** | well-behaved |
| **the thé** | shrieking |

**c.**    Reduplicatives can be used to express a decrease in intensity, such as:

| | |
|---|---|
| **đo đỏ** | reddish |
| **đen đen** | blackish |
| **trăng trắng** | whitish |
| **nho nhỏ** | rather small |

or an increase in intensity, such as:

| | |
|---|---|
| **to tát** | grand |
| **cao lênh khênh** | tall as a maypole |

A classic example can be shown in the case of the color **xám**:

| | |
|---|---|
| **xám** | grey |
| **xam xám** | greyish |
| **xám xịt** | ugly dark grey |

## 49.　Emphasizing with *không những...mà còn*

**Không những...mà còn** (not only...but also) is an idiomatic expression that connects two elements of a predicate and emphasizes both of them. **Nữa** is often used to finish the sentence:

*Người Việt không những dùng gạo nếp mà còn dùng cả đậu xanh nữa.*
The Vietnamese use <u>not only</u> sticky rice <u>but also</u> green beans.

*Tết Nguyên Đán không những là ngày đầu năm mà còn là ngày sinh nhật nữa.*
Tết Nguyên Đán is <u>not only</u> the first day of the year <u>but also</u> a birthday.

| SUBJECT | not only | PREDICATE | but also | PREDICATE | |
|---------|----------|-----------|----------|-----------|---|
| Người Việt | **không những** | *dùng...* | **mà còn** | *dùng...* | **nữa** |
| Tết Nguyên Đán | **không những** | *là...* | **mà còn** | *là...* | **nữa** |

**Bài tập 49**

Dùng **không những...mà còn** trong những câu sau đây rồi dịch sang tiếng Anh.

1.　Năm nay mẹ chị Châu làm nhiều mứt và gói hai mươi cái bánh chưng.

2.　Mồng một Tết họ muốn đi chúc Tết họ hàng và đi lễ chùa.

3.　Tết năm nay người ta không được <u>đốt pháo</u> (to set off fire crackers) và không được <u>đánh bài</u> (to play cards).

4.　Sáng mồng hai, anh Hùng ăn hết một cái bánh chưng và một nửa quả dưa hấu.

5.　Lễ Giáng Sinh trẻ con có nhiều quà và được ăn nhiều bánh kẹo.

# CULTURE NOTE

Tết or Tết Nguyên Đán is a three-day holiday marking the return of spring and the beginning of a new planting season. It is a national holiday as well, when the whole nation prepares to welcome what everyone hopes to be a more prosperous and successful new year. This is a time when people take extra care to foster positive feelings so the rest of the year can be influenced in positive ways.

Tết is also a collective birthday. Everybody gets to be a year older on New Year's day. Children are particularly fond of Tết. This is a time when they get to eat their favorite foods, wear brand new clothes, and get *tiền mừng tuổi*.

There are many ways of conveying one's wishes for the New Year. The way people wish one another depends on various factors: personal relationship, personality, inclination for the flowery or the simple style, etc. Wishes can be formal, intimate, or humorous. Following are some of the most commonly used wishes:

**\*Chúc mọi người:**

| | |
|---|---|
| *dồi dào sức khỏe* | abundant health |
| *thịnh vượng* | prosperity |
| *mọi sự như ý / vạn sự như ý* | everything as one wishes |
| (*mọi sự như ý* is less formal and younger sounding than *vạn sự như ý*) | |

**\*Chúc những người lớn tuổi:**

| | |
|---|---|
| *tăng phúc tăng thọ* | increased blessings and longevity |
| *sống lâu trăm tuổi* | to live to 100 years of age |

**\*Chúc các trẻ em:**

| | |
|---|---|
| *hay ăn chóng lớn* | to eat often and grow fast |
| *học hành tấn tới* | to make good progress in school |
| *ngoan ngoãn* | to be well-behaved--used for children |

**\*Những câu chúc khác:**

| | |
|---|---|
| *lên chức và lên lương* | to get promotions and pay raises |
| *phát tài bằng năm bằng mười năm ngoái* | |
| | to be 5 or 10 times more prosperous than last year. |

*Tục ngữ, Ca dao*

*Quét nhà ngày tết,*

*Đổ hết gia tài.*

*Mồng một tết cha,*

*Mồng hai tết chú,*

*Mồng ba tết thầy.*

# TẬP NGHE

 **"Thức ăn tết"**

### Trước khi nghe

Do you know what the Vietnamese eat during tết Nguyên Đán and tết Trung Thu?

> **Từ vựng:**
>
> | | |
> |---|---|
> | **dưa hấu** | watermelon |
> | **bánh tét** | steamed, sweet rice cake |
> | **nhân** | fillings |

### Hãy lắng nghe

Listen to the conversation between a tourist and a tour guide. Fill in the chart with the names of foods and other comments.

| HOLIDAY | FOOD (NAME & TYPE) | COMMENTS |
|---|---|---|
| TẾT NGUYÊN ĐÁN | | |
| | | |
| TẾT TRUNG THU | | |
| | | |

## T Ậ P   Đ Ọ C

**"Tục kiêng quét nhà"**

### Trước khi đọc

1.     Bạn có <u>mê tín</u> (superstitious) không?   Nếu có, bạn <u>tin</u> (to believe) gì?  Tại sao?

2.     Bạn hay gia đình bạn thường <u>kiêng</u> (to abstain from) không làm những điều gì trong dịp năm mới hay những khi khác để được may mắn?

| Từ vựng: | |
|---|---|
| **kiêng** | to abstain from |
| **vị thần** | genie |
| **người hầu** | servant |
| **đánh vỡ** | to break |
| **biến mất** | to disappear |

### Chúng ta đọc

# Tục kiêng quét nhà

Người Việt có tục kiêng quét nhà trong ba ngày Tết. Họ tin rằng quét nhà và đổ rác vào dịp Tết là quét mất đi may mắn và tiền bạc. Lý do là ở <u>truyện</u> <u>cổ tích</u> (folk tale) sau đây:

> Ngày xưa có một nhà kinh doanh tên là Âu Minh. Ông được một vị thần ban cho một người hầu gái tên là Như Nguyện. Từ ngày có Như Nguyện, Âu Minh buôn bán phát tài và trở nên giàu có.
>
> Một hôm, Như Nguyện đánh vỡ một cái tách quý vào ngày mồng một Tết. Âu Minh nổi giận, đánh đuổi cô hầu gái. Như Nguyện hoảng sợ, chui vào một đống rác ở góc nhà rồi biến mất.
>
> Từ đó, Âu Minh không buôn bán phát tài nữa nên trở thành nghèo khó. Vì truyện này, người Việt đã có tục kiêng quét nhà trong ba ngày Tết.

## Sau khi đọc

**1.**    **Hãy trả lời đúng hay sai:**

**Đúng Sai**

☐    ☐    The Vietnamese do not sweep the floor or empty the trash during Tết because there is no trash collection.

☐    ☐    Như Nguyện was Âu Minh's mistress.

☐    ☐    Âu Minh spoiled Như Nguyện because she brought good luck and money to him.

☐    ☐    Âu Minh became poor because Như Nguyện disappeared and took all the money with her.

☐    ☐    Như Nguyện disappeared because she feared for her life.

☐    ☐    Như Nguyện hid in a pile of trash.

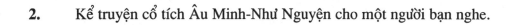

**2.**    Kể truyện cổ tích Âu Minh-Như Nguyện cho một người bạn nghe.

## T Ậ P   V I Ế T   L U Ậ N   3 0 0

 Hãy nói về năm mới ở nước bạn và so sánh với Tết Nguyên Đán ở Việt Nam. Năm mới ở nước bạn và Tết Nguyên Đán có những gì giống nhau và những gì khác nhau?  (300 từ)

**Use the ideas suggested below to organize your composition before writing.**

### DÀN BÀI

1. **Nhập đề**
   Ở nước bạn, năm mới bắt đầu vào ngày nào và tháng nào?  Theo lịch nào?

2. **Thân bài**
   * Vào dịp năm mới, ở nước bạn người ta làm gì?
      - Họ mua bán gì?
      - Họ ăn uống gì?
      - Họ chơi gì và  đi đâu?
      - Họ ăn mặc như thế nào?
      - Họ chúc nhau như thế nào?
      - Họ có dọn dẹp và trang hoàng nhà cửa không?
   * Họ còn làm những gì nữa?
   * Họ có kiêng gì không?
   * Thời tiết vào dịp Tết như thế nào?
   * Trong gia đình có những sinh hoạt gì?  Việc vặt nào?  Giải trí nào? vân vân.

   Ngữ pháp nên dùng:

   * *dù -- càng... càng --  vừa...vừa -- mà: relative pronoun -- không những...mà còn -- indefinites+cũng --  lại: contrary to expectation -- miễn... là được.*

3. **Kết luận**
   Bạn nghĩ gì về năm mới ở nước bạn và Tết Nguyên Đán ở Việt Nam?  Bạn cảm thấy gì mỗi khi năm mới đến?

# CHƯƠNG 19 Hôn lễ & tang lễ

*CHAPTER 19 PROVIDES USEFUL VOCABULARY TO TALK ABOUT WEDDINGS AND FUNERALS. YOU WILL LEARN TO PRESENT WISHES AND CONDOLENCES PROPERLY ON THOSE OCCASIONS.*

## TỪ VỰNG VÀ THỰC HÀNH

# I  *Lễ cưới*

**Từ vựng, phát âm và chính tả 1:**

### Lễ cưới/hôn lễ
*Wedding Ceremony*

| | |
|---|---|
| chú rể | groom |
| chủ hôn | master of the wedding ceremony |
| cô dâu | bride |
| cưới | to wed |
| đi ăn (tiệc) cưới | to attend a wedding banquet |
| đón dâu | to bring the bride to the groom's home |
| gia tiên | ancestors |
| hôn lễ | wedding ceremony |
| hôn nhân | marriage |
| làm mối | to make a match |
| lễ | ceremony |
| lễ hỏi/đính hôn | engagement ceremony |
| lễ vật | offerings |
| người mối | matchmaker |
| nhà gái | bride's family |
| nhà trai | groom's family |
| phù dâu | bridesmaid |
| phù rể | best man |
| tiệc cưới | wedding banquet |
| thầy bói | fortuneteller |
| thiệp cưới | wedding announcement |
| trầu cau | betel leaf and areca nut |

| Tìm hiểu 1 | | Học ngữ pháp 50, 51 & 52 |

# LỄ CƯỚI THEO PHONG TỤC VIỆT NAM

**Theo** phong tục và văn hóa Việt Nam, cha mẹ giữ một <u>vai trò</u> (role) quan trọng trong hôn nhân của con cái. **Theo** đúng phong tục cổ truyền thì có **tất cả** sáu lễ. Ngày nay người ta chỉ giữ lại có hai lễ chính: lễ hỏi và lễ cưới.

Trong ngày lễ hỏi, nhà trai đưa đến nhà gái trầu, cau, bánh, rượu, vân vân. Khi đó sẽ có họ hàng và bạn bè của cả hai họ đến dự. Trầu cau và bánh sẽ được nhà gái chia cho họ hàng và bạn bè **để** báo tin vui.

Sau lễ hỏi là lễ cưới. Đến ngày cưới chú rể và họ hàng mặc quần áo đẹp đến nhà cô dâu để đón dâu. Người đi đầu là người chủ hôn, thường là người có tuổi, còn đủ cả vợ chồng, gia đình hạnh phúc và nhiều con cháu. Khi đến nhà cô dâu, người chủ hôn sẽ đưa chú rể và cô dâu vào lễ gia tiên. Sau đó, hai vợ chồng cùng làm lễ Tơ-Hồng*. Họ thề sẽ sống với nhau suốt đời trước bàn thờ ông Tơ-Hồng.

Khi về đến nhà trai, hai vợ chồng làm lễ gia tiên trước rồi làm lễ ra mắt cha mẹ chồng. Sau đó, mọi người ăn uống vui vẻ.

*Ông Tơ-Hồng: Pink Silk Thread is the God of Marriage. He is believed to use pink silk threads to tie couples who are destined to one another.

### Thực hành 1

**Trả lời câu hỏi về Tìm hiểu 1:**

1.    Người Việt bây giờ còn giữ mấy lễ trong hôn lễ?
2.    Vai trò của cha mẹ trong hôn nhân như thế nào?
3.    Nhà trai phải đem những lễ vật nào đến nhà gái ngày lễ hỏi?
4.    Nhà gái sẽ làm gì với những lễ vật ấy?
5.    Ai được mời đến dự lễ hỏi?
6.    Ai thường được chọn làm người chủ hôn?   Tại sao?
7.    Cô dâu và chú rể làm lễ gì ở nhà gái?
8.    Họ làm lễ gì ở nhà trai?

### Thực hành 2

**Trả lời câu hỏi. Hãy nói về kinh nghiệm của bạn.**

1.    Bạn đã đi dự lễ hỏi nào chưa?   Hãy kể về kinh nghiệm này.
2.    Lễ hỏi theo phong tục nước bạn được tổ chức như thế nào?
3.    Bạn đã đi dự đám cưới nào chưa? Hãy kể lại kinh nghiệm này.
4.    Bạn đã là phù dâu hay phù rể bao giờ chưa?  Nếu chưa, bạn có thích làm phù dâu hay phù rể không?  Tại sao?
5.    Bạn đã làm mối ai bao giờ chưa?  Có thành công không?
6.    Ở nước bạn có "Ông Tơ Hồng" không?

### Thực hành 3

Hãy dùng những câu hỏi trong Thực hành 2 để phỏng vấn một người bạn trong lớp. Sau đó, so sánh câu trả lời của bạn và câu trả lời của người ấy.

VÍ DỤ:        - Tôi đã đi dự lễ hỏi rồi nhưng anh ấy chưa đi.

- Nước tôi không có "Ông Tơ Hồng", nhưng chị ấy nói rằng nước chị ấy có "Bà Tơ Hồng"!

**Hội thoại 1**

*Tú và Hậu đi dự đám cưới của Đạt và Hà*

TÚ              Chào anh chị. Đây là Hậu, nhà tôi. Chúng tôi xin chúc mừng anh
                chị và chúc anh chị trăm năm hạnh phúc.

ĐẠT             Cám ơn anh chị đến chung vui với chúng tôi.

HẬU             Chúc anh chị hạnh phúc và yêu nhau mãi mãi.

HÀ              Chúng em cám ơn anh chị.

*Khi cô dâu, chú rể và bố mẹ của họ đến chào khách ở bàn tiệc:*

TÚ              Kính thưa các bác và hai anh chị Đạt Hà. Thay mặt các anh chị em
                ở bàn tiệc này, cháu xin chúc mừng hai họ có rể <u>quý</u> (esteemed)
                dâu hiền. Xin chúc anh chị Đạt Hà yêu nhau đến khi đầu bạc răng
                long!

**Thực hành 4**

**Trả lời câu hỏi về hội thoại 1:**

1.    Tú và Hậu đi dự tiệc cưới của ai?  Ai là cô dâu, ai là chú rể?

2.    Hậu đã gặp cô dâu và chú rể bao giờ chưa?  Sao bạn biết?

3.    Hà và Hậu, ai nhiều tuổi hơn ai?  Sao bạn biết?

4.    Tú và Hậu chúc Đạt và Hà như thế nào?

5.    Tú chúc bố mẹ Đạt và bố mẹ Hà những gì?

**Thực hành  5**

Bạn đi dự đám cưới của một người bạn. Hãy chúc mừng cô dâu, chú rể, nhà trai và nhà gái. Xem những lời chúc mừng đám cưới thông dụng dưới đây.

---

# Những lời chúc mừng đám cưới thông dụng

*Chúc anh chị/cô dâu và chú rể*

- *trăm năm hạnh phúc*

    to be happy for 100 years.

- *một đời hạnh phúc bên nhau.*

    to have a happy life together.

- *yêu nhau đến khi đầu bạc răng long*

    to love each other until the hair turns grey and the teeth fall out.

— *yêu nhau mãi mãi.*

    to love each other forever.

---

# II  *Tang lễ*

## Từ vựng, phát âm và chính tả 2:

### Tang lễ
*Funeral Ceremony*

| | |
|---|---|
| cáo phó | obituary |
| chia buồn | to offer condolences |
| chôn | to bury |
| cử hành | to take place |
| đám ma*/đám tang | funeral |
| để tang | to be in mourning |
| giỗ | death anniversary |
| hoả táng | to cremate |
| khăn tang | mourning headband |
| nghĩa địa | cemetery |
| phúng | to offer a wreath or ritual objects to the deceased |
| qua đời/mất | to pass away |
| tang phục | mourning clothes |

**Thành ngữ**

**Gần đất, xa trời**
on the verge of death.
Cụ Lâm cũng **gần đất xa trời** rồi.

**Sống chết có số**
life and death are a matter of fate
Người ta **sống chết có số** cả, bác ạ.

\* **đám ma**: colloquial term-- should not be used when talking to the family of the deceased.

**Thực hành 6**

1.  Bạn đã viết cáo phó cho ai hay chia buồn với ai bao giờ chưa?
2.  Bạn nói gì khi chia buồn?
3.  Bạn đã đi dự đám ma bao giờ chưa?
4.  Ở nước bạn, người ta thường chôn hay hoả táng người chết?
5.  Nghĩa địa là gì?
6.  Ở nước bạn có giỗ không?
7.  Ở nước bạn tang phục màu gì?
8.  Ở nước bạn, người ta đem gì khi đi phúng?
9.  Bạn có tin rằng sống chết có số không?

**Hội thoại 2**

| | |
|---|---|
| MONIQUE | Đi đâu mà vội thế, Việt? |
| VIỆT | Em đi mua hoa phúng ông nội anh Thành vừa mới qua đời hôm qua. |
| MONIQUE | Việt có định đi đưa đám tang ra nghĩa địa không? |
| VIỆT | Chắc có. Nhưng em không biết gia đình anh Thành sẽ hoả táng hay đem chôn ở nghĩa địa. |
| MONIQUE | Chị nghe nói rằng người Việt để tang bố mẹ khá lâu, không biết ông bà thì sao. |
| VIỆT | Em không biết. Em biết tang phục phải là màu trắng. Người đi đưa ma thì thường mặc màu thẫm. |
| MONIQUE | Thôi. Việt đi mua hoa đi! |

**Thực hành 7**

**Trả lời câu hỏi về hội thoại 3:**

1   Việt đi mua gì?

2.  Qua đời nghĩa là gì?

3.  Việt sẽ đi dự đám ma của ai?

4.  Người ta thường chôn người chết ở đâu?

5.  Nếu không chôn thì người ta có thể làm gì?

6.  Tang phục Việt Nam màu gì?

7.  Ở nước bạn có tục để tang người chết không?

8.  Ở nước bạn có tục phúng hoa không?

**Hội thoại 3**

*Ở đám tang nhà anh Thành.*

VIỆT        Xin thành thật chia buồn cùng anh và gia quyến (= gia đình).

THÀNH       Cám ơn các anh chị đã đến thăm và chia buồn với gia
            đình chúng tôi.

VIỆT        Thế bao giờ thì tang lễ cử hành, anh?

THÀNH       Chín giờ sáng mai anh ạ.

VIỆT        Tôi giúp được gì thì anh cứ bảo nhé.

THÀNH       Cám ơn anh nhiều. Ngày mai các anh chụp ảnh hộ
            chúng tôi được thì tốt lắm.

**Từ vựng:**

| | |
|---|---|
| tang quyến | bereaved family |
| hương hồn | soul |
| tiêu diêu | to wander |
| nguyện cầu | to pray |
| miền Cực Lạc | represents Nirvana |
| Chúa | the Lord |
| Thiên Đàng | Paradise |

**\*Lời chia buồn thường thấy trên báo hay thiếp chia buồn.**

Common condolences found on newspapers or sympathy cards.

**\*cho người theo Phật giáo** - for Buddhists

*Thành kính chia buồn cùng anh chị và tang quyến. Nguyện cầu hương hồn bác sớm tiêu diêu miền Cực Lạc.*

*Chúng tôi xin thành thật chia buồn cùng hai bạn và tang quyến. Cầu nguyện hương linh cụ ông sớm vãng sanh nơi Phật Quốc.*

**\*cho người theo Thiên chúa giáo** - for Christians

*Thành thật chia buồn cùng giáo sư và gia đình. Nguyện cầu linh hồn cụ bà được về an nghỉ nơi đất Chúa.*

*Thành kính chia buồn cùng anh chị và tang quyến. Cầu xin linh hồn cụ ông sớm về cõi Thiên Đàng.*

**Thực hành 8**

**Trả lời câu hỏi về hội thoại 4:**

1.   Việt đến nhà Thành để làm gì?

2.   Khi nào thì tang lễ cử hành?

3.   "Tang lễ cử hành" tiếng Anh là gì?

4.   Thành muốn Việt làm giúp anh việc gì?

**Thực hành 9**

Hãy viết thiếp chia buồn với gia đình một người :

    a.   theo <u>đạo Phật</u> (Buddhism)

    b.   theo <u>đạo Thiên chúa</u> (Christianity)

## BẢNG TÓM TẮT TỪ VỰNG VÀ CÂU MẪU

### Lễ cưới/hôn lễ

| | | | |
|---|---|---|---|
| **chú rể** | groom | **lễ vật** | offerings |
| **chủ hôn** | master of the wedding ceremony | **người mối** | matchmaker |
| **cô dâu** | bride | **nhà gái** | bride's family |
| **cưới** | to wed | **nhà trai** | groom's family |
| **đi ăn (tiệc) cưới** | to attend a wedding banquet | **phù dâu** | bridesmaid |
| **đón dâu** | to bring the bride to the groom's home | **phù rể** | best man |
| **gia tiên** | ancestors | **hôn nhân** | marriage |
| **hôn lễ** | wedding ceremony | **thầy bói** | fortuneteller |
| **làm mối** | to make a match | **thiếp cưới** | wedding announcement |
| **lễ** | ceremony | **tiệc cưới** | wedding banquet |
| **lễ hỏi/đính hôn** | engagement ceremony | **trầu cau** | betel leaf and areca nut |

### Tang lễ

| | | | |
|---|---|---|---|
| **cáo phó** | obituary | **khăn tang** | mourning headband |
| **chia buồn** | to offer condolences | **nghĩa địa** | cemetery |
| **chôn** | to bury | **phúng** | to offer a wreath or ritual objects to the deceased |
| **cử hành** | to take place | | |
| **đám ma/đám tang** | funeral | | |
| **để tang** | to be in mourning | **qua đời/mất** | to pass away |
| **giỗ** | death anniversary | **tang phục** | mourning clothes |
| **hoả táng** | to cremate | | |

### Thành ngữ

**Gần đất, xa trời**         on the verge of death

**Sống chết có số**         life and death are a matter of fate

### Câu mẫu

Phù dâu đi trước, phù rể **theo** sau.

Xin các bạn đọc **theo** tôi!

**Theo** tôi thì chồng chị ấy rất tốt.

**Tất cả** anh em chúng tôi sẽ ca hát.

**Cả** gia đình đi dự đám ma hôm nay.

Anh **để** thiếp chúc Tết ở đâu?

Hậu đi dự tiệc cưới **để** gặp cô dâu.

**Để** sáng mai mình hãy đi!

# NGỮ PHÁP VÀ CÁCH DÙNG TỪ

**50.** **Different Meanings of *theo***

**Theo** can be a main verb, a co-verb, or part of an expression. It is literally translated as "to follow."

a.    **Theo** as a main verb:

*Ngày xưa, đàn bà phải <u>theo</u> chồng về nhà chồng.*
In the old days, women had <u>to follow</u> their husbands home
(to live with the husbands' families).

*Phù dâu đi trước, phù rể <u>theo</u> sau.*
The bridesmaids walk in front and the best men <u>follow</u>.

b.    **Theo** as a co-verb:

*Người chủ hôn đi nhanh nên cô dâu và chú rể phải chạy <u>theo</u>.*
The master of the wedding ceremony walked fast, so the bride and
groom had to run <u>behind</u> him.

*Xin các bạn đọc <u>theo</u> tôi!*
Please read <u>after</u> me!

c.    **Theo** as part of an expression:

*<u>Theo</u> họ, hôn nhân không những là quan hệ giữa hai người mà còn
là quan hệ giữa hai gia đình nữa.*
<u>According to</u> them, marriage is not only a relationship between two
people, but also between two families.

*<u>Theo</u> tôi thì người Việt ngày nay nên tiếp tục dùng trầu cau trong
lễ cưới.*
<u>In</u> my opinion, today's Vietnamese should continue to use betel
leaves and areca nuts in wedding ceremonies.

**Bài tập 50**

**Just Say It in Vietnamese**

1.  During the wedding, just follow the master of the ceremony.
2.  According to them, matchmakers are no longer important.
3.  What do you think of fortunetellers?
4.  The groom walked so fast the bride had to run after him.
5.  The master of the wedding ceremony went first; the offerings followed.
6.  The bridesmaids usually follow the bride.

## 51.  Using *tất cả* and *cả*

**Tất cả** and **cả** both mean "all." Cả, however, is best translated as the whole. Both are often used in conjunction with **đều**, which also signifies all. The following examples will help clarify the difference.

> *Tất cả anh em chúng tôi xin chúc anh chị trăm năm hạnh phúc.*
> We <u>all</u> would like to wish you both one hundred years of happiness together.

> *Tất cả các thiếp chúc mừng cô dâu chú rể đều màu hồng.*
> <u>All</u> the wishing cards to the bride and groom are pink.

> *Cả gia đình tôi đi dự đám tang hôm nay.*
> My <u>whole</u> family went to attend the funeral today.

> *Cả lớp tiếng Việt gửi thiếp cưới chúc mừng chị ấy.*
> The <u>whole</u> Vietnamese class sent wedding cards to congratulate her.

**Bài tập 51**

Đặt 3 câu với mỗi từ **tất cả** và **cả**.
Dịch những câu ấy sang tiếng Anh.

## 52. Summary of *để*

**Để** has many functions and meanings.

**a.** As a verb, **để** has two meanings, "to put" and "to let":

*Anh <u>để</u> thiếp chúc Tết ông Thăng ở đâu?*
Where did you <u>put</u> the Happy New Year card to Mr. Thăng?

*Em không nhớ <u>để</u> thiếp mời đám cưới của chị Xuân trên bàn học hay trong sách.*
I don't remember if I <u>put</u> Xuân's wedding invitation on the table or in the book.

*Chúng ta nên <u>để</u> nhà trai nói trước.*
We should <u>let</u> the groom's side speak first.

*<u>Để</u> cô dâu chú rể uống rượu bây giờ.*
<u>Let</u> the bride and groom drink wine now.

**b.** As a conjunction, **để** indicates purpose and means "in order to":

*Hậu đi dự tiệc cưới <u>để</u> gặp cô dâu .*
Hậu went to the wedding banquet <u>in order to</u> meet the bride.

*Robert đi dự đám cưới <u>để</u> chia vui với các bạn.*
Robert attended the wedding <u>to</u> celebrate with his friends.

**c.** **Để** placed before a time expression means "wait until":

*<u>Để</u> sáng mai mình hãy đi thăm cô dâu và chú rể.*
Let's <u>wait until</u> tomorrow to visit the bride and groom.

*Anh chị ấy <u>để</u> sang năm mới làm đám hỏi.*
They are waiting until next year to get engaged.

    **Bài tập 52**

a. Đặt 3 câu với:
- **để** = to put        - **để** = in order to
- **để** = to let         - **để** = wait until

b. Dịch những câu ấy sang tiếng Anh.

# CULTURE NOTE

## VIETNAMESE WEDDINGS

In the old days, when arranged marriages were the norm, the role of the *người mối* was necessary. So was that of the *thầy bói*, to make sure that the couple's stars were not crossed. Nowadays, young people can meet more easily without the intermediary matchmaker, but many families still consult the fortuneteller.

On the wedding day, *lễ cưới* (which involves *lễ đón dâu*) is usually followed by the *tiệc cưới* in a restaurant. This is the moment for the parents from both *nhà trai* and *nhà gái* to formally introduce the newlyweds.

*Cô dâu* and *chú rể*, accompanied by their parents, will go from table to table to be introduced to the guests and receive good wishes from them. The guests can then give presents if they have not already done so. Envelopes containing money and a card are appropriate presents. Presents that can break, such as mirrors or glass, or that can cut, such as knives or scissors, are considered bad luck.

# CULTURE NOTE

### VIETNAMESE FUNERALS

Most Vietnamese consider themselves Buddhists and call on Buddhist priests to officiate at funerals. Shrouding is usually done by the family. Embalming or viewing of the body is not customary. Funeral ceremonies are usually held at home and often last two to three days, or even longer, to wait for the return of family members who live far away.

Visitors pay respect by bowing in front of the altar and casket while members of the family stand nearby to bow back. Cremation is now an option for city dwellers, but people who live in the countryside still prefer to be buried in nearby fields or in their own backyards.

The duration of the mourning period (*hạn để tang*) for family members varies depending on their relationship to the deceased. Traditionally, close family members are not supposed to wear colorful clothes, attend parties, or get married during the mourning period.

To express condolences properly, one must know the faith of the deceased in order to choose the correct terms.

**Tục ngữ, Ca dao**

Lấy vợ xem tông, lấy chồng xem giống.

Chồng cô, vợ cậu, chồng dì,

Trong ba người ấy chết thì không tang.

# T Ậ P   N G H E

## "Mua quà cưới"

### Hãy lắng nghe

You are in Vietnam on an exchange program. One of your classmates invited you and your friend to the wedding of her brother. You have heard that certain gifts are considered bad luck for weddings, but you can't recall the details. You decide to ask your landlady for some advice. Listen to her advice, and then:

**A.** Cross out the gifts that you should not give. Then circle the type of gifts that people give most frequently.

| Từ vựng: | | | |
|---|---|---|---|
| sắc | sharp | nhọn | pointed |
| dao | knife | kéo | scissors |
| gương | mirror | vỡ | to be broken |

1. a set of cooking utensils; including pots, pans, spoons, chopsticks, and a knife;

2. liquor;

3. picture frames;

4. photo albums;

5. a set of glasses or cups;

6. a sewing box containing a tape measure, needles, thread, sewing books, and scissors;

7. money;

8. a set of towels and sheets;

9. small appliances, such as an iron, a hair dryer, a rice cooker, a blender.

**B.**    You just went to a bridal shower. Make a list of the presents you
saw there. Compare your list to that of a classmate.

.......................................................

.......................................................

.......................................................

.......................................................

.......................................................

.......................................................

# T Ậ P   Đ Ọ C

**Tập đọc 1: "Chúc mừng"**

### Trước khi đọc

Bạn đã bao giờ đọc tin chúc mừng đám cưới trên báo chưa?  Bạn nghĩ sẽ đọc thấy những gì trong các tin chúc mừng đó?

### Chúng ta đọc

Sau đây là hai mẩu tin chúc mừng đám cưới đăng trên báo *Người Việt* phát hành ở Cali.

---

# C H Ú C   M Ừ N G

Nhận được hồng thiệp của
Ông Bà Lê Quí Đình
báo tin hôn lễ cho Thứ Nữ

## *Lê Quí Trang Đài*

(Lynda Trang Đài)

*đẹp duyên cùng*

## *Ngô Quang Tùng*

(Tommy Ngô)

Trưởng Nam của Ông Bà Ngô Văn Bảo
Hôn lễ sẽ được cử hành tại
tư gia ở Fountain Valley,
vào ngày 02 tháng 1 năm 1997
Xin chúc mừng hai họ
có rể quý dâu hiền và chúc
Lynda Trang Đài - Tommy Ngô
**trăm năm hạnh phúc**

*Nhật báo Người Việt*

# Chúc mừng

Được tin vui
Ông Bà HUỲNH NHÂN KHIÊM
làm lễ thành hôn cho Trưởng Nam

*Jean-Claude*
**Huỳnh Hiếu Minh**

*đẹp duyên cùng*

*Catherine*
**Đặng Hạnh Thiên Kiều**

Trưởng Nữ của Ông Bà ĐẶNG VĂN HIỀN

Hôn lễ sẽ được cử hành vào ngày
Thứ Bảy 12 tháng Mười, 1996 Sidney, Úc Châu

Xin mong hai họ HUỲNH - ĐẶNG có rể quý dâu hiền
Thân ái chúc hai cháu HIẾU MINH - THIÊN KIỀU
mãi mãi hạnh phúc bên nhau.

**Đặng Ngọc Hưởng**

**Võ Quang Thi**

**Võ Quang Phi**

**Sau khi đọc**

1. **Trả lời câu hỏi:**

    1.1.  Tên hai cô dâu trong mẩu tin chúc mừng #1 và mẩu tin chúc mừng #2 là gì?  Còn hai chú rể tên gì ?

    1.2.  "Trưởng nam", "trưởng nữ" và "thứ nữ" tiếng Anh là gì?

    1.3.  Làm thế nào bạn biết ai là cô dâu, ai là chú rể?

    1.4.  "rể quý", "dâu hiền" tiếng Anh nghĩa là gì?

2. **Chúc mừng:**

    Một người bạn Việt Nam của bạn sắp cưới vợ/lấy chồng. Hãy viết thiếp chúc mừng người ấy.

**Tập đọc 2: "Chia buồn"**

### Trước khi đọc

Bạn đã đọc tin chia buồn trên báo bao giờ chưa? Bạn nghĩ sẽ đọc được những gì trong một bản tin chia buồn?

### Chúng ta đọc

Sau đây là hai mẩu tin chia buồn đăng trên báo Người Việt phát hành tại Cali.

# CHIA BUỒN

Nhận được tin buồn thân phụ của Hiền,

## Cụ NGUYỄN VĂN PHÚC
### Bút hiệu VIỆT HỒ

Đã qua đời ngày 7 tháng 10 năm 1995
tại Huntington Beach

### Hưởng thọ 75 tuổi

Thành thật chia buồn cùng Hiền và gia đình.
Nguyện cầu linh hồn Cụ được về an nghỉ nơi đất Chúa.

Nhóm bạn Lê Văn Duyệt

Câu đối

# Chia buồn

Được tin buồn thân mẫu của Bác sĩ Nguyễn Thanh Lương
Cựu Sinh Viên Đốc Sự 17 Quốc Gia Hành Chánh

## *Cụ Bà NGUYỄN VĂN BA*

### Nhũ danh LÝ THỊ HAI

*Cựu Trưởng Ty Cấp Thủy Tỉnh Vĩnh Long*

Vừa qua đời ngày 8 tháng 9 năm 1995
nhằm ngày 14 tháng 8 năm Ất Hợi tại Bạc Liêu.

Hưởng thọ 74 tuổi.

Tập thể Cựu Sinh Viên Đốc Sự 17 Quốc Gia Hành Chánh
xin thành thật chia buồn cùng Bác Sĩ Nguyễn Thanh Lương
và tang quyến. Cầu nguyện Hương Linh Cụ Bà
sớm vãng sanh nơi Phật Quốc.

Cựu Sinh Viên Đốc Sự 17 Quốc Gia Hành Chánh

## Sau khi đọc

1.     **Trả lời câu hỏi:**

    1.1.     Theo hai bản chia buồn trên thì 'to pass away' tiếng Việt là gì?

    1.2.     Hãy đoán 'thân mẫu' và 'thân phụ' tiếng Anh là gì?

    1.3.     'thị' là <u>tên đệm</u> (middle name) của đàn bà và "văn" là tên đệm của đàn ông. Hãy đoán 'nhũ danh' và 'quả phụ' tiếng Anh nghĩa là gì?

    1.4.     Từ 'bút hiệu' tiếng Anh nghĩa là gì?

2.     **Chia buồn:**
    Cha của một người bạn Việt Nam của bạn vừa qua đời . Hãy viết thiếp chia buồn với người ấy. Người bạn này theo đạo Phật.

# TẬP VIẾT LUẬN 300

 **Hãy chọn một đề tài để viết một bài luận 300 từ.**

1.   Bạn vừa đi dự đám cưới của một người bạn. Hãy viết về đám cưới ấy.

2.   Bạn vừa đi dự một đám tang. Hãy viết về đám tang ấy.

---

**Use the ideas suggested below to organize your composition before writing.**

## DÀN BÀI

**1.   Nhập đề**

Bạn đã đi dự đám cưới hay đám ma? Của ai? Ở đâu? Đi đến đấy bằng gì?

**2.   Thân bài**

* Ở đám cưới hay đám ma có những gì?

* Các người đến dự như thế nào?

* Họ ăn mặc như thế nào?

* Bầu không khí ở đấy như thế nào?

* Nhà cửa trang hoàng như thế nào?

* Bạn đã làm gì và gặp những ai? Hãy tả những người ấy.

* Có ăn uống gì không? Bạn đã ăn uống những gì?

* Bạn đã chia vui hay chia buồn với những ai? Bạn đã nói những gì?

Ngữ pháp nên dùng:

* *theo -- để-- lại: contrary to expectation -- bỏ sót -- dù -- không những... mà còn -- indefinites+cũng -- đông/vắng/ít/nhiều -- vừa...vừa -- miễn... là được.*

**3.   Kết luận**

Bạn nghĩ gì về đám cưới hay đám tang ấy?

# CHƯƠNG 20

# ÔN TẬP NĂM

---

## N G Ữ   P H Á P   &   T Ừ   V Ự N G

**I.    Điền vào chỗ trống với:**

> *bánh dẻo, bánh nướng, tất cả, bằng đại học, người chủ hôn, không những...mà còn, sơ yếu lý lịch, bánh chưng, cổ tích, thà...còn hơn, nhà trai, đổ rác, thu nhập, trầu cau.*

1.    Ngày làm lễ cưới,_____ và _____ đi đón dâu.

2.    _____ là hai lễ vật phải có trong lễ cưới theo phong tục Việt Nam.

3.    Theo một truyện_____, người Việt tin rằng_____ vào dịp Tết sẽ không may mắn.

4.    Trung Thu là tết cho trẻ con. _____ chúng được ăn nhiều _____ _____ được rước đèn nữa.

5.    Vào dịp Tết, người Việt nào cũng mua _____.

6.    Bây giờ không có_____ thì khó tìm được việc làm lắm.

7.    Ai biết sử dụng máy tính cũng có_____ cao, phải không?

8.    Họ nghĩ _____ thất nghiệp _____ làm việc cho công ty ấy.

9.    Nhiều chủ nhân muốn có_____ kèm theo đơn xin việc.

10.    _____ dân chúng Việt Nam đều thích đón Tết.

**II.    Làm câu với những từ sau đây:**

| | | | |
|---|---|---|---|
| 1. | kiêm | 6. | trăng trắng |
| 2. | cả | 7. | nho nhỏ |
| 3. | mà (annoyance) | 8. | thà...còn hơn |
| 4. | mặc dù | 9. | để (leave it till) |
| 5. | không những...mà còn | 10. | để (to put) |

## III. Just Say It in Vietnamese

1. They still let the children play outside even though it is pitch dark.

2. To welcome the New Year, many people not only buy presents but also spend a lot of money eating out.

3. According to the Vietnamese custom, students must say hello to their teachers: "Hello, Professor!"

4. Even though she is unemployed, she spends money like water.

5. I would rather be single than marry an unkind person.

6. I know, you already told me a million times!

7. The whole Vietnamese class went to visit the Museum of National History.

8. Tomorrow is Tết. The store already ran out of candied fruits, so just buy candy for the time being.

9. Last quarter, my friend studied five subjects: maths, physics, philosophy, psychology, and business--even though he did not like any of them.

10. In my opinion, celebrating the New Year as the Vietnamese do is very cool!

## IV. Viết chuyện: Điền vào chỗ trống

### 1. giáo dục & nghề nghiệp

| Dùng từ vựng sau đây: |
| --- |
| môn học |
| ký túc xá |
| ngành |
| hoá học |
| tốt nghiệp |
| tiếng Pháp |
| dược sĩ |
| sinh học |
| niên học. |

Lan vừa_____ phổ thông trung học xong. Chị rất vui mừng vì sẽ được vào đại học _____tới. Chị chưa biết sẽ chuyên về_____ gì nhưng nghĩ rằng chắc sau này muốn làm_____. Chị giỏi về ngoại ngữ nên muốn bắt đầu học _____. Chắc Lan cũng sẽ phải học thêm một lớp _____, một lớp toán và một lớp _____ nữa. Đấy là những _____ Lan ưa thích nhất. Hiện giờ Lan chưa biết sẽ ở_____ hay ở nhà với bố mẹ.

## 2.    Tết VN

**Dùng từ vựng sau đây:**
*hàng hoá*
*ồn ào*
*không những...mà còn*
*ai ai cũng*
*Tết Trung Thu*
*ăn Tết*
*tự*
*thiếp chúc Tết*
*mứt*
*đông đảo*
*hồng hồng*

Đây là lần đầu tiên Monique_____ ở Việt Nam. Đường phố Hà Nội _____, _____. Đâu đâu cũng chỉ có người và xe,_____ có xe đạp _____có cả xe máy, xe xích lô và ô-tô nữa. _____ vội vàng đi mua sắm. Đặc biệt nhất là những cành đào _____ đo đỏ được người ta cầm trên xe, trông như _____ chúng có chân biết chạy. Cửa hiệu nào cũng đầy đủ _____: bánh chưng, _____, kẹo, rượu, thịt, vân vân. Các quầy bán báo xuân và _____cũng nhiều. Monique nghĩ rằng Tết Nguyên Đán còn thú vị nhiều hơn _____ nữa.

## 3.    Hôn lễ và tang lễ

**Dùng từ vựng sau đây:**
*nghĩa địa*
*chia buồn*
*tang phục*
*đau tim*
*đám ma*
*hưởng thọ*
*phúng*
*sống chết đều có số*
*qua đời*

Hôm nay Việt đem máy ảnh đi dự _____ ở nhà Thành. Ông nội Thành vừa _____ vì bệnh _____. Hôm qua Việt đã đem hoa đến _____ và _____ với Thành. Thành nhờ Việt chụp ảnh đám tang từ nhà ra _____và Việt đã nhận lời. Ở nhà Thành con cháu đều mặc_____ màu trắng. Ai ai cũng buồn nhưng họ nghĩ rằng cụ đã _____ được 95 tuổi. Họ cũng tin rằng _____ cả.

# TỤC NGỮ / CA DAO

**Choose one *tục ngữ/ca dao* from each section below. Explain each meaning and then indicate in what situations each can be used.**

**Chương 17:**

Tiên học lễ, hậu học văn.

Học thày không tày học bạn.

Không thày đố mày làm nên.

Nhất sĩ, nhì nông
Hết gạo chạy rông,
Nhất nông nhì sĩ.

**Chương 18:**

Quét nhà ngày tết,
Đổ hết gia tài.

Mồng một tết cha,
Mồng hai tết chú,
Mồng ba tết thầy

**Chương 19:**

Lấy vợ xem tông, lấy chồng xem giống.

Chồng cô, vợ cậu, chồng dì,
Trong ba người ấy chết thì không tang.

# THỰC HÀNH

### Thực hành 1

**Lễ tết ở nước bạn**

Hãy nói về một ngày lễ hay tết của nước bạn. Nên đem cho mọi người xem những hình ảnh bạn có về ngày lễ tết đó.

### Thực hành 2

**Tết nào?**

Tết nào được tả trong những câu sau đây? Nếu bạn không nhớ rõ thì hãy xem lại những bài đọc trong chương 19.

1.   Người Việt nào cũng đi mua sắm để đón _____

2.   Người Việt Nam tổ chức _____ rất trọng thể vào ngày mùng 1 tháng giêng âm lịch.

3.   Trẻ con Việt Nam rất thích ngày _____ vì các em được bố mẹ mua cho bánh dẻo, bánh nướng, hoa quả và nhiều lồng đèn.

4    Vào dịp_____ nhà nào cũng có bánh chưng, mứt, và cành đào, cành mai hay các cây cảnh khác.

5.   _____ là ngày trăng tròn, sáng và đẹp nhất trong năm.

| Thực hành  3 |

**Đám cưới**

**Sinh viên A**

Một người bạn ở xa gửi thiếp mời bạn đi ăn cưới nhưng bạn không đi được. Hãy gọi điện thoại cho người ấy để hỏi thăm và chúc mừng. Hỏi xem cô dâu và chú rể định đi <u>hưởng tuần trăng mật</u> (to honeymoon) ở đâu.

**Sinh viên B**

Bạn sắp cưới vợ/lấy chồng. Một người bạn ở xa gọi điện thoại cho bạn vì người ấy không đến dự tiệc cưới của bạn được. Nói cho người ấy biết về dự định đi hưởng tuần trăng mật của bạn.

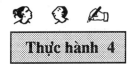

| Thực hành  4 |

**Trung tâm tìm việc**

You are working for an employment agency. What jobs would you recommend to each of the people who make the following statements?

1.     Tôi nói thạo bốn ngoại ngữ: Việt, Nhật, Pháp và Anh. Tôi thích du lịch và gặp nhiều người.

2.     Tôi sử dụng máy vi tính rất thạo. Tôi có thể đánh máy 120 chữ/phút. Tôi cũng biết kế toán.

3.     Tôi có kinh nghiệm lái xe lâu năm. Tôi lái đủ các loại xe: xe đạp, xe máy, ô tô và cả <u>xe tải</u> (truck) nữa. Tôi rất thích đi du lịch.

4.     Tôi hát nhiều loại nhạc rất hay: buồn hay vui.

5.     Tôi có kinh nghiệm chữa máy điều hoà, tủ lạnh, máy giặt, máy sấy, quạt máy...

6. Tôi vừa tốt nghiệp tiến sĩ vật lý. Tôi đã dạy học trong khi tôi học lấy bằng tiến sĩ. Tôi rất thích dạy học và nghiên cứu khoa học.

7. Tôi vừa tốt nghiệp trường thuốc. Tôi <u>chuyên về</u> (to specialize) bệnh ung thư.

8. Bạn đau răng à? Để tôi chữa cho bạn. Tôi có nhiều kinh nghiệm lắm.

9. Tôi chụp x-quang và tiêm chủng cho nhiều bệnh nhân rồi. Tôi đã làm việc ở bệnh viện lâu năm .

10. Tôi làm việc ở <u>toà án</u> (court) lâu năm rồi. Tôi đã thành công trong việc giúp được nhiều người.

**Thực hành 5**

**Viết thiếp**
**Chọn một đề tài:**

1. Hãy viết thiếp chúc Tết giáo sư của bạn.

2. Hãy viết thiếp chia buồn với một người mẹ vừa mất đứa con lên hai tuổi. Người này theo Thiên Chúa giáo.

3 Hãy viết thiếp chúc mừng một người bạn vừa lập gia đình.

**Thực hành 6**

**Việc làm**
Hãy cho biết nghề bạn muốn làm sau khi tốt nghiệp đại học. Vì sao bạn muốn làm nghề ấy?

# V I Ế T   C H Í N H   T Ả

  **1.**     **Tập đọc bài chính tả cho trôi chảy.**

## Ngày mồng một Tết

Mai Linh mở cửa sổ nhìn ra ngoài. Hôm nay trời vừa đẹp vừa mát. Ánh nắng đã bắt đầu xuyên qua những cành cây to trước nhà. Nhà nào cũng đóng cửa kín mít. Những cô bán hàng rong quen thuộc hôm nay cũng chẳng thấy đâu. Đường sá đã được quét dọn sạch sẽ từ tối hôm qua.

Mai Linh thấy ai ai cũng vui vẻ trong những bộ quần áo đẹp và mới tinh. Các em bé tung tăng chạy theo bố mẹ, tay cầm phong bì mừng tuổi đỏ, cười đùa vui như Tết. Thỉnh thoảng chị nghe vọng lại những lời chúc mừng thân mật: "phát tài bằng năm bằng mười năm ngoái, vạn sự như ý, dồi dào sức khoẻ". Mai Linh biết rằng chỉ vài phút nữa chị cũng sẽ làm như họ: đi chúc Tết thầy cô vì hôm nay là ngày mồng một Tết .

  **2.**     **Trả lời câu hỏi:**

    1.1     Hôm nay là ngày gì?

    1.2     Hãy tả <u>cảnh vật</u> (scenery) ngoài đường phố.

    1.3     Mai Linh thấy người ta làm gì?

    1.4     Mai Linh nghe thấy gì?

    1.5     Mai Linh sẽ làm gì?

  **3.**     **Viết chính tả.**
        Dictation recorded on CD 3.

# Chương 21 Đất nước Việt Nam

*CHAPTER 21 PROVIDES YOU WITH THE VOCABULARY TO DISCUSS THE GEOGRAPHY OF VIETNAM. THE NEW VOCABULARY IS ALSO HELPFUL TO DESCRIBE THE PLACES THAT YOU WILL WANT TO VISIT DURING YOUR TRAVEL.*

# TỪ VỰNG VÀ THỰC HÀNH

## I Địa lý

### Từ vựng, phát âm chính tả 1:

**Địa lý**
*Geography*

| | | | |
|---|---|---|---|
| ao | pond | đồng (clas: **cánh**) | field |
| **bãi biển** | beach | **đồng bằng** | plain, delta |
| **bờ biển** | shore | **hồ** | lake |
| **cao nguyên** | highlands | **ruộng** (clas: **thửa**) | ricefield |
| **cát** | sand | **rừng** (clas: **cánh, khu**) | forest |
| **đá** (clas: **hòn, cục**) | stone | **sông** (clas: **con, dòng**) | river |
| **đảo** (clas: **hòn**) | island | **suối** (clas: **con, dòng**) | spring |
| **đất** | earth | **thác** (clas: **ngọn**) | waterfall |
| **đất liền** | inland | **vịnh** | bay, gulf |
| **đồi** (clas: **ngon**) | hill | | |

**Thành ngữ**

**tấc đất tấc vàng**   an inch of land (is worth) an inch of gold
Ở Việt Nam đất ít, người nhiều. Thật là **tấc đất tấc vàng**!

**Thực hành 1**

**Trả lời câu hỏi.**

1.  Bạn thích ở miền nào, miền biển hay miền núi?  Tại sao?
2.  Nếu có nhiều tiền, bạn thích xây nhà trên đồi hay ở trước bãi biển? Tại sao?
3.  Trong các hồ bạn đã đi thăm, hồ nào rộng và đẹp nhất?
4.  Bạn đã đi cắm trại trong rừng bao giờ chưa?  Ở đâu, bao lâu?
5.  Khi cắm trại trong rừng, bạn có thích <u>dựng lều</u> (to set up a tent) ở gần suối hay sông không?  Tại sao?
6.  Theo bạn thì thác Niagara có nổi tiếng nhất thế giới không?
7.  Tahiti và Ha-Oai là gì?
8.  Ở nước bạn có ruộng không?  Người ta <u>trồng</u> (to plant) gì ở ruộng?
9.  Ở bãi biển thường có gì?
10. Bạn thích sống ở đất liền hay ở đảo?  Vì sao?

**Thực hành 2**

Hãy dùng những câu hỏi trong **Thực hành 1** để phỏng vấn và báo cáo về một người bạn trong lớp.

thuyền

## Địa lý Việt Nam

**Từ vựng:**

| | |
|---|---|
| bán đảo | peninsula |
| cao nguyên | South VN highlands |
| chiếm | to occupy |
| dân tộc ít người | minority ethnic group |
| diện tích | area |
| giáp (giới) | to border |
| miền thượng du | North VN highlands |
| phì nhiêu | to be fertile |
| phù sa | silt, alluvium |
| rồng | dragon |
| tạo | to create |

Việt Nam nằm trên bán đảo Đông Dương, phía bắc giáp Trung Quốc, phía đông giáp biển Nam Hải, phía tây giáp Lào và Cam Pu Chia, phía nam giáp vịnh Thái Lan. Nước Việt Nam có một hình dáng rất đặc biệt, giống như chữ "S" hay như một con rồng lượn khúc.

Diện tích nước Việt Nam rộng khoảng 331.000 cây số vuông (độ 128.400 dặm vuông và gần bằng diện tích của tiểu bang New Mexico). Rừng núi ở Việt Nam chiếm khoảng 58% diện tích, đồng bằng chiếm khoảng 25%, phần diện tích còn lại là sông ngòi và đường bộ, chiếm khoảng 17%.

Bờ biển Việt Nam chạy dọc từ Bắc xuống Nam dài khoảng 3.260 cây số. Ven bờ biển miền Bắc có vịnh Hạ Long nổi tiếng. **Ngoài** Vịnh Hạ Long còn có những bãi biển đẹp và nổi tiếng như Đồ Sơn ở Hải Phòng, Sầm Sơn ở Thanh Hoá, Cam Ranh, Nha Trang ở miền Trung và Vũng Tầu ở miền Nam.

Ba con sông chính và quan trọng ở Việt Nam là sông Hồng ở miền Bắc, sông Hương ở miền Trung và sông Cửu Long ở miền Nam. Phù sa sông Hồng và sông Cửu Long tạo nên hai miền đồng bằng phì nhiêu: đồng bằng sông Hồng và đồng bằng sông Cửu Long.

Việt Nam là một nước có khí hậu nhiệt đới: nóng, ẩm và nhiều mưa. Tuy nhiên, miền Bắc có bốn mùa rõ rệt, trong khi miền Trung và miền Nam chỉ có hai mùa: mùa mưa và mùa nắng.

Dân số Việt Nam có khoảng hơn 70 triệu người. **Ngoài** 84% dân chúng là người Việt sống ở các vùng đồng bằng, **còn** có 16% dân tộc ít người sống ở các miền thượng du Bắc Việt và các miền cao nguyên ở Trung Việt và Nam Việt. Những người này có tiếng nói riêng và phong tục khác với người Việt. Hiện tại, trên đất nướcViệt Nam có khoảng 54 dân tộc cùng chung sống.

**Thực hành 3**

**1.      Học từ vựng**

1.1    Hãy đoán nghĩa tiếng Anh của từ **vuông** trong câu: "Diện tích Việt Nam rộng khoảng 331.000 cây số <u>vuông</u>".

1.2    Còn từ **vuông** trong câu: "Ngôi nhà của ông Nam thật rộng và nằm trên một miếng đất hình <u>vuông</u>" nghĩa tiếng Anh là gì?

1.3    Hãy tìm ba từ mới trong bài bạn đã đoán được nghĩa mà <u>không</u> cần tra từ điển.

1.4    Đặt câu với 3 từ mới ấy.

**2.      Tìm hiểu bài đọc**

2.1    <u>Hình dáng</u> (shape) của nước Việt Nam có gì đặc biệt?

2.2    Khí hậu nhiệt đới như thế nào?  Nước nào bạn biết có khí hậu nhiệt đới nữa?

2.3    Hai con sông nào quan trọng cho <u>nông nghiệp</u> (agriculture) ở Việt Nam?  Tại sao?

2.4    Ở Việt Nam có khoảng bao nhiêu người sống ở miền thượng du (bắc VN) và cao nguyên (trung và nam VN) ?  Họ là ai?

2.5    Có phải tất cả người Việt đều nói tiếng Việt không?  Tại sao?

2.6    Sông nào quan trọng nhất ở Việt Nam?  Ở Mỹ?  Ở Pháp?

**3.      Hãy tóm tắt địa lý Việt Nam.**

<table>
</table>

| **Hội thoại 1** | **Học ngữ pháp 54 & 55** |

*Robert nói chuyện với người hướng dẫn du lịch.*

ROBERT                    Chương trình ngày mai như thế nào, hả anh?

NGƯỜI HƯỚNG          Theo chương trình đã định thì tám giờ sáng chúng ta sẽ
DẪN DU LỊCH            chèo thuyền đến đảo Gà Mẹ.

ROBERT                    Sau đó mình có leo núi Mào Gà không?

NGƯỜI HƯỚNG          Cái đó còn tùy thời tiết. Trời **mà** mưa thì phải đổi
DẪN DU LỊCH            chương trình.

ROBERT                    ***Ước gì*** ngày nào trời cũng nắng đẹp như hôm nay anh nhỉ!

> **Thực hành 4**

**Trả lời câu hỏi về hội thoại 1:**

1.    Mấy giờ ngày mai Robert sẽ chèo thuyền đến đảo Gà Mẹ?
2.    Sau đó Robert sẽ làm gì?
3.    Thời tiết mà xấu thì sao?
4.    Hôm nay thời tiết nơi Robert đang ở như thế nào?

> **Thực hành 5**

4.1    Hãy đọc <u>thời gian biểu</u> (time schedule) và <u>hành trình</u> (itinerary) sau đây của Robert:

| Ngày 15 | Đi sang đảo Gà Mẹ, leo lên núi Mào Gà, tắm biển, đi chơi suối, cắm trại và ngủ đêm ở đảo Gà Mẹ. |
|---|---|
| Ngày 16 | Đi bộ dọc theo dòng suối, ăn trưa ở hồ, tắm nắng, trở về đảo Gà Con, ngủ đêm ở làng Đào. |
| Ngày 17 | Đi bộ từ làng Đào đến đồi hoa đào, đi đến bãi biển phía đông bắc, tắm biển, câu cá. |
| Ngày 18 | Chuẩn bị trở về vịnh Hạ Long, ghé thăm <u>hang</u> (cave) Đầu Gỗ. |

Thuyền thúng

4.2    Bạn cũng đi thăm đảo Gà Mẹ như Robert nhưng bị thời tiết xấu.
       Bạn phải thay đổi thế nào?  Hãy viết thời gian biểu và hành trình
       của bạn rồi so sánh với một người bạn trong lớp.

| Ngày ... | |
|---|---|
| Ngày ... | |
| Ngày ... | |
| Ngày ... | |

## Từ vựng làm vốn:

| | |
|---|---|
| **Ấn Độ Dương** | Indian Ocean |
| **Bắc Cực** | North Pole |
| **Đại Tây Dương** | Atlantic Ocean |
| **đất** (clas: **quả, trái**) | earth |
| **Địa Trung Hải** | Mediterranean |
| **động đất** | earthquake |
| **gió lốc** | tornado |

| | | | |
|---|---|---|---|
| **không gian** | space, air space | **sao** (clas: **ngôi**) | star |
| **mặt trăng** | moon | **Thái Bình Dương** | Pacific Ocean |
| **mặt trời** | sun | **vũ trụ** | universe |
| **Nam Cực** | South Pole | **xích đạo** | equator |
| | | **ô nhiễm** | pollution |

### Thực hành 6

Xem từ vựng làm vốn và bản đồ thế giới. Chuẩn bị để hỏi và trả lời những câu hỏi sau đây trong lớp:

1.   Ở gần <u>xích đạo</u> nóng hay lạnh?  Kể tên hai nước ở gần xích đạo.

2.   Ở <u>Bắc Cực</u> và <u>Nam Cực</u> thì sao?  Bạn biết nước nào ở gần Bắc Cực?

3.   Úc Châu ở gần Nam Cực hay Bắc Cực?  Thời tiết ở Úc Châu như thế nào, có giống ở nước bạn không?

4.   Thái Bính Dương và Đại Tây dương, đại dương nào lớn hơn?

5.   <u>Hành tinh</u> (planet) nào <u>xoay quanh</u> (to revolve) <u>mặt trời</u>?

6.   Bạn có đếm được các <u>ngôi sao</u> ở trên trời không?  Ngôi sao nào to nhất không?

7.   Người Việt tin rằng khi có một <u>ngôi sao băng</u> (shooting star) là có một người vừa qua đời. Thế dân tộc bạn thì tin như thế nào?

# II  *Thú vật & chim chóc*

<u>Từ vựng và phát âm 2:</u>

## Thú vật và chim chóc
### *Animals and Birds*

| | | | |
|---|---|---|---|
| **animal + cái** | female | **animal + đực** | male |
| **animal + con** | young animal | | |
| | | | |
| **bird + mái** | female | **bird + trống** | male |
| **bird + con** | young bird | | |

| Exceptions: | **vịt đực** | drake |
|---|---|---|
| | **ngỗng đực** | gander |

| | | | |
|---|---|---|---|
| **chim bồ câu** | pigeon, dove | **nai** | deer |
| **chuột** | mouse, rat | **ngựa** | horse |
| **cò** | crane | **nuôi** | to raise |
| **dê** | goat | **thỏ** | rabbit |
| **gia súc** | domestic animals | **trâu** | water buffalo |
| **hổ/cọp** | tiger | **voi** | elephant |
| **khỉ** | monkey | **vườn bách thú** | zoo |

## Thành ngữ

**ông nói gà, bà nói vịt**          Two people who are not communicating well.

**Ông nói gà, bà nói vịt** nên họ không hiểu nhau gì cả.


**lên voi, xuống chó**          Life's ups and downs

Đời là thế!  **Lên voi xuống chó** là chuyện thường.

**Thực hành 7**

**Hãy nói chuyện và chơi đố với các bạn trong lớp.**

1.   Bạn thích súc vật nào?  Tại sao?

2.   Nếu có thể, bạn thích nuôi gia súc nào trong nhà?

3.   Con vật nào kêu "gâu gâu"?

4.   Con vật nào "ủn ỉn"?

5.   Con vật nào "cục tác"?

6.   Con vật nào bắt chuột?

**Thực hành 8**

**Hãy dùng Từ vựng và phát âm 2 để sắp xếp theo loại:**

1.   gia súc

2.   thú vật sống trong rừng

3.   con nào bay được?

4.   con nào chạy nhanh nhất?

5.   con nào các hiệu bán súc vật không bán?

**Hội thoại 2**

MAI LINH         Chị Monique có muốn nuôi mèo không?  Con mèo nhà bác em mới <u>đẻ</u> (to give birth) được bốn con mèo con xinh lắm. Hai con cái, hai con đực.

MONIQUE       Chị thích nuôi gia súc lắm, nhưng làm sao mà có thì giờ nuôi và chơi với nó?

MAI LINH         Nhưng chị ơi, chị phải nghĩ như người Việt mới được. Chị nghe em đọc bài ca dao "Loài vật kể công" này nhé:

Mèo kêu mèo bắt chuột,
Chó nói chó giữ nhà,
Ngựa bảo: "Tôi chạy đường xa",
Trâu bò lớn tiếng: "Chúng ta kéo cày".

### Thực hành 9

**Trả lời những câu hỏi về họi thoại 2.**

1.    Tại sao Mai Linh muốn cho Monique một con mèo?
2.    Tại sao Monique không nuôi gia súc được?
3.    Bạn thích con vật nào nhất?  Tại sao?
4.    Nếu có thể, bạn thích nuôi gia súc nào trong nhà?
5.    Bài ca dao " Loài vật kể công" nói gì về gia súc?

# III   *Cây cối & hoa lá*

### Từ vựng, phát âm và chính tả 3:

## Cây cối và hoa lá
*Trees and Flowers*

| | | | |
|---|---|---|---|
| **cây cau** | areca nut tree | **hoa cúc** | chrysanthemum, daisy |
| **cây dừa** | coconut tree | **hoa hồng** | rose |
| **cây đa** | banyan tree | **hoa lan** | orchid |
| **cây thông** | pine tree | **hoa sen** | lotus |
| **cây tre** | bamboo | **lá (chiếc)** | leaf |
| **cây trúc** | yellow bamboo | **mọc** | to grow |
| **cỏ (nhánh, cọng)** | grass | **(lá) rơi, rụng** | to fall |
| **héo/tàn** | to wither | **trồng** | to plant |
| **hoa (bông)** | flower | | |

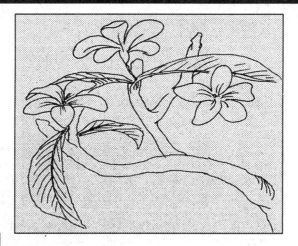

## Thực hành 10

1.     Bạn thích loại hoa nào nhất? Tại sao?

2.     Nếu cần tặng hoa cho bạn trai/bạn gái, bạn thích mua cho người đó loại hoa nào?

3.     Theo bạn, hoa nào <u>tượng trưng</u> (to symbolize) cho tình yêu?

4.     Theo bạn, hoa nào tượng trưng cho tình bạn?

5.     Bạn đã thấy những thứ cây và hoa nào rồi?

**Thực hành 11**

**Thuyết trình** (Oral Presentation):

Hãy chuẩn bị để thuyết trình về một nơi bạn thích. Dùng hình ảnh và theo trình tự (order) sau đây:

1) vị trí của nơi đó

2) các đặc điểm như sông, biển, núi, rừng của nơi đó

3) khí hậu của nơi đó

4) dân số của nơi đó

5) các dân tộc ở nơi đó

6) các loại cây cỏ, hoa lá của nơi đó

7) các loại thú vật, chim chóc của nơi đó.

# BẢNG TÓM TẮT TỪ VỰNG VÀ CÂU MẪU

## Địa lý

| | | | |
|---|---|---|---|
| ao | pond | đồng (cánh) | field |
| bãi biển | beach | đồng bằng | plain, delta |
| bờ biển | shore | hồ | lake |
| cao nguyên | highlands | ruộng (thửa) | ricefield |
| cát | sand | rừng (cánh, khu) | forest |
| đá (hòn, cục) | stone | sông (con, dòng) | river |
| đảo (hòn) | island | suối (con, dòng) | spring |
| đất | earth | thác (ngọn) | waterfall |
| đất liền | inland | vịnh | bay, gulf |
| đồi (ngọn) | hill | | |

## Từ vựng làm vốn:

| | | | |
|---|---|---|---|
| Ấn Độ Dương | Indian Ocean | mặt trăng | moon |
| Bắc Cực | North Pole | mặt trời | sun |
| Đại Tây Dương | Atlantic Ocean | Nam Cực | South Pole |
| đất (quả, trái) | earth | ô nhiễm | pollution |
| Địa Trung Hải | Mediterranean | sao (ngôi) | star |
| động đất | earthquake | Thái Bình Dương | Pacific Ocean |
| gió lốc | tornado | vũ trụ | universe |
| không gian | space, air space | xích đạo | equator |

## Thú vật và chim chóc

| | | | |
|---|---|---|---|
| animal + cái | female | animal + đực | male |
| animal + con | young animal | | |
| bird + mái | female | bird + trống | male |
| bird + con | young bird | | |

| Exceptions: | vịt đực | drake |
|---|---|---|
| | ngỗng đực | gander |

| | | | |
|---|---|---|---|
| chim bồ câu | pigeon, dove | nai | deer |
| chuột | mouse, rat | ngựa | horse |
| cò | crane | nuôi | to raise |
| dê | goat | thỏ | rabbit |
| gia súc | domestic animals | trâu | water buffalo |
| hổ/cọp | tiger | voi | elephant |
| khỉ | monkey | vườn bách thú | zoo |

## B Ả N G   T Ó M   T Ắ T   T Ừ   V Ự N G   V À   C Â U   M Ẫ U

### Cây cối và hoa lá

| | | | |
|---|---|---|---|
| **cây cau** | areca nut tree | **hoa cúc** | chrysanthemum, daisy |
| **cây dừa** | coconut tree | **hoa hồng** | rose |
| **cây đa** | banyan tree | **hoa lan** | orchid |
| **cây thông** | pine tree | **hoa sen** | lotus |
| **cây tre** | bamboo | **lá (chiếc)** | leaf |
| **cây trúc** | yellow bamboo | **mọc** | to grow |
| **cỏ (nhánh, cọng)** | grass | **(lá) rơi, rụng** | to fall |
| **héo/tàn** | to wither | **trồng** | to plant |
| **hoa (bông)** | flower | | |

### Thành Ngữ

| | |
|---|---|
| **lên voi, xuống chó** | life's ups and downs |
| **ông nói gà, bà nói vịt** | two people who are not communicating well |
| **tấc đất tấc vàng** | an inch of land (is worth) an inch of gold |

### Câu Mẫu

Ở thôn quê người Việt thường nuôi gà vịt ở **ngoài** sân.

**Ngoài** ba con sông chính, Việt Nam **còn** có nhiều sông khác nữa.

Hôm nay nhiệt độ **mà** lên nữa thì em chết mất!

**Ước gì** tôi bay được như chim bồ câu!

# NGỮ PHÁP VÀ CÁCH DÙNG TỪ

### 53. Using *ngoài* and *ngoài...còn*

**a.** Besides its literal meaning of "outside," **ngoài** placed before a noun also means "except" or "in addition to," as in:

> *Ở thôn quê người Việt thường nuôi gà vịt ở <u>ngoài</u> sân.*
> In the countryside, the Vietnamese usually raise chickens and ducks <u>out</u> in the yard.

> *<u>Ngoài</u> trầu và cau, tre và trúc là hai thứ cây rất phổ biến ở Việt Nam.*
> <u>In addition to</u> betel leaves and areca nuts, green and yellow bamboos are two very popular trees in Vietnam.

**b.** The expression **ngoài...còn** is used to place emphasis on one thing among many:

> *<u>Ngoài</u> các loại chim chóc như chim bồ câu và chim sẻ, Việt Nam <u>còn</u> có nhiều thú vật như hổ và voi nữa.*
> <u>Besides</u> birds like doves and sparrows, Việtnam <u>also</u> has many animals like tigers and elephants.

> *<u>Ngoài</u> ba con sông chính là sông Hồng, sông Hương và sông Cửu Long, Việt Nam <u>còn</u> có nhiều sông khác nữa.*
> <u>Besides</u> the three main rivers, the Red River, the Perfume River and the Mekong River, Vietnam <u>also</u> has many others.

   **Bài tập 53**

Dùng những từ sau đây để làm 3 câu với **ngoài** và 3 câu với **ngoài...còn**. Xem Từ vựng làm vốn.

1. Bang Kansas, bão to, gió lốc, mưa như trút.
2. Trái đất, Thái Bình Dương, Đại Tây Dương, Địa Trung Hải.
3. Không gian, mặt trăng, mặt trời, ngôi sao.

## 54.    Supposing an unlikely event with *mà*

**Mà** can be used to indicate an unlikely event and is translated into English by
"if," as in:

> *Mùa đông năm nay rét quá; gió bấc <u>mà</u> thổi nữa thì nhiều người chết
> cóng.*
> The winter is very cold this year; <u>if</u> the north wind blew any more, many
> people would freeze.

> *Hôm nay nhiệt độ <u>mà</u> lên nữa thì em chết mất!*
> <u>If</u> today's temperature rose again, I would die!

**Mà** can also be used in conjunction with **nếu** for more emphasis:

> *Mùa đông năm nay rét quá; <u>nếu</u> gió bấc <u>mà</u> thổi nữa thì nhiều người
> chết cóng.*
> *Hôm nay <u>nếu</u> nhiệt độ <u>mà</u> lên nữa thì em chết mất!*

  **Bài tập 54**

Đổi những câu sau đây thành những câu có chữ **mà**:

1.    Nếu hôm nay trời mưa thì chúng ta không đi tham quan Hà Nội
      được.

2.    Nếu em mua vé đi Việt Nam trước tháng 11 thì giá vé chỉ 900 đô-la
      thôi.

3.    Chúng mình sẽ không đi xe lửa vào Sài Gòn nếu em không có đủ
      thì giờ.

4.    Ngày mai mình sẽ không leo núi nếu trời có bão.

5.    Nếu ở nhà rộng và có thì giờ thì tôi sẽ nuôi một con mèo và hai
      con chó.

6.    Nếu anh không mua được hoa hồng thì mua hoa cúc cũng được.

## 55.  Expressing wishes or expectations with *ước gì*

"Ước" means "to wish."  **Ước gì** is an idiomatic expression placed at the beginning of a sentence to express wishes that are not likely to come true, as in:

> *<u>Ước gì</u> tôi bay được như chim bồ câu!*
> <u>Wish</u> I could fly like a dove!

> *<u>Ước gì</u> nhà tôi có ao để trồng hoa sen!*
> <u>Wish</u> my house had a pond to plant lotus flowers!

> *<u>Ước gì</u> hoa đẹp chẳng bao giờ tàn!*
> <u>Wish</u> the beautiful flowers would never wither!

### Bài tập 55

Nếu trời cho bạn bốn điều ước thì bạn sẽ ước gì?  Hãy nói chuyện và so sánh những điều ước của bạn với những sinh viên khác.

*Tục ngữ, Ca dao*

Trăng đến rằm thì tròn,

Sao đến tối thì mọc.

Chó cậy gần nhà, gà cậy gần chuồng.

Mèo khen mèo dài đuôi.

## T Ậ P   N G H E

 **"Quê tôi"**

The following people are talking about their hometowns. Listen to their conversation and write down the most important facts about each person's hometown IN ENGLISH. Names of food can be written in Vietnamese.

**Hãy lắng nghe**

| NAME | HOMETOWNS AND IMPORTANT FACTS |
|------|-------------------------------|
| Thành | |
| Quỳnh | |
| Đan Thanh | |
| Việt | |

**Sau khi nghe**

Hãy viết một đoạn (paragragh) ngắn giới thiệu quê của bạn.

# T  Ậ  P     Đ  Ọ  C

   **"Hà Nội và TP. HCM . . ."**

## Trước khi đọc

Thành phố nơi bạn ở như thế nào?  Ngoài cảnh đẹp, nơi đó có phải là một chỗ ở tốt không?

* <u>Tuổi thọ</u> (life expectancy) của những người ở đấy có cao không?
* Ở đấy có nhiều bệnh viện và bác sĩ không?
* Trường học ở đấy có tốt không?  <u>Chính phủ</u> (government) có tiêu nhiều tiền cho giáo dục không?
* Ở đấy có <u>bị ô nhiễm</u> (polluted) nhiều không?

Bạn có muốn biết Hà Nội và thành phố Hồ Chí Minh như thế nào không?

## Chúng ta đọc

## Hà Nội và TP.HCM: hai trong số 40 thành phố tốt nhất châu Á

Hà Nội và TP.HCM được xếp thứ hạng 31 và 33 trong bảng tổng xếp hạng 40 thành phố tốt nhất châu Á. Đó là kết quả một cuộc nghiên cứu do tuần báo *Asiaweek* thực hiện. Tờ *Asiaweek* đã lựa chọn 40 thành phố và đánh giá trên 22 tiêu chí thống kê như tuổi thọ trung bình của cư dân, số giường bệnh/10.000 dân, chi tiêu cho giáo dục, trình độ dân trí... Sau cùng là chấm điểm trên thang 100. Hà Nội được 45 điểm và TP.HCM được 44 điểm.

Đứng đầu trong danh sách các thành phố tốt nhất châu Á là Tokyo (71 điểm), kế đến là Xingapo (67), Bandar Seri Begawan (64), Osaka (63)... Thành phố Bandar Seri Begawan (có khoảng 300.000 dân) của Brunây khá bất ngờ giành vị trí thứ ba với các đặc tính: không tắc nghẽn giao thông, không ô nhiễm và không đánh thuế.

XUÂN HỶ (Theo *Asiaweek*)

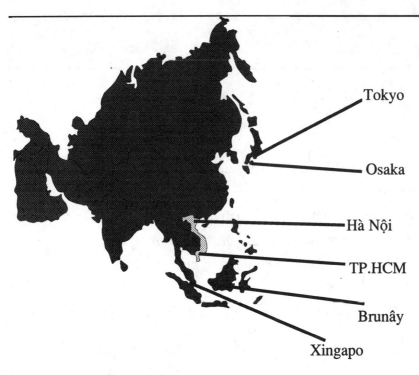

 **Sau khi đọc**

1.    **Trả lời câu hỏi:**

       1.1    Theo bạn, Hà Nội và TP.HCM được xếp hạng như thế có
              tốt không? Tại sao?

       1.2    Tuần báo Asiaweek dùng những <u>tiêu chí thống kê</u> (statisti-
              cal criteria) nào để xếp hạng các thành phố?

       1.3    Đối với bạn, những tiêu chí nào quan trọng nhất?
              Hãy xếp hạng 5 tiêu chí quan trọng nhất.

       1.4    Bạn có đồng ý với thứ hạng của thành phố Tokyo và
              Xingapo không?  Tại sao?

       1.5    Tại sao thành phố Bandar Seri Begawan được xếp hạng ba?

       1.6    Nếu được phỏng vấn <u>Asiaweek</u> thì bạn muốn biết thêm
              những điều gì nữa?

 2.    **Thảo luận**

       2.1    Bốn hay năm sinh viên bàn luận với nhau. Tìm tiêu chí
              thống kê cần có để xếp hạng 4 thành phố tốt nhất hoặc 4
              đại học tốt nhất.

       2.2    Báo cáo kết quả cho cả lớp nghe.

# TẬP VIẾT LUẬN 300

Người ta thường gọi nơi lý tưởng là <u>Thiên Đàng</u> (Paradise). Hãy <u>tưởng tượng</u> (to imagine) để viết về Thiên Đàng theo <u>quan niệm</u> (opinion) của bạn (300 từ).

---

**Use the ideas suggested below to organize your composition before writing.**

---

### DÀN BÀI

1. **Nhập đề**

   Bạn có nghĩ trái đất của chúng ta có Thiên Đàng không? Bạn đã nghe thấy nhiều người nói về Thiên Đàng của họ chưa? Hãy so sánh Thiên Đàng của bạn với Thiên Đàng của họ.

2. **Thân bài**

   * Ở Thiên Đàng có những gì?
   * Nói về địa lý của Thiên Đàng.
   * Khí hậu và thời tiết ở đấy như thế nào?
   * Thú vật và cây cỏ hoa lá ở Thiên Đàng như thế nào?
   * Các hoa quả và thức ăn ở đấy ra sao?
   * Đời sống hàng ngày và trong gia đình ở đấy như thế nào?
   * Nhà cửa ở đấy như thế nào?
   * Người sống ở đấy giải trí như thế nào?
   * Thân thể và sức khoẻ, hình dáng và tính tình của những người ở Thiên Đàng ra sao?

   Ngữ pháp nên dùng:

   * ngoài -- ngoài...còn -- càng...càng -- vừa...vừa -- dù-- mà: unlikely event -- không những...mà còn -- reduplicatives -- không...đâu/có...đâu/chưa...đâu -- đông/vắng/ít/nhiều -- indefinites+cũng

3. **Kết luận**

   Chúng ta có nên nghĩ đến Thiên Đàng lý tưởng không? Bạn có thích sống ở một nơi như thế không? Tại sao?

# CHƯƠNG 22

# Danh nhân lịch sử Việt Nam qua tên đường phố

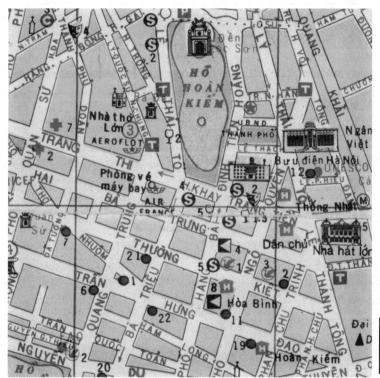

Bản đồ Hà Nội

## COMPETENCIES

* Learning about some key historical figures of Vietnam
* Familiarizing oneself with the Vietnamese style of historical writing
* Learning to give an oral presentation on an historical figure.

**Vocabulary and Spoken Activities**

Hai Bà Trưng

Ngô Quyền

Trần Hưng Đạo

Lê Lợi

Quang Trung Nguyễn Huệ

**Grammar and Usage**

56. Summary of *được*

57. Summary of *bị*

58. Using *phải*

59. Noun formation

**Listening Comprehension**

Legendary Origins of the Viets

*IN CHAPTER 22 YOU WILL READ ABOUT SOME OF THE MOST FAMOUS HISTORICAL FIGURES OF VIETNAM. THEIR NAMES GRACE THE STREETS OF DOWNTOWN HANOI AND OTHER BIG CITIES. THE VOCABULARY WILL ENABLE YOU TO TALK ABOUT OTHER NATIONAL HEROES AS WELL.*

## TỪ VỰNG VÀ THỰC HÀNH

### I Lịch sử 1: Hai bà Trưng

#### Từ vựng, phát âm và chính tả 1:

| | |
|---|---|
| anh hùng | hero |
| chống lại | to resist |
| đền thờ | temple |
| đô hộ | to dominate |
| độc lập | to be independent, independence |
| Hán | the Han dynasty |
| khởi nghĩa | to lead a nationalist revolt |
| quan Lạc Tưởng | Lord serving under the King, military branch |
| tự tử | to commit suicide |
| vị | honorific classifier |
| vua | king |
| võ nghệ | martial arts |
| xâm lược/xâm chiếm | to invade |

**Học ngữ pháp 56, 57 & 59**

## HAI BÀ TRƯNG
## 14 - 43

Trưng Trắc và Trưng Nhị là con quan Lạc Tướng huyện Mê Linh (gần Hà Nội). Từ thuở bé hai Bà đã tập luyện võ nghệ rất giỏi. Năm 40 hai Bà đã đứng lên khởi nghĩa để chống lại quân Hán xâm lược.

Trong thời gian ngắn, hai Bà Trưng đánh thắng quân Hán, lên làm vua và xưng là Trưng Nữ Vương. Nhưng nước Việt Nam chỉ *được* độc lập cho đến năm 43 vì nhà Hán lại cho quân sang xâm chiếm. Hai Bà *bị* thua nên nhẩy xuống sông Hát tự tử để khỏi bị quân giặc bắt.

Trưng Trắc và Trưng Nhị là hai vị nữ tướng anh hùng đầu tiên đã chống lại *sự đô hộ* của Trung Quốc. Dân chúng Việt Nam đã lập đền thờ ở nhiều nơi để nhớ ơn Hai Bà.

**Thực hành 1**

1.      Hai Bà Trưng là ai?
2.      Hai Bà đã làm gì cho nước Việt Nam?
3.      Hai Bà có tài gì?
4.      Chuyện gì đã xảy ra năm 43?
5.      Tại sao người Việt lập đền thờ Hai Bà?

**Thực hành 2**

Hãy giới thiệu Hai Bà Trưng với một người bạn.

## II Lịch sử 2: Ngô Quyền

**Từ vựng, phát âm và chính tả 2:**

| | | | |
|---|---|---|---|
| **bất ngờ** | suddenly | **lính/quân lính** | soldiers |
| **cọc** | stake | **lòng sông** | riverbed |
| **đắm** | to sink | **nhử** | to lure |
| **đường thuỷ** | waterway | **sắt** | iron |
| **giả** | to pretend | **thuỷ triều** | tide |
| **hoảng sợ** | to be stupefied | **tướng** | general |

# NGÔ QUYỀN
## 899-944

Ngô Quyền là một vị tướng tài giỏi. Ông đã đánh thắng quân Nam Hán xâm lược năm 931. Năm 937 quân Hán lại sang xâm chiếm Việt Nam, theo đường thuỷ. Lần này Ngô Quyền cho quân lính đóng cọc nhọn đầu bịt sắt ở lòng sông Bạch Đằng.

Khi thuỷ triều lên, thuyền của Ngô Quyền đã giả thua để nhử thuyền quân Nam Hán vào nơi có cọc nhọn. Đợi khi nước thuỷ triều rút xuống, Ngô Quyền cho quân lính đánh trả lại. Bị đánh bất ngờ, quân Nam Hán hoảng sợ chạy trốn. Đến gần cửa biển, nước xuống thấp, cọc nhọn lên cao, thuyền của quân Nam Hán đâm *phải* cọc nhọn nên bị đắm rất nhiều.

Sau chiến thắng lần thứ hai, Ngô Quyền lên làm vua năm 939 và đem lại *nền độc lập* cho nước Việt Nam.

**Thực hành 3**

1. Ngô Quyền là một người như thế nào?
2. Quân lính của Ngô Quyền đã làm gì ở sông Bạch Đằng?
3. Tại sao quân Hán bị thua ở sông Bạch Đằng?
4. Chuyện gì đã xảy ra năm 939?

**Thực hành 4**

Hãy giới thiệu Ngô Quyền với một người bạn.

# III  *Lịch sử 3: Trần Hưng Đạo*

### <u>Từ vựng, phát âm và chính tả 3:</u>

| | | | |
|---|---|---|---|
| **chiếm** | to seize | **quốc gia** | nation |
| **dũng mãnh** | to be fearless | **Mông Cổ** | Mongols |
| **đời nhà Trần** | the Tran dynasty | **mưu kế** | scheme |

## TRẦN HƯNG ĐẠO
## 1226-1300

Trần Hưng Đạo là một <u>danh tướng</u> (=tướng tài giỏi) đời nhà Trần. Năm 1287 quân Mông Cổ kéo quân sang xâm lược Việt Nam bằng đường thuỷ và đường bộ. Ông đã dùng mưu kế của Ngô Quyền ngày trước để đánh bại quân Mông Cổ ở sông Bạch Đằng.

Quân Mông Cổ đã đánh chiếm được bao nhiêu quốc gia, trong đó có cả Trung Quốc. Thế mà dân tộc Việt Nam đã đánh thắng đoàn quân dũng mãnh ấy ba lần liên tiếp.

**Thực hành  5**

1.  Trần Hưng Đạo đã học được bài học nào của Ngô Quyền?

2.  Dưới đời nhà Trần quân Mông Cổ đã xâm lược Việt Nam mấy lần?

3.  Quân Mông Cổ là một đoàn quân như thế nào?

4.  Vì sao người Việt coi Trần Hưng Đạo là một danh tướng?

**Thực hành  6**

Hãy giới thiệu Trần Hưng Đạo với một người bạn.

## IV *Lịch sử 4: Lê Lợi*

**Từ vựng và phát âm 4:**

| | | | |
|---|---|---|---|
| **kháng chiến** | to resist | **rùa thần** | sacred turtle |
| **kiếm** | sword | **thanh bình** | peace |
| **Minh** | the Ming dynaty | **xuất thân** | to come from |

### LÊ LỢI
### 1385-1433

Lê Lợi, người anh hùng áo vải, xuất thân từ một gia đình nông dân ở Thanh Hoá. Ông đã khởi nghĩa chống lại quân Minh. Sau gần 10 năm kháng chiến, Lê Lợi đã đánh thắng quân Minh.

Tục truyền rằng vua Lê Lợi đã được rùa thần ở hồ Hoàn Kiếm cho mượn một thanh kiếm quý để đánh giặc. Vua đã trả lại thanh kiếm ấy sau khi đất nước thanh bình.

**Thực hành 7**

1.  Lê Lợi đã làm gì trong mười năm?

2.  Bố mẹ Lê Lợi làm nghề gì?

3.  Rùa thần đã làm gì để giúp Lê Lợi?

4.  Vì sao Hồ Hoàn Kiếm có tên ấy?

**Thực hành 8**

Hãy giới thiệu Lê Lợi với một người bạn.

# V Lịch sử 5: Nguyễn Huệ

## Từ vựng, phát âm và chính tả 5:

| | |
|---|---|
| chính thức | official |
| chữ Nôm | Nôm script |
| hoàng đế | emperor |
| nhà chính trị | politician |
| phát triển | to develop |
| phục hồi | to restore |
| tài liệu giảng dạy | teaching materials |

## QUANG TRUNG NGUYỄN HUỆ
## 1753-1792

Nguyễn Huệ hay hoàng đế Quang Trung là một vị anh hùng và một nhà chính trị tài giỏi của dân tộc Việt Nam. Năm 1788 quân Thanh sang xâm chiếm nước Việt Nam. Ông đã đưa quân lính từ Thuận Hoá (miền Trung) vào thành Thăng Long (Hà Nội) chỉ trong vòng mấy ngày. Quân Thanh bị đánh bất ngờ vào mồng năm Tết nên đã thua lớn ở trận Đống Đa.

Tuy chỉ làm vua được bốn năm, vua Quang Trung đã thành công trong nhiều việc tốt đẹp. Chữ Nôm được coi như chữ viết chính thức của nhà nước. Nhiều sách chữ Hán được dịch ra chữ Nôm để dùng làm tài liệu giảng dạy. Nền kinh tế lúc bấy giờ cũng được phục hồi và phát triển.

Hiện giờ du khách vẫn có thể đến thăm gò Đống Đa và tượng vua Quang Trung ở ngay tại Hà Nội.

**Thực hành  9**

1. Tại sao quân Thanh bị thua?
2. Tại sao người Việt Nam coi Quang Trung là anh hùng dân tộc?
3. Quang Trung đã làm gì cho nền giáo dục Việt Nam?
4. Người Việt đã làm gì để nhớ ơn vua Quang Trung?

**Thực hành  10**

Hãy giới thiệu Quang
Trung với một người bạn.

Quang Trung, Gò Đống Đa

**Thực hành  11**

**Thuyết trình**

6.1   Chọn một danh nhân lịch sử thế giới. Dùng những từ đã học để
       soạn một bài thuyết trình ngắn trong lớp.

6.2   Chú ý nghe thuyết trình của người khác để viết lại thông tin
       đã nghe được.

# BẢNG TÓM TẮT TỪ VỰNG VÀ CÂU MẪU

### Từ vựng và phát âm 1:

| | | | |
|---|---|---|---|
| anh hùng | hero | quan Lạc Tướng | Lord serving under the |
| chống lại | to resist | | King, military branch |
| đền thờ | temple | tự tử | to commit suicide |
| đô hộ | to rule | vị | honorific classifier |
| độc lập | to be independent | võ nghệ | martial arts |
| Hán | the Han dynasty | vua | king |
| khởi nghĩa | to lead a nationalist | xâm lược/xâm chiếm | to invade |
| | revolt | | |

### Từ vựng và phát âm 2:

| | | | |
|---|---|---|---|
| bất ngờ | suddenly | lính/quân lính | soldiers |
| cọc | sharp | lòng sông | riverbed |
| đắm | to sink | nhử | to lure |
| đường thuỷ | waterway | sắt | iron |
| giả | to pretend | thuỷ triều | tide |
| hoảng sợ | to be stupefied | tướng | general |

### Từ vựng và phát âm 3:

| | | | |
|---|---|---|---|
| chiếm | to seize | quốc gia | nation |
| danh tướng | famous general | Mông Cổ | Mongols |
| dũng mãnh | to be fearless | mưu kế | scheme |
| đời nhà Trần | the Tran dynasty | | |

### Từ vựng và phát âm 4:

| | | | |
|---|---|---|---|
| kháng chiến | to resist | rùa thần | sacred turtle |
| kiếm | sword | thanh bình | peace |
| Minh | the Ming dynasty | xuất thân | to come from |

### Từ vựng và phát âm 5:

| | | | |
|---|---|---|---|
| chính thức | official | | |
| chữ Nôm | Nôm script | phát triển | to develop |
| hoàng đế | emperor | phục hồi | to restore |
| nhà chính trị | politician | tài liệu giảng dạy | teaching materials |

## BẢNG TÓM TẮT TỪ VỰNG VÀ CÂU MẪU

### Câu mẫu

Hai Bà Trưng đánh bại quân Hán nên Việt Nam **được** độc lập.

Vua Lê Lợi **được** nhiều người tài giỏi giúp.

Quân Nam Hán bị Ngô Quyền đánh bất ngờ nên không chạy **được**.

Hai Bà Trưng làm vua Việt Nam **được** 3 năm.

Quân Thanh **bị** Nguyễn Huệ đánh bất ngờ.

Họ mua **phải** một chiếc xe không tốt.

Họ mua **được** một chiếc xe rất tốt.

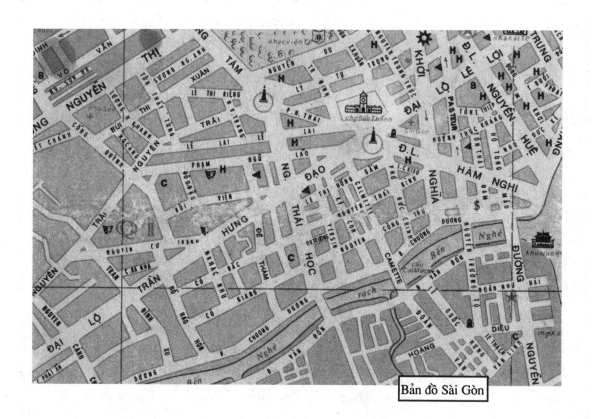

Bản đồ Sài Gòn

# NGỮ PHÁP VÀ CÁCH DÙNG TỪ

## 56.  Summary of *được*

**a.**  **Được** as a main verb has the general meaning of "to obtain," as in:

*Lạc Tướng được hai người con gái tên là Trưng Trắc và Trưng Nhị.*
The Lạc Lord had two daughters named Trưng Trắc and Trưng Nhị.

*Hai Bà Trưng đánh bại quân Hán nên Việt Nam được độc lập.*
The Trưng sisters defeated the Han army, so Vietnam <u>obtained</u>
independence.

**b.**  **Được** can also be used in conjunction with another verb. It acquires different meanings depending on whether it is placed before or after that verb.

**1)**  When **được** is placed before another verb, it denotes something beneficial and favorable. It is best translated into English by the passive voice, as in:

*Vua Lê Lợi được nhiều người tài giỏi giúp.*
King Lê Lợi <u>had</u> many talented people help him.

*Hoàng đế Quang Trung được nhân dân Việt Nam coi là một anh hùng lịch sử.*
Emperor Quang Trung <u>is</u> considered an historical hero by the
Vietnamese people. (He deserves the title.)

*Dưới thời vua Quang Trung, sách chữ Hán được dịch ra chữ Nôm và nền kinh tế được phục hồi và phát triển.*
During King Quang Trung's reign, Chinese books <u>got</u> translated into
Nôm and the economy <u>was</u> revived and developed. (Two favorable
events)

**2)** When **được** is placed after a verb, it denotes the ability to do something, as in:

> *Quân Nam Hán bị Ngô Quyền đánh bất ngờ nên không chạy <u>được</u>.*
> The Southern Han army was attacked unexpectedly by Ngô Quyền so it <u>could not</u> flee.

> *Trần Hưng Đạo là một vị tướng tài giỏi nên quân Mông Cổ đã không chiếm <u>được</u> Việt Nam.*
> Trần Hưng Đạo was a talented general, so the Mongols <u>could not</u> seize Việt Nam.

**c.**   **Được** placed before a quantitative expression means "for as long as," as in:

> *Hai Bà Trưng làm vua Việt Nam <u>được</u> 3 năm.*
> Hai Bà Trưng ruled Việt Nam for 3 years.

> *Hôm nay tôi bận nên chỉ viết được 10 trang thôi.*
> Today I was busy, so could only write (<u>as many as</u>) 10 pages.

> *Cô ấy mệt nên hôm nay chỉ chạy bộ <u>được</u> 3 ki lô mét thôi.*
> She is tired today, so she can only jog (<u>for</u>) 3 kms.

**Bài tập 56**

Hãy viết nghĩa của mỗi chữ **được** trong những câu sau. Xong rồi dịch sang tiếng Anh.

1.   Ngày mai họ sẽ **được** tăng lương.
2.   Anh trồng những cây hoa mai này **được** bao lâu rồi?
3.   Hôm qua buồn ngủ quá nên tôi chỉ đọc **được** vài trang sách.
4.   Lần này đi Reno anh **được** hay thua?
5.   Làm sao mà tôi <u>trở thành</u> (to become) triệu phú **được**?
6.   Nếu **được** đi Việt Nam, thì ngoài việc học tiếng Việt anh định làm gì?
7.   Xin lỗi ông, năm nay ông **được** bao nhiêu tuổi rồi?
8.   Dạ, cám ơn anh chúng tôi **được** bốn cháu: hai trai và hai gái.
9.   Ngày mai tụi mình có đi Gò Đống Đa **được** không?
10.  Chị có ăn **được** món ấy không?

## 57.  Review *bị*

**Bị + verb** has the opposite meaning of **được + verb**. It indicates an unpleasant experience and is best translated into English by the passive voice, as in:

*Hai Bà Trưng tự tử để khỏi <u>bị</u> quân Hán bắt.*
The Trưng Sisters committed suicide to avoid <u>being</u> captured by Han troops.

*Nhiều thuyền của quân Nam Hán <u>bị</u> đắm.*
Many of the Southern Han army's boats <u>were</u> sunk.
*Quân Thanh <u>bị</u> Nguyễn Huệ đánh bất ngờ.*
The Thanh soldiers <u>were</u> unexpectedly attacked by Nguyễn Huệ.

  **Bài tập 57**

Dùng **được** hay **bị** để đổi những câu sau đây:

> VÍ DỤ:       *Trung Quốc đô hộ Việt Nam hơn 1000 năm.*
> *Việt Nam **bị** Trung Quốc đô hộ hơn 1000 năm.*
>
> *Người ta đã sửa chữa lại nhiều đường phố ở tỉnh này.*
> *Nhiều đường phố ở tỉnh này đã **được** người ta sửa chữa.*

1.  Nhiều xe hơi chạy làm ô nhiễm không khí.

2.  Trường Đại Học Tổng Hợp Hà Nội dạy nhiều lớp tiếng Anh buổi tối.

3.  Mưa bão làm thiệt hại nhiều nhà cửa ở vùng này.

4.  Chính phủ <u>cấm</u> (to forbid) xe xích lô vào trung tâm thành phố Sài Gòn.

5.  Người trưởng phòng đã đổi cô Tú đi tỉnh nhỏ.

6.  Nhiều người đã <u>đốn</u> (to cut) những cây lớn trong rừng.

7.  Trường Đại học sẽ cho Robert học bổng đi nghiên cứu ở Hà Nội.

8.  Hôm qua con mèo bắt con chuột.

9.  Monique thích quá vì chủ nhà cho chị nuôi chó.

10.  Bác sĩ đã chữa bệnh tốt cho Mai Linh.

## 58.     Using *phải*

When **phải** is used as a co-verb, it denotes a disadvantage. For example:

> *Họ mua phải một chiếc xe không tốt.*
> They bought a lemon!

> *Chị ấy lấy phải một anh chồng cờ bạc.*
> She married a gambler for a husband.

The opposite of **verb + phải** is **verb + được** which, on the other hand, denotes an advantage, as in:

> *Họ mua được một chiếc xe rất tốt.*
> They got a find!

> *Anh ấy lấy được một cô vợ thật giàu.*
> He got a wife who is loaded.

**Note:** The difference in meaning of *verb+được= advantage* and *verb+được= ability* (see #56b2) can be understood from the context.

    Bài tập 58

Thêm **phải** hay **được** vào những câu sau đây cho hợp lý:

> VÍ DỤ:       *Sáng nay tôi gặp một chuyện buồn.*
>             *Sáng nay tôi gặp **phải** một chuyện buồn.*

1.     Hôm qua anh ấy bị ngộ độc vì ăn thức ăn cũ.
2.     Chị ấy mới thuê một căn hộ vừa tiện nghi vừa rẻ. Còn tôi thuê một chỗ ở vừa ồn ào vừa xa trường.
3.     Cô ấy mua một quyển từ điển Việt-Anh rất tốt.
4.     Chuyến tham quan này không thú vị lắm vì chúng tôi gặp thời tiết xấu.
5.     Anh ấy vừa quen một người bạn tử tế và tốt bụng.
6.     Thuyền của quân Nam Hán gặp nước thuỷ triều xuống.
7.     Sau cuộc chiến thắng của Hai Bà Trưng và của Ngô Quyền, Việt Nam lấy lại nền độc lập.

## 59.  Noun Formation

To form nouns from verbs, the Vietnamese language uses classifiers such as **sự, cách, niềm, nỗi, nạn, nền, cuộc,** etc. Following are a few examples:

a.      **Sự + verb = noun**, to denote an action, an event, a state:

| | | | |
|---|---|---|---|
| *đô hộ* | to dominate | *sự đô hộ* | domination |
| *xâm chiếm* | to invade | *sự xâm chiếm* | invasion |
| *ngạc nhiên* | to be surprised | *sự ngạc nhiên* | surprise |
| *khó khăn* | to be difficult | *sự khó khăn* | difficulty |

b.      **cách + verb = noun**, to denote the manner:

| | | | |
|---|---|---|---|
| *ăn nói* | to behave | *cách ăn nói* | behavior |
| *viết* | to write | *cách viết* | writing style |

c.      **Niềm** and **nỗi + verb = noun**, to express sentiments. **Niềm** indicates positive feelings while **nỗi** indicates negative feelings:

| | | | |
|---|---|---|---|
| *hy vọng* | to hope | *niềm hy vọng* | hope |
| *hạnh phúc* | to be happy | *niềm hạnh phúc* | happiness |
| *buồn* | to be sad | *nỗi buồn* | sadness |
| *lo* | to worry | *nỗi lo* | worry |

d.      **Nạn + verb = noun**, to indicate widespread misfortunes:

| | | | |
|---|---|---|---|
| *mù chữ* | to be illiterate | *nạn mù chữ* | illiteracy |
| *nghèo đói* | to be poor and hungry | *nạn nghèo đói* | poverty |
| *thất nghiệp* | to be umemployed | *nạn thất nghiệp* | umemployment |

e.      **Nền + verb = noun**, to indicate an economic, political, or cultural institution:

| | | | |
|---|---|---|---|
| *độc lập* | to be independent | *nền độc lập* | independence |
| *dân chủ* | to be democratic | *nền dân chủ* | democracy |

**Bài tập 59**

1.     **Complete the following sentences, then give the Vietnamese equivalents:**

    1.1     The biggest **happiness** of my life ...

    1.2.    **Illiteracy** needs to be ...

    1.3     **The way he talked** about the problem ...

    1.4.    I would like to talk to you about my **hope** and my **sadness** so ...

    1.5.    **Failure** can be ...

2.     Write 5 sentences using nouns formed from verbs.

Mộ Phan Bội Châu, Huế

*Tục ngữ, Ca dao*

Sâu nhất là sông Bạch Đằng,

Ba lần giặc đến, ba lần giặc tan.

Cao nhất là núi Lam Sơn,

Có ông Lê Lợi trong ngàn tiến ra.

```
T  Ậ  P     N  G  H  E
```

 **"Con Rồng cháu Tiên"**

## Trước khi nghe

1.      Bạn có biết ai là vị vua <u>đầu tiên</u> (= thứ nhất) của nước Việt Nam không?

2.      Bạn có biết gì về <u>nguồn gốc</u> (origin) của dân tộc bạn hay dân tộc Việt không?

| <u>Từ vựng:</u> | | | |
|---|---|---|---|
| **huyền sử** | legend | **dòng dõi/dòng giống** | lineage |
| **rồng** | dragon | **tiên** | fairy |
| **bọc** | pouch | **nở** | to hatch |
| **đồng bào** | compatriot | **tổ tiên** | ancestor |

## Hãy lắng nghe

Huyền sử "Con Rồng cháu Tiên" sau đây nói về nguồn gốc và tổ tiên của người Việt Nam.

## Sau khi nghe

1.      **Hãy trả lời những câu hỏi sau.**

      1.1      Tổ tiên của người Việt Nam là ai?

      1.2      Tại sao người Việt gọi mình là con Rồng cháu Tiên?

      1.3      Tại sao Lạc Long Quân đem 50 người con xuống biển?

      1.4      Âu Cơ đi đâu?  Với ai?

      1.5      Tên vị vua đầu tiên của người Việt là gì?

      1.6      Tại sao người Việt gọi nhau là "đồng bào"?

2.      Hãy kể lại huyền sử "Con Rồng cháu Tiên" với một người bạn.

# TẬP VIẾT LUẬN 300

 Hãy viết về một danh nhân lịch sử mà bạn biết (300 từ).

---

**Use the ideas suggested below to organize your composition before writing.**

### DÀN BÀI

1.  **Nhập đề**

    Danh nhân lịch sử ấy là ai? Vì sao bạn chọn người ấy? Bạn biết danh nhân lịch sử ấy bằng cách nào?

2.  **Thân bài**

    * Nói về <u>tiểu sử</u> (biography) của danh nhân lịch sử:

    - ngày và nơi sinh

    - gia đình

    - hình dáng và tính tình

    - các sở thích

    * Vì sao người ấy được gọi là danh nhân lịch sử? Đã làm những gì?

    Ngữ pháp nên dùng:

    * *phải -- bị -- được -- noun formation from verbs -- Reduplicatives -- ngoài...còn -- càng... càng -- vừa...vừa -- dù -- mà (surprise) -- không những... mà còn -- indefinites + cũng*

3.  **Kết luận**

    Bạn nghĩ gì về danh nhân lịch sử ấy?

# Chương 23 Đời sống tinh thần Việt Nam

*CHAPTER 23 WILL GIVE YOU A GLIMPSE OF THE SPIRITUAL AND ARTISTIC LIFE OF VIETNAM. YOU WILL ALSO LEARN HOW TO DELIVER A FORMAL REPORT IN VIETNAMESE.*

# TỪ VỰNG VÀ THỰC HÀNH

## I  *Tôn giáo và tín ngưỡng*

### Từ vựng, phát âm và chính tả 1:

**Tôn giáo và tín ngưỡng**
*Religions and Beliefs*

| | |
|---|---|
| (đức) Chúa Giê-xu | Jesus |
| Công Giáo | Catholicism |
| đạo Cao Đài | Caodaism |
| đạo Khổng/Khổng giáo | Confucianism |
| đạo Lão/Lão giáo | Taoism |
| đạo Phật/Phật giáo | Buddhism |
| đạo Thiên Chúa/Thiên Chúa giáo | Christianity |
| đạo Tin Lành | Protestantism |
| đạo thờ thần | spirit worship |
| (đức) Giáo hoàng | the Pope |
| (đức) Khổng Tử | Confucius |
| Lão Tử | Lao Tze |
| lễ Giáng Sinh | Christmas |
| lễ Phật Đản | Buddha's birthday |
| lễ Phục Sinh | Easter |
| linh mục | Catholic priest |
| mục sư | minister |
| nhà sư | Buddhist monk |
| (đức) Phật | Buddha |
| Phật Giáo Hoà Hảo | Hòa Hảo Buddhism |
| thần/thần linh | spirit |
| theo đạo | to follow a religion |
| thờ | to worship |
| truyền đạo | to preach a religion |

## Thành ngữ

**trời có mắt**          Justice will be done

Đừng làm gì xấu, **trời có mắt** cả đấy.

**trời đánh không chết**      To be inconsiderate and unruly

Ai mà thích cái thằng **trời đánh không chết** ấy!

**Thực hành  1**

*Chơi đố với bạn.*

1.     Nước nào có <u>đa số</u> (the majority) người theo Công giáo?

2.     Nước nào có nhiều người theo Khổng giáo?

3.     Nước nào có nhiều người theo Lão giáo?

4.     Nước nào có nhiều người theo Thiên Chúa giáo?

5.     Đạo nào có linh mục?

6.     Đạo nào có mục sư?

7.     Đạo nào có nhà sư?

8.     Lễ Giáng Sinh và lễ Phục Sinh là của đạo nào?

9.     Lễ Giáng Sinh và Lễ Phật Đản là gì?

10.     Đức Giáo hoàng theo đạo nào?

| **Thuyết trình 1** | | **Học ngữ pháp 60, 63 & 64** | |
|---|---|---|---|

**Từ vựng:**

| ảnh hưởng | influence | **sáng lập** | to establish |
|---|---|---|---|
| **Bắc thuộc** | Chinese rule | **thái độ** | attitude |
| **đạo đức** | virtue | **thi sĩ** | poet |
| **hoà đồng** | to be in harmony with | **triết lý** | philosophy |
| **khía cạnh** | aspect | **truyền bá** | to spread |
| **khoan dung** | to be tolerant | **văn sĩ** | writer |
| **luân lý** | morals | **vắn tắt** | briefly |

*Sau đây là bài thuyết trình của Monique trong lớp dân tộc học. Chị nói về một khía cạnh đời sống tinh thần người Việt Nam: **tôn giáo***

**MONIQUE**

Thưa cô và các bạn. Hôm nay em xin trình bày vắn tắt về tôn giáo ở Việt Nam. Em chọn đề tài này vì em muốn sau này có thể so sánh tôn giáo ở Việt Nam với tôn giáo ở các nước khác.

**I.**

***Trước hết***, em sẽ nói về đạo thờ thần. Đạo thờ thần là đạo đầu tiên ở Việt Nam. Không những chỉ có các dân tộc ít người như người Nùng, Mèo, Mán, Mường, Gia Rai, Ê-Đê v.v. mà người Việt cũng thờ thần. ***Ngoài ra*** người Việt còn thờ những vị anh hùng dân tộc như Hai Bà Trưng, Trần Hưng Đạo và Quang Trung nữa.

**II.**

***Kế đến***, em sẽ nói về đạo Khổng và đạo Lão. Khổng giáo và Lão giáo được sáng lập ở Trung Quốc và truyền bá sang Việt Nam trong thời kỳ Bắc thuộc lần thứ nhất. Luân lý và đạo đức của đạo Khổng đã có ảnh hưởng rất lớn trong xã hội và văn hoá Việt Nam. Nói cho đúng thì Khổng giáo là một triết lý hơn là một tín ngưỡng. Còn triết lý của đạo Lão thì ít người hiểu rõ. Tuy nhiên, tư tưởng đạo Lão cũng đã ảnh hưởng nhiều đến các văn sĩ và thi sĩ Việt Nam.

III.     **Tiếp theo** đây là đạo Phật. Đa số người Việt thờ cúng tổ tiên và theo đạo Phật. Đạo này được truyền sang Việt Nam theo hai đường: từ Trung Quốc và từ Ấn Độ. Tuy được truyền bá ở Việt Nam từ thế kỷ thứ hai nhưng mãi đến thế kỷ thứ mười đạo Phật mới thịnh hành. Hiện nay có khoảng 80 phần trăm người Việt theo đạo Phật.

IV.     **Sau cùng**, em muốn giới thiệu đạo Thiên Chúa. Vào đầu thế kỷ 16, các linh mục Tây Phương bắt đầu đến truyền đạo ở Việt Nam. Nhiều vị vua Việt Nam không tin dùng người Tây phương nên không cho truyền đạo Thiên Chúa. Vì thế, mãi đến thế kỷ thứ 19 đạo Thiên Chúa mới bắt đầu thịnh hành. Hiện nay đạo này là đạo thứ hai được nhiều người theo ở Việt Nam.

        **Ngoài** những tôn giáo kể trên, miền Nam Việt Nam còn có hai đạo khá thịnh hành là đạo Cao Đài và Phật Giáo Hoà Hảo nữa.

V.      **Để kết luận**, em nhận thấy rằng dù theo đạo nào chăng nữa thì người Việt cũng cho việc thờ cúng tổ tiên là quan trọng. **Hơn nữa**, họ luôn có thái độ hoà đồng, khoan dung với các tôn giáo khác.

Thần linh

**Thực hành 2**

2.1     Đọc bài thuyết trình của Monique. Dùng bút gạch dưới (to under-
        line) những từ quan trọng.

2.2.    Đọc lại bài thuyết trình lần thứ hai. Tóm tắt đại ý (to summarize
        the main points) của mỗi đoạn (paragraph).

2.3     Đọc lại bài thuyết trình một lần nữa rồi trả lời những câu hỏi sau:

        a.      Đạo nào được truyền từ Trung Quốc sang Việt Nam?

        b.      Đạo đầu tiên ở Việt Nam thờ ai?

        c.      Đạo nào thịnh hành nhất ở Việt Nam ngày nay?

        d.      Đạo nào không phải là một tôn giáo?

        e.      Monique nghĩ gì về quan niệm của người Việt đối với tôn
                giáo?

        f.      Đạo Phật được truyền bá sang Việt Nam từ đâu?

        g.      Đạo Thiên Chúa vào Việt Nam bằng cách nào?

        h.      Monique nói về mấy tôn giáo ở Việt Nam? Những tôn
                giáo nào?

☛

**Thực hành 3**

**Điền vào chỗ trống với:**

*Bắc thuộc, luân lý, hoà đồng, đạo đức, khoan dung, sáng lập, truyền đạo, thờ cúng, thịnh hành, ảnh hưởng, triết lý, đạo thờ thần.*

1.    Không những gia đình mà xã hội cũng có _____ lớn trong nền giáo dục của con người.

2.    Người Việt gọi khoảng thời gian sống dưới sự đô hộ của Trung Quốc là thời kỳ _____.

3.    Ở Việt Nam có nhiều tôn giáo nhưng không bao giờ có chiến tranh tôn giáo vì thái độ_____ và _____ của người Việt.

4.    Đức Phật và Đức Chúa Giê-xu đã _____ ra Phật giáo và Thiên chúa giáo.

5.    Nói chung thì tôn giáo nào cũng dạy bảo chúng ta _____ và _____.

6.    Người Việt _____ tổ tiên vì họ nghĩ rằng có tổ tiên mới có mình.

7.    Ở các nước châu Âu, Thiên Chúa giáo _____ nhất vì có nhiều người theo đạo này.

8.    Billy Graham là một nhà _____ nổi tiếng nhất ở Hoa Kỳ.

9.    Khổng giáo là một _____.

10.   Người Việt đầu tiên ở Việt Nam theo _____.

🗣 😀 ☛

**Thực hành 4**

4.1    Hãy chọn một nước tùy theo ý bạn. Nghiên cứu về tôn giáo của nước ấy và viết một bài thuyết trình để đọc trong lớp (300 từ).

4.2    Hãy nghe kỹ để tóm tắt bài thuyết trình của một sinh viên khác đọc trong lớp.

▷▷▷▷▷▷──◁◁◁◁◁◁

# II | *Nghệ thuật và mỹ thuật*

## Từ vựng, phát âm và chính tả 2:

### Nghệ thuật và mỹ thuật
*Arts and Fine Arts*

| | |
|---|---|
| **đất nung** | terracotta |
| **đồ gốm** | ceramics |
| **hội hoạ** | painting |
| **mài** | to polish with a pumice stone |
| **sơn mài** | pumice lacquer |
| **sứ** | porcelain |
| **thủ công** | handicraft |
| **tranh dân gian** | folk painting |
| **tranh lụa** | silk painting |
| **tranh mầu nước** | watercolor painting |
| **tranh sơn dầu** | oil painting |
| **tranh sơn mài** | lacquer painting |

### Thực hành 5

Bạn đã được xem qua hay nghe nói qua về nghệ thuật và mỹ thuật nào rồi? Của nước nào? Hãy nói chuyện với một người trong lớp.

| Thuyết trình 2 | Học ngữ pháp 61, 62, 63 & 64 |

*Robert thuyết trình về nghệ thuật và mỹ thuật ở Việt Nam.*

**ROBERT**     Thưa thầy và các bạn. Hôm nay em sẽ nói về đồ gốm, nghệ thuật sơn mài và tranh dân gian Việt Nam.

I.     ***Trước hết***, gốm Việt Nam đã có từ lâu đời. Có nhiều loại gốm, từ gốm dân dụng để dùng hàng ngày đến gốm nghệ thuật. Với thời gian, đồ gốm Việt Nam đã đi từ những đồ vật thường dùng làm bằng đất nung đến những đồ vật làm bằng sứ rất mỹ thuật. Các bạn có thể tìm mua đồ gốm ở nhiều nơi nổi tiếng như Bát Tràng gần Hà Nội hay Lái Thiêu gần Sài Gòn.

II.     ***Kế đến***, em muốn nói đến nghệ thuật sơn mài đã có ở Việt Nam từ xưa. Sơn, vàng và bạc được dùng để phủ lên (to cover) những đồ vật dùng hàng ngày một cách rất mỹ thuật. Các hoạ sĩ (painter) cũng vẽ tranh sơn mài với nhiều đề tài dân tộc như: cảnh lễ tết, thôn quê (countryside), cảnh đẹp thiên nhiên (nature), cô gái Việt Nam.

**III.**

**Sau hết**, hội hoạ là một đề tài quá rộng, **nào là** tranh lụa, **nào là** tranh sơn dầu, tranh mầu nước, v.v. Hôm nay em chỉ nói về một loại tranh **mà** em ưa thích nhất. Đó là tranh dân gian Đông Hồ mà thầy và các bạn đang thấy đây:

Tranh dân gian dùng <u>màu gốc</u> (primary colors) tươi sáng và một loại giấy đặc biệt gọi là giấy dó. Đề tài thường là cảnh sinh hoạt hàng ngày của dân quê: cảnh làm ruộng, đám hội hè hoặc những đàn gia súc như trâu, bò, chó, mèo, gà vịt, lợn, v.v. Hai loại tranh dân gian nổi tiếng nhất là tranh Đông Hồ và tranh Hàng Trống.

Tranh dân gian rất thịnh hành từ đời này sang đời khác và thường được bán vào dịp Tết. Người Việt bình dân thích mua tranh dân gian để trang hoàng nhà cửa vào dịp Tết vì vừa dễ mua vừa hợp túi tiền của họ.

**IV.**

**Cuối cùng,** em hy vọng sẽ có dịp tìm hiểu thêm về những khía cạnh nghệ thuật và mỹ thuật khác của Việt Nam trước khi trở về nước.

**Thực hành 6**

6.1     Viết đại ý của mỗi đoạn trong bài thuyết trình của Robert.


6.2     Đọc lại bài thuyết trình để trả lời những câu hỏi sau. Khoanh tròn
        câu trả lời đúng nhất.

        a)  Hội họa là

                1)      ảnh             3)      tranh vẽ
                2)      hoạt hình       4)      bản đồ


        b)  Đồ gốm là

                1)      bát             3)      đĩa
                2)      chai            4)      1 và 3


        c)  Tranh dân gian là một loại
                1)      tranh sơn mài   3)      tranh vẽ trên giấy dó
                2)      tranh lụa       4)      tranh sơn dầu


6.3     Hãy trả lời những câu hỏi sau.

        a)      Theo bạn, tại sao Robert ưa thích tranh dân gian hơn cả?

        b)      Trong số các tranh dân gian Robert cho thầy và các bạn
                xem, bạn thích tranh nào nhất?  Vì sao?

        c)      Tranh dân gian và tranh sơn mài có những điểm nào
                giống nhau?

✍

**Thực hành 7**

**Điền vào chỗ trống với :**

*tranh dân gian, nghệ thuật, sứ, thôn quê, sinh hoạt hàng ngày, xưa, đám hội, màu gốc, gốm dân dụng, đền.*

1.    Mỹ thuật là _____ đã được nâng cao.

2.    Vào dịp Tết, người Việt bình dân thường trang hoàng nhà cửa bằng những bức _____.

3.    Màu đỏ, màu vàng và màu xanh lơ là ba _____.

4.    Nhiều người ăn uống, ca hát vui vẻ với nhau là một _____.

5.    Đồ dùng trong bếp có bát đĩa làm bằng _____.

6.    Đồ gốm dùng hàng ngày làm bằng đất nung gọi là _____.

7.    Người Việt thường xây _____ thờ những vị anh hùng dân tộc như Hai Bà Trưng.

8.    Ở Việt Nam những người dân quê làm ruộng sống ở_____.

9.    Ở các nước châu Mỹ và châu Âu, _____ rất bận rộn.

10.   Người Việt đã có nghệ thuật sơn mài từ_____ đến nay.

🗣 👤 ✍

**Thực hành 8**

9.1   Hãy chọn một nước tùy theo ý bạn. Nghiên cứu về nghệ thuật và mỹ thuật của nước ấy và viết một bài thuyết trình để đọc trong lớp (300 từ).

9.2   Hãy nghe kỹ để tóm tắt bài thuyết trình của một sinh viên khác đọc trong lớp.

▷─▷─▷─▷─▷─▷─◁─◁─◁─◁─◁─◁

# III    *Sân khấu truyền thống*

| Thuyết trình 3 | Học ngữ pháp 63 & 64 |
|---|---|

**MAI LINH**    Thưa cô và các bạn. Hôm nay em sẽ nói vắn tắt về ba loại hình sân khấu truyền thống ở Việt Nam.

I.    *Trước hết*, em xin giới thiệu chèo. Có bao nhiêu bạn đã đi xem chèo rồi? Các bạn có thích chèo không? Chèo là một loại sân khấu dân gian được nông dân ở đồng bằng sông Hồng ưa thích từ hàng nghìn năm nay. Các vở chèo thường lấy đề tài từ sinh hoạt hàng ngày của nông dân hay từ những truyện cổ tích quen thuộc. Nhân vật được nhiều người ưa thích nhất là hề chèo. Trong khi diễn chèo, người ta nói, hát và múa. Ngày xưa, người ta thường diễn chèo trong những dịp hội hè, lễ tết ở sân đình làng. Khán giả ngồi hoặc đứng xung quanh sân khấu. Bây giờ thì các bạn có thể đến xem chèo ở rạp hát.

II.    *Kế đến* là múa rối nước. Chắc có nhiều bạn đã có dịp xem múa rối nước ở nhà hát Thăng Long rồi nhỉ. Cũng như chèo, múa rối nước rất được các nông dân ưa thích. Khán giả ngồi hay đứng ở xung quanh bờ ao để xem múa rối nước trong các dịp lễ tết và hội hè. Cũng như chèo, đề tài múa rối nước thường nói về đời sống hàng ngày của dân quê, thường có tính cách châm biếm, khôi hài. Một nhân vật nhiều người biết đến và ưa thích là chú Tễu. Qua chú, người dân quê nhìn thấy cái khéo léo của mình.

**III.**    ***Sau hết***, là cải lương. Cải lương là loại hình sân khấu rất thịnh hành ở miền nam Việt Nam, bắt đầu vào khoảng năm 1918. Cải lương giới thiệu nhiều cái mới: đối thoại, hát, nhạc cụ tây phương như ghi-ta và piano. Các vở cải lương thường lấy đề tài từ những sự tích lịch sử, truyện cổ tích quen thuộc hay những vấn đề xã hội mới ngày nay.

**IV.**    ***Tóm lại***, chèo, múa rối nước và cải lương là ba loại hình sân khấu truyền thống được dân chúng bình dân Việt Nam ưa thích.  Tuy nhiên, giới trẻ bây giờ ưa thích ca nhạc, vi đê ô, hát karaoke và hâm mộ các môn thể thao như bóng đá, bóng chuyền và bóng rổ hơn.

**Thực hành 9**

**Trả lời câu hỏi**:

1.    Chèo, múa rối nước và cải lương có những điểm nào giống nhau?

2.    Loại sân khấu nào đã đem lại những thay đổi mới?  Thay đổi nào?

✍️

Thực hành 10

**Điền vào chỗ trống với:**

*khán giả, hề, khôi hài, nhạc cụ, sân khấu truyền thống, truyện cổ tích, thôn quê, thể thao, nông dân, muá rối nước, thanh niên.*

1. Chèo, muá rối nước và cải lương là ba loại hình _____.

2. Thanh niên Việt Nam ngày nay thích xem phim, xem _____ hay hát Karaoke hơn xem sân khấu truyền thống.

3. Nhiều du khách ngoại quốc đến Việt Nam thường thích xem _____.

4. Dân quê là người sống ở _____. Nhiều dân quê là _____ vì họ làm ruộng.

5. Khi xem phim _____ thì chúng ta cười. Nhưng chúng ta khóc khi xem phim buồn.

6. Trẻ con thích xem xiếc (circus) vì xiếc có nhiều con vật và cũng có nhiều anh _____ nữa.

7. Cinderella là một _____.

8. Người đến xem phim, kịch và xiếc thì gọi là _____.

9. Kèn Harmonica là một _____.

10. _____ là những người 18-20 tuổi.

**Thực hành 11**

Tìm trong bài thuyết trình 3 từ tương đương với những từ sau đây và làm câu với mỗi từ.

1.    truyện cũ
2.    ghi-ta và piano
3.    chỗ biểu diễn
4.    làm cho cười
5.    2 người nói chuyện với nhau

**Thực hành 12**

1.    Hãy viết một bài thuyết trình về sân khấu truyền thống của nước bạn để đọc trong lớp (300 từ).

2.    Hãy nghe kỹ để tóm tắt bài thuyết trình của một sinh viên khác đọc trong lớp.

Bàn thờ

# BẢNG TÓM TẮT TỪ VỰNG VÀ CÂU MẪU

## Tôn giáo và tín ngưỡng

| | | | |
|---|---|---|---|
| (đức) Chúa Giê-xu | Jesus | lễ Giáng Sinh | Christmas |
| Công Giáo | Catholicism | lễ Phật Đản | Buddha's birthday |
| đạo Cao Đài | Caodaism | lễ Phục Sinh | Easter |
| đạo Khổng/Khổng giáo | Confucianism | linh mục | Catholic priest |
| đạo Lão/Lão giáo | Taoism | mục sư | minister |
| đạo Phật/Phật giáo | Buddhism | nhà sư | Buddhist monk |
| đạo Thiên Chúa/ Thiên Chúa giáo | Christianity | (đức) Phật | Buddha |
| đạo Tin Lành | Protestantism | Phật Giáo Hoà Hảo | Hòa Hảo Buddhism |
| đạo thờ thần | spirit worship | thần/thần linh | spirit |
| (đức) Giáo Hoàng | the Pope | theo đạo | to follow a religion |
| (đức) Khổng Tử | Confucius | thờ | to worship |
| Lão Tử | Lao Tze | truyền đạo | to preach a religion |

## Thuyết trình #1:

| | | | |
|---|---|---|---|
| ảnh hưởng | influence | sáng lập | to establish |
| Bắc thuộc | Chinese rule | thái độ | attitude |
| đạo đức | virtue | thi sĩ | poet |
| hoà đồng | to be in harmony with | triết lý | philosophy |
| khía cạnh | aspect | truyền bá | to spread |
| khoan dung | to be tolerant | văn sĩ | writer |
| luân lý | morals | vắn tắt | briefly |

## Nghệ thuật và mỹ thuật

| | | | |
|---|---|---|---|
| đất nung | terracotta | thủ công | handicraft |
| đồ gốm | ceramics | tranh dân gian | folk painting |
| hội hoạ | painting | tranh lụa | silk painting |
| mài | to polish with a pumice stone | tranh mầu nước | watercolor painting |
| sơn mài | pumice lacquer | tranh sơn dầu | oil painting |
| sứ | porcelain | tranh sơn mài | lacquer painting |

## BẢNG TÓM TẮT TỪ VỰNG VÀ CÂU MẪU

### Sân khấu truyền thống

| | | | |
|---|---|---|---|
| **châm biếm** | to ridicule | **loại hình** | genre |
| **đình** | communal house | **múa rối nước** | water puppetry |
| **hề** | clown | **nhạc cụ** | musical instrument |
| **làng** | village | **sân khấu** | stage |

### Thành ngữ

| | |
|---|---|
| **trời có mắt** | justice will be done |
| **trời đánh không chết** | inconsiderate and unruly |

### Câu mẫu

Cô ấy mới học tiếng Nhật **mà** nói giỏi lắm.     Ngồi xuống **mà** ăn đi!

Vì bận **mà** không đi chơi được.     Anh **mà** trúng số thì anh làm gì?

Cái áo **mà** tôi thích ai mua mất rồi.     Tôi chưa đi Việt Nam lần nào **mà**.

**Ngoài ra**, tôi cũng không thích làm việc đó.     **Hơn nữa**, tôi sẽ đi tham quan một tuần.

Nhà thờ lớn, Hà Nội

# NGỮ PHÁP VÀ CÁCH DÙNG TỪ

**60.** **Commonly Used Terms to Add a Point in a Discussion.**

**Hơn nữa**, **ngoài**, and **ngoài ra** are often used to add more information to what has been said. The following examples will illustrate their usage:

> *Đa số người Việt theo đạo Phật. <u>Hơn nữa</u> họ cũng theo đạo Khổng và thờ cúng tổ tiên.*
> The majority of the Vietnamese practice Buddhism. <u>Moreover</u>, they also practice Confucianism and the cult of the ancestors.

> *Bài thuyết trình của Mai Linh rất hay. <u>Ngoài</u> hát chèo và cải lương, chị còn nói về múa rối nước nữa.*
> Mai Linh's presentation was very interesting. <u>Besides</u> hát chèo and cải lương, she also talked about the water puppet.

> *Ở Việt Nam du khách có thể mua tranh sơn mài dễ dàng. <u>Ngoài ra</u>, họ còn mua được tranh lụa và tranh sơn dầu nữa.*
> In Vietnam tourists can buy lacquer painting easily. <u>In addition</u>, they can also buy silk and oil painting.

Đi chùa cầu nguyện

## 61.    Enumerating with *nào là ... nào là ...*

To set up a list for the purpose of enumerating, the following construction is used:

> **nào (là) + noun 1, nào (là) + noun 2 ...**

*Hà Nội có nhiều môn giải trí, <u>nào là</u> hát chèo, <u>nào là</u> múa rối nước, <u>nào là</u> phim ảnh, v.v.*
There are many forms of entertainment in Hà Nội: hát chèo, water puppets, movies, etc.

*Sinh viên du học Việt Nam có thể nghiên cứu nhiều đề tài, <u>nào là</u> tôn giáo, <u>nào là</u> mỹ thuật, <u>nào là</u> hội hoạ, v.v.*
Foreign students in Vietnam can research many topics: religion, fine arts, painting, etc.

Note:

More colloquially, the following construction can be used instead:

> **noun 1 + này, noun 2 + này ...**

*- Sân khấu truyền thống Việt Nam có những gì?*
*- Có hát chèo <u>này</u>, múa rối nước <u>này</u>, cải lương <u>này</u>, v.v.*

 **Bài tập 61**

Dùng **nào là...nào là...** hay **này...này** để <u>liệt kê</u> (to list):

1.    những môn bạn đang học trong học kỳ này
2.    những nơi bạn đã đi tham quan
3.    những loại hoa bạn thích
4.    những món quà bạn nhận được trong dịp lễ Giáng Sinh
5.    những ngoại ngữ bạn biết nói hay muốn học
6.    những môn thể thao bạn ưa thích

## 62.    Summary of *mà*

Following are the different uses of **mà** you have encountered throughout the text. See grammar points #19, 33, 42, and 44.

**a.**     **mà** used to insist:

> *Lúc nào rỗi là tôi thích đi xem múa rối nước <u>mà</u>!*
>
> I like to go see the water puppets whenever I am free (<u>I told you so</u>).

**b.**     **mà** used as a conjunction of contradiction:

> *Tranh dân gian đẹp <u>mà</u> thật rẻ.*
>
> Folk paintings are beautiful <u>yet</u> really inexpensive.

**c.**     **mà** used to express an unlikely event:

> *Tôi <u>mà</u>\* là hoạ sĩ thì sẽ vẽ tranh màu nước và dùng nhiều màu gốc.*
>
> <u>If I were</u> a painter I would paint watercolors and use many primary colors.

\***mà** in the above sentence differs from **nếu** in that it does not occur at the beginning of a sentence. It is not as neutral in meaning as **nếu** with regard to the possibility or likelihood of achievement.

**d.**     **mà** used as a relative pronoun for clarity:

> *Đề tài <u>mà</u> tôi muốn trình bày hôm nay là tôn giáo ở Việt Nam.*
>
> The topic <u>that</u> I would like to present today is the religions of VN.

**e.**     **mà** used to express purpose:

> *Đi Bát Tràng <u>mà</u> mua đồ gốm vì đồ gốm ở đấy nổi tiếng là đẹp.*
>
> Go to Bát Tràng <u>to</u> buy ceramics because the ceramics there are known for their beauty.

**f.**     **mà** used to indicate the effect of a cause :

> *Vì giá vé múa rối nước đắt <u>mà</u> nhiều người Việt không đi xem.*
>
> It is because of the high price of the water puppet tickets <u>that</u> many Vietnamese do not go to see it.

**Bài tập 62**

Dùng **mà** để hoàn thành các câu sau, rồi dịch những câu ấy sang tiếng Anh:

1.    Mua bức tranh lụa đẹp ấy ...

2.    Vì anh ấy theo đạo Công giáo...

3.    Họ trình bày về đồ gốm Việt Nam ...

4.    Bức tranh sơn mài này đẹp quá!  Tôi ...

5.    Giá vé xem múa rối nước rất đắt ...

6.    - Chúng ta xem cải lương nhé.
      - Thôi, tôi đã xem cải lương nhiều lần rồi ...

7.    - Có phải thi sĩ Lưu Bình đấy không?
      - Không, người ...

8.    - Hôm nay họ có chơi nhạc Việt Nam  không?
      - Không, tớ đã bảo cậu ...

9.    - Nếu có nhiều tiền thì bạn sẽ làm gì để giúp các nghệ sĩ Việt Nam?
      - Tôi ...

10.   - Ông ấy lên sân khấu lúc diễn
        viên đang múa.
      - Không phải, lúc...

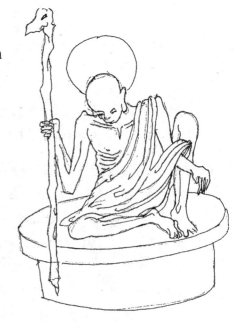

## 63.  Using Polite Terms of Address in a Presentation

On formal occasions, various formulas can be used to address the audience.
Following are some examples:

a.   *Kính thưa quí vị!*
     Ladies and gentlemen!

     General, without considering gender or age. **Kính** and **quí** literally mean respectful and esteemed.

b.   *Kính thưa quí ông quí bà!*
     Ladies and gentlemen!

     General, considering gender and age.

c.   *Thưa các bạn!*
     Dear friends!

     Less formal than b, without considering gender.

d.   *Các bạn thân mến!*
     Dear friends!

     More intimate than c.

## 64.  Tips at Improving a Presentation

Following are some devices you can use to add sophistication to your presentation:

**a.  Chronological order:**

    1)  Stating the topic of the presentation:
        *Hôm nay tôi xin trình bày về tôn giáo Việt Nam.*
        Today I would like to speak about religions in Viet Nam.

    2)  Stating the first point:
        <u>Trước hết</u>, tôi sẽ bàn về đạo thờ thần.
        <u>First</u>, I will discuss spirit worship.

    3)  Moving to subsequent point(s)
        <u>Kế đến</u>/<u>Sau đây</u>/<u>tiếp theo</u> tôi sẽ nói về Khổng giáo và Lão giáo.
        <u>Next</u>, I will talk about Confucianism and Taoism.

    4)  Moving to the last point:
        *<u>Sau cùng</u>, tôi sẽ giới thiệu Thiên Chúa giáo.*
        <u>Finally</u>, I would like to introduce Christianity.

    5)  To conclude:
        *<u>Để kết luận/tóm lại,</u> tôn giáo là một khía cạnh quan trọng trong đời sống của người Việt Nam.*
        <u>To conclude</u>, religion is an important aspect in the life of the Vietnamese people.

**b.  Explaining in other words:**

        *Không khí ô nhiễm, <u>hay nói (một) cách khác</u>, không khí không trong sạch...*
        Polluted air, <u>in other words</u>, air that is not clean...

c.    **Adding and emphasizing a point:**

*Hiện nay, đạo Phật và đạo Thiên Chúa là hai đạo được nhiều người theo nhất ở Việt Nam. <u>Ngoài ra/hơn nữa</u>, ở miền Nam còn có hai đạo khá thịnh hành là đạo Cao Đài và Phật Giáo Hoà Hảo.*

Nowadays, Buddhism and Christianity are the two religions with the most followers in Vietnam. <u>In addition</u>, there are two rather popular religions in South Vietnam: Caodaism and Hoà Hảo Buddhism.

d.    **Comparing:**

*<u>So với</u> Hoa Kỳ, Việt Nam có ít người theo đạo Thiên Chúa hơn.*

<u>Compared with</u> the United States, Vietnam has fewer Christians.

e.    **Citing an example:**

*Có nhiều nguyên nhân đã gây ra nạn ô nhiễm không khí ở Sài Gòn. <u>Thí dụ như/Chẳng hạn như</u> nạn kẹt xe trong giờ cao điểm, sự kỹ nghệ hoá ...*

There are many causes for air pollution in Saigon. <u>For example</u>, traffic jams during rush hours, the industrialization ...

f.    **Citing someone's statement or book:**

*<u>Theo</u> giáo sư Taylor, .......*

<u>According to</u> Professor Taylor, ....

g.    **Contrasting:**

*Đạo Thiên Chúa là tôn giáo chính ở các nước Tây Phương. <u>Tuy nhiên</u>, ở Việt Nam đạo Phật thịnh hành hơn cả.*

Christinanity is the main religion in Western countries. <u>However</u>, Buddhism is the most popular religion in Vietnam.

## 65.    Facilitating a Discussion

**a.      Asking for someone's opinion:**

*Anh thấy bài thuyết trình ấy thế nào?*

How did you find that presentation?

*Xin chị cho ý kiến về vấn đề này.*

Please give us your opinion on this matter.

*Ý kiến của ông về vấn đề này như thế nào?*

What is your opinion on this matter?

**b.      Giving one's opinion:**

Theo tôi/Theo ý tôi...

In my opinion...

*Ý kiến của tôi về vấn đề này là...*

My opinion on this subject is...

**c.      Asking if someone agrees:**

*Bà có đồng ý với quan điểm ấy không?*

Do you agree with that viewpoint?

**d.      Confirming one's position:**

*Như thế là chúng ta đồng ý với nhau về...*

So, we are in agreement with...

# CULTURE NOTE

## Religions in Vietnam

Eighty percent of the Vietnamese consider themselves Buddhists and/or Confucianists. Buddhists are not expected to attend weekly services. Some people go to pagodas or temples on the first day (mồng một) and the fifteenth day (ngày rằm) of the lunar month. Most people go there on certain religious holidays or on ceremonial occasions, such as funerals and weddings.

Christian missionaries have been active in Vietnam since the early 16th century. The percentage of Christians in the population has remained steady at about 10%.

*Tục ngữ, Ca dao*

Đi lễ quanh năm không bằng ngày rằm tháng giêng.

Thứ nhất thì tu tại gia,

Thứ nhì tu chợ, thứ ba tu chùa.

Đi với Bụt mặc áo cà sa,

Đi với ma mặc áo giấy.

# Chương 24

## ÔN TẬP SÁU

# NGỮ PHÁP & TỪ VỰNG

**I.    Tìm từ tương đương của:**

1.    đất trồng lúa

2.    đi thăm một nước khác

3.    ngành học về những gì đã xảy ra

4.    báo chí, phim ảnh cho nhiều người

5.    ngành học về vị trí, khí hậu của một nơi

6.    phong tục của đám cưới và đám ma

7.    khí hậu nóng, ẩm và nhiều mưa

8.    lá và quả dùng trong đám cưới truyền thống Việt Nam

9.    một người rất nổi tiếng

10.   công việc người ta làm để kiếm tiền

**II.   Hãy làm câu với những từ đã tìm thấy ở bài tập I.**

**III.  Just Say It in Vietnamese**

Pay special attention to the words printed in bold face.

1.    My oldest brother will graduate this summer but has to finish studying Vietnamese **first**.

2.    In the 1000 years of Chinese rule, the Vietnamese **both** fought and maintained diplomatic relations with China **at the same time**.

3.    They received their education at a famous university. **No wonder** they found high-paying jobs!

4.    The doctor said my health was good. In other words, I can now **go ahead** and eat **anything** I want.

5.    The fearless Mongols were victorious **everywhere**, but they did not occupy Việt Nam. (**How could you say that!**)

6.    **I suppose** they are still planning to get married this coming spring.

7.    Nowadays people go to Hà Nội in the morning then to Sài Gòn in the evening. It's like going to the market! (**use verb of directions**)

8.    Going up to Đà Lạt? We can go **anytime**. (**Why is it not possible?**)

9.   That guy is ugly as a ghost and ignorant as a cucumber. She won't like him, **for sure**.

10.  The **more** I eat the skinnier I get, but **the less** my husband eats **the fatter** he becomes.

11.  My greatest hope is **to be able to** speak Vietnamese fluently. **Not only** do I want to speak Vietnamese well, I **also** want to write it well, too.

12.  I will go to the airport to pick you up in the **unlikely event** of a big storm.

13.  The Thanh Hoá soccer team **was beaten** by the Hải Phòng soccer team with a score of ten to twelve.

14.  Wait (= **leave it**) till tomorrow. I will **let** you read my book **so that** you can write a good presentation.

**IV.   <u>Sắp Xếp</u> (reorder) cho thành câu có nghĩa.**

1.   tiền nhà -- bà chủ nhà -- rẻ quá rồi -- nói rằng -- nên không bao -- điện nước.

2.   vừa đẹp như tiên -- bà vợ -- tên là mợ Uyên -- ông cậu tôi -- vừa hiền.

3.   chị dâu nó -- với tổng thống Nga -- cháu nội -- và là -- của Leo Tolstoy -- có họ.

4.   cứ việc -- bạn -- ăn no -- không sao đâu -- ngủ kỹ.

5.   dân tộc học -- về ngành -- nghiên cứu -- Monique đi Việt Nam.

6.   Văn Miếu là -- Vịnh Hạ Long là -- nhưng -- một di tích lịch sử -- một thắng cảnh.

7.   một năm có -- mùa xuân có -- mùa hè -- mùa thu và mùa đông thì -- lạnh -- bốn mùa -- nhiều hoa đủ màu -- thường nóng -- hay mưa .

8.   Michael Jordan là -- tôi -- Alfred Hithcock viết -- bóng rổ -- phim trinh thám -- chỉ tập thể dục thôi -- một vận động viên.

9.   người ta -- ở hiệu cắt tóc -- ở bưu điện -- ở ngân hàng -- cắt tóc -- mua tem -- mở tài khoản.

10.  anh ấy -- màu tím than -- màu boóc-đô -- màu xanh nước biển -- màu xanh lơ -- bằng vàng -- quần áo -- bít tất -- hoa tai -- mũ vải -- ca-vát -- đeo -- mặc -- thắt -- đội -- đi.

**V.     Giải thích thành ngữ. Khoanh tròn câu trả lời đúng.**

1.   Đẹp như tranh:
     a.   hơi đẹp              b.   không đẹp lắm
     c.   khá đẹp             d.   rất đẹp

2.   Khoẻ như vâm:
     a.   hơi khoẻ            b.   không khoẻ lắm
     c.   khá khoẻ           d.   rất khoẻ

3.   Học ít mà tinh:
     a.   học ít thì tốt       b.   học ít cũng được
     c.   học ít mà giỏi     d.   tất cả a b c

4.   Nhà cao cửa rộng:
     a.   người giàu có      b.   nhà cao tầng
     c.   nhà mặt đường    d.   tất cả a b c

5.   Đồng lương chết đói
     a.   việc làm nhiều tiền  b.   việc làm không đủ ăn
     c.   việc làm ít tiền     d.   b và c

6.   Gần đất xa trời:
     a.   đất thì gần, trời thì xa   b.   nhà xây thấp
     c.   sắp chết              d.   a và b

7.   Đắt như tôm tươi:
     a.   hàng không ai mua   b.   hàng ít người thích
     c.   hàng bán ế           d.   hàng bán chạy

8.   Đàn gảy tai trâu:
     a.   con trâu thích nghe đàn   b.   nghe cải lương
     c.   nói với người không hiểu  d.   a và b

9.   Mưa như trút:
     a.   mưa rất to          b.   mưa phùn
     c.   mưa có gió          d.   mưa và bão

10.  Kén cá chọn canh:
     a.   canh có cá          b.   người tài giỏi
     c.   người khó tính      d.   người dễ tính

# TỤC NGỮ / CA DAO

**Choose one *tục ngữ*/*ca dao* from each section below. Explain each meaning and then indicate in what situations each can be used.**

**Chương 21:**

Trăng đến rằm thì tròn,
Sao đến tối thì mọc.

Chó cậy gần nhà, gà cậy gần chuồng.

Trâu bò húc nhau ruồi muỗi chết.

**Chương 22:**

Sâu nhất là sông Bạch Đằng,
Ba lần giặc đến, ba lần giặc tan.

Cao nhất là núi Lam Sơn,
Có ông Lê Lợi trong ngàn tiến ra.

**Chương 23:**

Đi với Bụt mặc áo cà sa,
Đi với ma mặc áo giấy.

Đi lễ quanh năm không bằng ngày rằm tháng giêng.

Thứ nhất thì tu tại gia,
Thứ nhì tu chợ, thứ ba tu chùa.

## T H Ự C   H À N H

Thực hành 1

**Tập dùng thành ngữ**

Hãy dùng những thành ngữ sau đây để viết 10 câu đối thoại ngắn.

VÍ DỤ: -*Mời ông đến chơi. Tối nào tôi cũng có nhà.*
        -*Vâng, để đến mùa hè. Bây giờ trời còn tối như đêm ba mươi.*

1. đẹp như tranh
2. Khoẻ như vâm
3. Học ít mà tinh
4. Nhà cao cửa rộng
5. Đồng lương chết đói
6. Gần đất xa trời
7. Đất như tôm tươi
8. Đàn gảy tai trâu
9. Mưa như trút
10. Kén cá chọn canh

Thực hành 2

**Đánh giá**

Bạn đã học hỏi được những gì về Việt Nam trong thời gian vừa qua?  Hãy viết thư (300-350 từ ) cho một người bạn nói về:

- những đề tài mà bạn thấy có ý nghĩa nhất.
- những khía cạnh của sách bạn thấy có ích hay không có ích.

Thực hành 3

**Thảo luận hay viết luận.**

Hãy chọn một hay nhiều đề tài để thảo luận hay viết luận. Hãy theo cách hỏi ý kiến người khác, nói ý kiến của mình ở Ngữ pháp #65.

Đề tài có thể chọn:

- So sánh quan hệ gia đình Việt Nam với một nước khác.

- So sánh sự ăn uống ở Việt Nam với một nước khác.

- So sánh hình dáng và tính tình theo quan điểm người Việt Nam với một nước khác.

- So sánh tôn giáo ở Việt Nam với tôn giáo ở một nước khác.

- So sánh anh hùng dân tộc Việt Nam với các anh hùng trên thế giới.

- So sánh địa lý Việt Nam với một nơi khác.

Chùa thiên Mụ, Huế

# VIẾT CHÍNH TẢ

 **1.     Tập đọc bài chính tả cho trôi chảy**

## Sau một năm học

Thời gian đi nhanh như tên bay. Thấm thoắt Monique, Mai Linh, Việt và Robert đã ở Việt Nam được một năm học rồi. Nhớ lúc mới đến sân bay Nội Bài, ai cũng cảm thấy bỡ ngỡ. Rồi khi đi tìm thuê nhà, đọc hết rao vặt này này đến rao vặt kia, không biết nên thuê nhà nào.

Đấy là chín tháng về trước. Còn bây giờ ai cũng cảm thấy thoải mái, tự tin. Đường phố Hà Nội trở nên quen thuộc với họ như những con đường ở thành phố họ đã lớn lên. Họ cũng đã quen với thức ăn Việt, không còn đau bụng, nhức đầu như khi mới đến nữa.

Về phần nghiên cứu, Monique, Mai Linh, Việt và Robert đều nhận thấy là mình biết nhiều về Việt Nam hơn. Trong chín tháng ở đây, họ đã học hỏi được biết bao nhiêu khía cạnh về nền văn minh và văn hoá Việt Nam: nào là tôn giáo, nào là nghệ thuật và mỹ thuật, nào là sân khấu truyền thống, vân vân.

Kế hoạch của họ là ở Việt Nam thêm một năm nữa. Cả bốn người đều biết chắc rằng sang năm sẽ còn nhiều kết quả tốt đẹp hơn năm nay.

 **2. Trả lời câu hỏi về bài chính tả**

2.1     So với khi mới đến Việt Nam, Monique, Mai Linh, Việt và Robert bây giờ thế nào?

2.2     Khi mới đến Việt Nam, mọi người cảm thấy gì?

2.3     Để tìm nhà thuê, họ đã phải làm gì?

2.4     Họ thấy đường phố Hà Nội bây giờ thế nào?

2.5     Đồ ăn Việt Nam bây giờ ra sao?

2.6     Monique, Mai Linh, Việt và Robert đã học hỏi được những gì trong niên học vừa qua?

2.7     Họ còn ở Việt Nam bao lâu nữa?  Họ nghĩ gì về niên học tới?

 **3.     Viết chính tả**

Dictation recorded on CD 3.

# Glossary

## ----- A -----

| | |
|---|---|
| an toàn | safe |
| anh chồng | husband's older brother |
| anh họ | cousin |
| anh hùng | hero |
| anh rể | older sister's husband |
| anh ruột | biological brother |
| anh vợ | wife's older brother |
| ảnh hưởng | influence |
| ao | pond |
| áo dài | traditional Vietnamese long dress |
| áo đầm | dress |
| áo đi mưa | raincoat |
| áo len | sweater |
| áo phông | T-shirt w/ front logo |
| áo sơ-mi | shirt |
| áo tắm | bathing suit |
| ăn ngon | to eat well |
| ăn ngon miệng | to eat with a good appetite |
| ăn tại chỗ | to eat at the restaurant |
| ăn tết | to celebrate Tết |
| âm lịch | lunar calendar |
| âm thanh | sound |
| ấm | to be warm |
| ẩm | to be humid |
| Ấn Độ Dương | Indian Ocean |

## ----- B -----

| | |
|---|---|
| bác | parents' older siblings |
| bạc | silver |
| bài báo | newspaper acticle |
| bài luận | composition |
| bãi biển | beach |
| bàn | to discuss |
| bàn chân | foot |
| bàn ghế | furniture |
| bàn là | iron |
| bàn tay | hand |
| bán hàng rong | to peddle |
| bạn thư tín | pen pal |
| bảng | chart |
| bánh chưng | steamed sticky rice cake |
| bánh dày | steamed glutinous rice flour cake |
| bánh dẻo | mooncake |
| bánh nướng | baked mooncake |
| bánh tét | steamed sticky rice cake |
| bao điện nước | utilities included |
| báo cáo | to report |
| bảo hiểm | insurance |
| bảo hiểm sức khoẻ | health insurance |
| bảo tàng | museum |
| bảo vệ | to defend |
| bão | storm |
| bão to | heavy storm |
| bão tuyết | snow storm |
| Bắc Cực | North Pole |
| Bắc thuộc | Chinese rule |
| băng | ice |
| bằng | diploma, degree |
| bắt đầu | to begin |
| bắt tay | to shake hands |
| bẩn thỉu | to be dirty, filthy |
| bất ngờ | suddenly |
| bật | to turn on |
| bầu không khí | ambiance |
| béo | to be fat |
| béo tròn | to be plump |
| bến tàu | pier |
| bến xe khách | inter-city bus station |
| bệnh đau dạ dày | ulcer |
| bệnh lao (phổi) | tuberculosis |
| bệnh nhân | patient |
| bệnh sưng phổi | pneumonia |
| bệnh tim | heart disease |
| bệnh ung thư | cancer |
| bệnh viêm gan | hepatitis |
| bệnh xã hội | venereal diseases |
| bếp | stove |
| bị đuổi (việc) | to be fired |
| bị gẫy xương | to have a broken bone |
| bị mổ | to be operated on |
| bia hơi | draft beer |
| biến mất | to disappear |
| biệt thự | villa |
| biếu | to give as a present |
| bình xăng | gas tank |
| bít-tất | socks |
| bọc | pouch |
| bóng chày | baseball |

| | | | |
|---|---|---|---|
| bóng chuyền | volleyball | cất cánh | to take off |
| bóng đá | soccer | câu cá | fishing |
| bóng rổ | basketball | câu đối | parallel scrolls |
| boóc-đô | burgundy | câu lạc bộ thể thao | sports club |
| bố chồng | father-in-law | cầu thang | stairway |
| bố dượng | stepfather | cầu thủ | ball player |
| bố mẹ đẻ | biological parents | cậu | mother's younger |
| bố mẹ nuôi | adoptive parents | | brother |
| bố vợ | father-in-law | cây cau | areca nut tree |
| bôi (thuốc) | to apply medication | cây dừa | coconut tree |
| bồn tắm | bathtub | cây đa | banyan tree |
| bờ biển | shore | cây gia hệ | family tree |
| bỡ ngỡ | to be new and | cây số | kilometer |
| | inexperienced | cây thông | pine tree |
| búi | to put hair up | cây tre | bamboo |
| bụng | belly | cây trúc | yellow bamboo |
| buổi tiệc | party | cha mẹ đẻ | biological parents |
| buồn cười | to be funny | cha mẹ nuôi | adopted parents |
| buồn nôn | to feel nauseous | chải đầu | to comb hair |
| bưu ảnh | postcard | chán | to be bored |
| bưu kiện | parcel | cháu ngoại | daughter's children |
| bừa bãi | to be messy, untidy | cháu nội | son's children |
| bữa ăn | a meal | chạy | to run |
| bữa tiệc | banquet | chạy bộ | to jog |
| | | chắt | great grandchild |
| | | châm biếm | to ridicule |
| ━━━━ ℓ ━━━━ | | chân | leg |
| ca đêm | night shift | chật | to be tight |
| ca nhạc | musical show | chật hẹp | to be narrow |
| ca-vát | tie | châu Á | Asia |
| animal + cái | female animal | chậu rửa mặt | bathroom sink |
| cải lương | modern opera (South) | chè | dessert made w/beans |
| can đảm | to be courageous | chèo | popular comic opera |
| cánh tay | arm | | (North) |
| cảnh vật | scenery | chèo thuyền | boating |
| cao học | graduate studies | chi phí | expenses |
| cao nguyên | highlands | chi phiếu | check |
| cao ráo | to be of tall stature | chi tiêu cá nhân | personal expenses |
| cao siêu | to be lofty | chị chồng | husband's sister |
| cáo ốm | to call in sick | chị dâu | older brother's wife |
| cáo phó | obituary | chị họ | cousin |
| cạo | to shave | chị vợ | wife's sister |
| cát | sand | chia buồn | to offer condolences |
| cay | to be spicy hot | chiếm | to occupy, seize |
| căn hộ | apartment | chiêu mộ | to recruit |
| cắm trại | camping | chiếu | to show |
| cặp sốt | to take temperature | chim bồ câu | pigeon, dove |
| cắt | to cut | chín | to be cooked, ripe |
| cắt tóc | to cut hair | chính phủ | government |
| cấm | to forbid | chính quyền trung ương | central government |
| cân | kilogram | chính tả | dictation |
| cần thiết | necessary | chính thức | official |
| cấp tốc | express | chính xác | to be accurate |

| | | | |
|---|---|---|---|
| chọn | to choose | cọp | tiger |
| chôn | to bury | cô | father's younger sister |
| chống lại | to resist | cô dâu | bride |
| chú | -father's younger brother | cổ | neck |
| | | cổ tay | wrist |
| | -husband of *dì* | cổ truyền | traditional |
| | -husband of *cô* | Công Giáo | Catholicism |
| chú rể | groom | công nghệ | industrial |
| chú ý đến | to pay attention to | công ơn | service deserving of gratitude |
| chủ hôn | master of the wedding ceremony | cột | column |
| chủ nhà | landlord | cởi mở | to be open |
| chủ nhân | employer | cơm bình dân | inexpensive ready-cooked meals |
| chua | to be sour | | |
| Chúa | the Lord | cơm đĩa | food served by the plate |
| (đức) Chúa Giê-xu | Jesus | | |
| chùa | pagoda | cơm hộp | boxed food to go |
| chuẩn bị | to get ready, to prepare | cơm phần | food served by the portion |
| chúc | to wish | | |
| chung cư | apartment complex | cơn | classifier for light rain, wind, storm |
| chùi | to wipe | | |
| chuột | mouse, rat | cụ | grandparents |
| chụp ảnh | to take pictures | cúng | to make offerings |
| chụp X-quang | to take X-rays | cử hành | to take place |
| chuyên về | to specialize in | cử nhân | B.A. |
| chuyến | classifier for trip, flight | cửa hàng | store |
| chuyến bay | flight | cửa hàng bách hóa | department store |
| chuyến đi | outbound trip | cửa hiệu | store |
| chuyến về | return trip | Cực Lạc | Nirvana |
| chữ viết | handwriting | cưới | to wed |
| chức vụ | title | cương quyết | to be determined |
| chương trình | program | cựu chiến binh | war veteran |
| có duyên | to be charming | | |

––––– *D* –––––

| | | | |
|---|---|---|---|
| có óc khôi hài | to have a good sense of humor | da | skin, leather |
| | | dạ dày | stomach |
| cò | crane | dai | to be chewy, tough |
| cỏ (nhánh, cọng) | grass | dài ngang vai | shoulder length |
| cọc nhọn | sharp, pointed stake | danh lam thắng cảnh | famous temples & beautiful scenery |
| com-lê | man's suit | | |
| animal + con | young animal | danh tướng | famous general |
| bird + con | young bird | dành dụm | to save |
| con cả | eldest child | dao | knife |
| con dâu | daughter-in-law | dạy kèm | to tutor |
| con đẻ | biological child | dân ca | folk song |
| con một | only child | dân tộc học | ethnology |
| con nuôi | adopted child | dân tộc ít người | minority ethnic group |
| con rể | son-in-law | dâu | in-law (female) |
| con riêng | stepchild | dây chuyền | necklace |
| con ruột | biological child | dép | sandals without back straps |
| con thứ | middle child(ren) | | |
| con trưởng | eldest child | dê | goat |
| con út | youngest child | | |

| | | | |
|---|---|---|---|
| dễ tính | to be easygoing | đạo Cao Đài | Caodaism |
| di tích lịch sử | historical relic | đạo đức | virtue |
| dì | mother's younger sister | đạo Khổng | Confucianism |
| | | đạo Lão | Taoism |
| dịch vụ | service | đạo Phật | Buddhism |
| dịch vụ y tế | medical services | đạo Thiên chúa | Christianity |
| diễn | to perform | đạo thờ thần | spirit worship |
| diện tích (DT) | area | đạo Tin Lành | Protestantism |
| diệt | to do away with | đặc điểm | characteristics |
| dịp may | opportunity | đặc sản | specialty |
| dọn dẹp | to straighten up, to clean | đắm | to sink |
| | | đăng | to publish |
| dòng dõi | lineage | đăng ký | to register |
| dòng đầu | headline | đắng | to be bitter |
| dốt | to be ignorant | đằng sau | in back |
| du khách | tourist | đằng trước | in front |
| du lịch trọn gói | tour package | đặt | to set something on a flat surface |
| dù | umbrella | | |
| dùng | to use | đặt câu | to make sentences |
| dùng...làm mẫu | to use ... as model | đặt điện thoại (xuống) | to hang up |
| dũng mãnh | to be fearless | đặt mua báo (dài hạn) | to subscribe to a newspaper |
| dữ tợn | to be mean, vicious, nasty | | |
| | | đấm | to punch |
| dự | to attend | đất | earth |
| dự báo thời tiết | weather forecast | đất liền | inland |
| dự định | plan, to plan | đất nung | terracotta |
| dự hội thảo | to attend a conference | đầu gối | knee |
| dưa hấu | watermelon | đậu xanh | mung beans |
| dựng lều | to set up a tent | đẻ | biological, birth |
| dựng nước | to found a nation | đem về | to take home |
| dương lịch | solar calendar | đèn | lantern |
| | | đeo | to wear |
| | | đề tài | topic |
| ━━━ Đ ━━━ | | để mặc | leave it to |
| | | để tang | to be in mourning |
| đá (hòn, cục) | stone | đến tận nhà | to the home |
| đài | radio | đền | temple |
| Đài Bắc | Taipei | đền thờ | temple |
| đài phát thanh | radio station | đều | both, all |
| đài truyền hình | television station | đi | to wear (shoes) |
| đãi | to treat | đi ăn (tiệc) cưới | to attend a wedding banquet |
| Đại Tây Dương | Atlantic Ocean | | |
| đại ý | general idea | đi cắt tóc | to get a haircut |
| đám cưới | wedding | đi công tác | to go on a business trip |
| đám ma | funeral | đi dạo | to stroll |
| đám tang | funeral | đi đón | to go pick up |
| đánh bài | to play cards | đi khám bệnh | to see a doctor |
| đánh bại | to defeat | đi lại | to get around |
| đánh dấu | to mark, to check | đi tham quan | to visit a place |
| đánh điện tín | to send a telegram | đi tiêm chủng | to get vaccinated |
| đánh vỡ | to break | địa điểm | location |
| đãng trí | to be absentminded | địa (lý) | geography |
| đào tạo | to train | Địa Trung Hải | Mediterranean |
| đảo (hòn) | island | | |

| | | | |
|---|---|---|---|
| địch | enemy | động từ | verb |
| điểm | point | đốt pháo | to set off firecrackers |
| điểm chờ xe buýt | bus stop | đỡ | to feel better |
| điền | to fill out | đỡ tốn thì giờ | to save time |
| điền kinh | track and field | đời nhà Trần | the Tran dynasty |
| điển hình | typical | (xe) đời 96 | year 96 |
| điện thoại đường dài | long-distance call | đời sống | life |
| điện thoại quốc tế | international call | đơn (thuốc) | prescription |
| điện thư | e-mail | đơn xin việc | job application |
| điện tử | electronic | đủ | enough |
| điều kiện | condition, requirement | đũa | chopsticks |
| đính hôn | to be engaged | đùi | thigh |
| đình | village communal house | đuổi | to chase away |
| | | animal + đực | male animal |
| đo | to measure | đường thuỷ | waterway |
| đò | boat | | |
| đoán | to guess | | |
| đoàn thể | group, organization | -----  E ----- | |
| đoạn | paragraph | em chồng | husband's younger sister or brother |
| đón | to pick up | | |
| đón dâu | to bring the bride to the groom's home | em dâu | younger brother's wife |
| | | em họ | cousin |
| đón tết | to welcome Tết | em rể | younger sister's husband |
| đóng phim | to act in a movie | | |
| đô hộ | to rule | em vợ | wife's younger brother or sister |
| đồ dùng phụ thuộc | accessories | | |
| đồ đạc | furniture | | |
| (có) đồ đạc sẵn | to be furnished | ----- G ----- | |
| đồ gốm | ceramics | gà quay | roast chicken |
| đồ lưu niệm | souvenirs | gác | upstairs |
| đồ vật | thing | gạch dưới | to underline |
| đổ rác | to empty the trash | gạch hoa | tile |
| đỗ | to park, to stop (for cars and trains) | gan (lá) | liver |
| | | gạo nếp | sweet, sticky rice |
| độ | degree | (bị) gãy | to be broken |
| độ ẩm | humidity | gắp | to pick up something with chopsticks |
| độc ác | to be cruel | | |
| độc giả | reader | gây ra | to cause |
| độc lập | to be independent, independence | gầy | to be skinny |
| | | ghép | to connect |
| đồi (ngọn) | hill | ghế | seat |
| đổi | to change, exchange, transfer | ghế gần cửa sổ | window seat |
| | | ghế gần lối đi | aisle seat |
| đổi tiền | to exchange money | ghi | to record |
| đội | team | gia cảnh | marital status |
| đội | to wear | gia dụng | household use |
| đốn | to cut down a tree | gia quyến | family |
| đông | crowded | gia súc | domestic animals |
| đồng (cánh) | field | gia tiên | ancestors |
| đồng bào | compatriot | giả | to pretend |
| đồng bằng | plain, delta | giả dối | insincere |
| đồng nghĩa | synonym | giải thích | to explain |
| động đất | earthquake | giải thích rõ ràng | to explain clearly |

| | | | |
|---|---|---|---|
| giải thưởng | prize, award | hạng nhì | second class |
| giám đốc | director | hành khách | passenger |
| giảm | to decrease | hành tinh | planet |
| Giáng Sinh | Christmas | hành trình | itinerary |
| giao | to deliver | hào hứng | to be exciting |
| Giao Thừa | New Year's eve | hãy + verb | (gr) imperative form |
| (đức) Giáo Hoàng | the Pope | hâm mộ | to be a fan of |
| giáp (giới) | to border | hầu như | almost |
| giày | shoes | hẹn | appointment, date |
| giày bốt | boots | héo | to wither |
| giày ten-nít | tennis shoes | hẹp hòi | to be narrow-minded |
| giày vải | sneakers, canvas shoes | hề | clown |
| giặt (quần áo) | to wash clothes | hiếm có | rare |
| giấy bạc | bill | hiền lành | to be good-natured |
| gió | wind | hiện đại | modern |
| gió bấc | north wind | hiệp | round |
| gió lốc | tornado | hiệu bàn ghế | furniture store |
| gió mạnh | strong wind | hiệu bán súc vật | pet store |
| gió nhẹ | light wind | hiệu cắt tóc | barber shop |
| gió nồm | south wind | hiệu đồng hồ | watch shop |
| giỗ | death anniversary | hiệu giày | shoe store |
| gọi...bằng | to call...as | hiệu giặt là | laundry shop |
| gọi điện (thoại) | to make a call | hiệu kem | ice cream parlor |
| gội đầu | to wash hair | hiệu kính | optical store |
| guốc | wooden clogs | hiệu may | tailor, dressmaker's |
| gửi | to send | hiệu tạp hoá | bazaar |
| gửi tiền | to deposit money | hiệu thuốc (tây) | pharmacy |
| gương | mirror | hiệu thuốc bắc | herbal medicine store |

----- H -----

| | | | |
|---|---|---|---|
| | | hiệu trưởng | university president |
| | | hiệu uốn tóc | beauty salon |
| há miệng | to open mouth | hiệu vàng | jewelry store |
| hà tiện | to be stingy | hình dáng | shape, figure |
| hạ cánh | to land | hoa (bông) | flower |
| hài lòng với | to be satisfied with | hoa cúc | chrysanthemum, daisy |
| hải quan | customs | hoa đào | cherry blossoms |
| hàm dưới | lower jaw | hoa hồng | rose |
| hàm trên | upper jaw | hoa lan | orchid |
| hàn (răng) | to fill (a tooth) | hoa mai | a kind of yellow |
| Hán | the Han dynasty | | flower (plum flowers) |
| hạn | period | hoa sen | lotus |
| hạn để tang | mourning period | hoa tai | earrings |
| hạn hán | drought | hoá (học) | chemistry |
| hang | cave | hoá sinh | biochemistry |
| hàng bán chạy | fast-selling | hoà | to tie (competition) |
| | merchandise | hoà đồng | to be in harmony with |
| hàng bán ế | slow-moving | hoả táng | to cremate |
| | merchandise | hoạ sĩ | painter (artist) |
| hàng hoá | merchandise | hoàn chỉnh | to complete |
| hàng nội hoá | domestic goods | hoàn tất | to complete |
| hàng rào | fence | hoàng đế | emperor |
| hãng máy bay | airline | hoảng sợ | to be stupefied |
| hạng nhất | first class | hoạt động | activity |
| | | học bổng | scholarship |

| | | | |
|---|---|---|---|
| học hành tấn tối | to make good progress at school | khía cạnh | aspect |
| học kỳ | semester, quarter | khiêm nhường | to be modest |
| học sinh | student (K-12) | khó chịu | to be ill at ease |
| học vấn | education | khó tính | to be hard to please |
| họp mặt gia đình | family reunion | khoa học viễn tưởng | science fiction |
| hồ | lake | khoá (học) | semester, quarter |
| hổ | tiger | khoan dung | to be tolerant |
| hộ chiếu | passport | khoanh tròn | to circle |
| hối suất | exchange rate | khoe khoang | to be boastful |
| hội hoạ | painting | khỏi (bệnh) | to recover |
| hôn lễ | wedding ceremony | khổ | fabric width |
| hôn nhân | marriage | khôi hài | humorous |
| hộp | box | khôn ngoan | to be wise |
| hộp bằng nhựa xốp | foam box | không gian | space, air space |
| hộp giấy | paper box | không thể thiếu | cannot live without |
| hờn | to sulk | Khổng giáo | Confucianism |
| hợp | to be compatible | (đức) Khổng Tử | Confucius |
| hợp lý | to be logical | khởi hành | to depart |
| huấn luyện viên | coach, trainer | khởi nghĩa | to lead a nationalist revolt |
| huyền sử | legend | khung cảnh | scenery |
| hương hồn | soul | khuyến khích | to encourage |
| hướng dẫn | to guide | khuỷu tay | elbow |
| hướng dẫn viên du lịch | tour guide | ki lô | kilogram |
| hưởng tuần trăng mật | to honeymoon | ki lô mét | kilometer |
| hy vọng | to hope | kính râm | sunglasses |
| | | kích thước | size, measurement |
| | | kịch nói | drama, soap opera |
| ––––– I ––––– | | kiếm | sword |
| in | to print | kiểm duyệt | to censor |
| | | kiểm tra | to check |
| ––––– K ––––– | | kiến trúc | architecture |
| | | kiêng | to abstain from |
| kem | cream | kiểu | style |
| kéo | scissors | kiểu mẫu | model |
| kê | to place (furniture) | kim loại | metal |
| kế hoạch | plan | kín đáo | to be discreet |
| kế toán | accounting | kín mít | to be shut tight |
| kể | to tell | kinh doanh | business |
| kênh | channel | kinh nghiệm | experience |
| khách du lịch | tourist | kính | respectfully |
| khách sáo | to be superficial, formal | ký tên | to sign |
| khám bệnh | to perform a medical exam | kỷ lục | record |
| | | kỷ niệm | souvenir |
| khán giả | audience | kỹ | carefully, in detail |
| kháng chiến | to resist | kỹ thuật điện toán | computer technology |
| khăn tang | mourning headband | | |
| khăn tay | handkerchief | ––––– L ––––– | |
| khăn tắm | bath towel | la hét | to yell |
| khăn trải giường | sheet | lá (chiếc) | leaf |
| khéo | to be skillful | là (quần áo) | to iron |
| khỉ | monkey | là được | that will do |

| | | | |
|---|---|---|---|
| lãi suất | interest rate | lợi | gum |
| làm ăn phát tài | to have a prosperous business | lớn tuổi | to be old, older |
| làm cơm | to cook a meal | lúa gạo | rice |
| làm mối | to make a match | lụa | silk |
| làm khách | to act like a guest, to be formal | luân lý | morals |
| | | (bài) luận | composition |
| | | luận án | thesis |
| làm móng tay và móng chân | to give a manicure & pedicure | lùn | to be short |
| | | luộc | to boil |
| làng/làng xã | village | luôn | on the same occasion; at once; often |
| lãng mạn | romantic | | |
| lạng | gram | lụt | to flood |
| lao động | laborer | lụt lội | flood |
| Lão giáo | Taoism | lưng | back |
| Lão Tử | Lao Tze | lưỡi | tongue |
| lau | to wipe | lương | salary |
| lau chùi | to wipe | lượng | quantity |
| lau nhà | to mop the floor | (vật) lý | physics |
| lắng nghe | to listen attentively | lý do | reason |
| lắp điện thoại | to install a phone | lý tưởng | to be ideal |
| lập gia đình | to get married | | |
| lây | to be contagious | | |
| lấy | to get, to take | ————— 𝓜 ————— | |
| lấy tiền | to withdraw cash | má | cheek |
| leo núi | mountain climbing | má lúm đồng tiền | dimpled cheeks |
| lên (máy bay, xe) | to get on | bird + mái | female bird |
| lên chức | to get promoted | mái nhà | roof |
| lên lương | to get a pay raise | mài | to polish with a pumice stone |
| lễ | holiday, ceremony | | |
| lễ Giáng Sinh | Christmas | mảnh | piece |
| lễ hỏi | engagement ceremony | mát | to be cool |
| lễ Phật Đản | Buddha's birthday | màu gốc | primary colors |
| lễ phép | to be polite | may mắn | to be lucky |
| lệ phí | fee | máy điều hòa | air conditioner |
| lễ Phục Sinh | Easter | máy giặt | washer |
| lễ thượng thọ | 70th, 80th birthday ceremony | máy lạnh | air conditioner |
| | | máy sấy | dryer |
| lễ vật | offerings | máy tính | computer |
| lịch sử | history | mặc | to wear |
| lịch sự | to be courteous | mặn | to be salty |
| liên hoan | party | mắt (con, đôi) | eye |
| liệt kê | to list | mắt bồ câu | eyes like a dove's |
| liều thuốc | dose of medicine | mắt lác | crossed eyes |
| linh mục | Catholic priest | mặt (cái, khuôn) | face |
| lính | soldier | mặt trái xoan | oval face |
| lít | liter | mặt trăng | moon |
| lo lắng | to worry | mặt tròn | round face |
| lò | oven | mặt trời | sun |
| loại hình | genre | mặt vuông | square face |
| loại từ | classifier | mắt ốc nhồi | bulging eyes |
| lòng sông | riverbed | mất | to pass away |
| lối đi | walkway | mầu nhạt | light colors |
| lời mời | invitation | mầu sẫm | dark colors |

| | |
|---|---|
| mầu thẫm | dark colors |
| mầu tươi | bright colors |
| mẫu giáo | kindergarten |
| mẫu người | type of person |
| mẹ chồng | mother-in-law |
| mẹ kế | stepmother |
| mẹ vợ | mother-in-law |
| mét | meter |
| mét vuông (m²) | square meter |
| mê tín | to be superstitious |
| mềm | to be soft, tender |
| mệnh đề | clause |
| miền thượng du | North VN highlands |
| miếng | piece |
| miệng | mouth |
| Minh | the Ming dynasty |
| mình | body |
| mọc | to grow |
| mọi sự như ý | everything as one wishes |
| món nhậu | appetizers for "nhậu" |
| mô đen | model |
| mộ | tomb |
| môi | lips |
| môi dầy | thick lips |
| môi mỏng | thin lips |
| mỗi | each |
| mồm | mouth |
| Mông Cổ | Mongols |
| mở (tài khoản) | to open an account |
| mợ | wife of *cậu* |
| mới tinh | brand new |
| mù chữ | to be illiterate |
| mũ | hat |
| mua bán | to shop |
| mua báo dài hạn | to subscribe to a newspaper |
| mua sắm | to shop |
| múa | dance |
| múa rối nước | water puppetry |
| múa sư tử | lion dance |
| mùa khô | dry season |
| mùa mưa | rainy season |
| mùa nắng | dry season |
| mục | section |
| mục rao vặt | classified ads |
| mục sư | minister |
| mũi | nose |
| mũi dọc dừa | high-bridged nose |
| mũi tẹt | flat nose |
| mưa dầm | continuous rain |
| mưa đá | hail |
| mưa nhỏ | light rain |

| | |
|---|---|
| mưa phùn | drizzle |
| mưa rào | shower |
| mưa to | heavy rain |
| mức | level |
| mừng tuổi | to celebrate someone's birthday |
| mứt | candied fruits or vegetables |
| mưu kế | scheme |

----- *n* -----

| | |
|---|---|
| nai | deer |
| nam | south, male |
| Nam Cực | South Pole |
| Nạn nhân mãn | overpopulation |
| nằm | to lie down |
| năng khiếu | talent |
| nắng | sunshine |
| nặng | heavy, serious |
| ngành | field of study |
| ngay | immediately |
| nghỉ hè | to vacation |
| nghỉ hưu | to retire |
| nghỉ mát | to vacation |
| nghĩa | meaning |
| nghĩa địa | cemetery |
| nghiên cứu | to research |
| ngoài | besides, outside |
| ngoài trời | outdoors |
| ngoại tệ | foreign currency |
| ngón chân | toe |
| ngón tay | finger |
| ngọt | to be sweet |
| ngôi sao | star |
| ngu | to be stupid |
| nguồn gốc | source, origin |
| nguyện cầu | to pray |
| nguyệt báo | monthly magazine |
| ngữ pháp | grammar |
| ngựa | horse |
| ngực | chest |
| ngửi | to smell |
| người có học | educated person |
| người hầu | servant |
| người mối | matchmaker |
| người tây | Westerner |
| người thuê nhà | tenant |
| nhà báo | reporter |
| nhà cao tầng | high rise |
| nhà chính trị | politician |
| (nhà) ga | train station |
| nhà gái | bride's family |

| nhà mặt đường | house facing the main street | nông nghiệp | agriculture |
| nhà một tầng | one-story house | nộp hồ sơ | to submit a file |
| nhà quê | peasant | nốt ruồi | beauty mark |
| nhà sư | Buddhist monk | nở | to hatch |
| nhà trai | groom's family | nợ | to owe |
| nhà trẻ | daycare center | nơi | place |
| nhà trọ | boarding house, inn | nuôi | to raise |
| nhạc cổ điển | classical music | nữ | female |
| nhạc cụ | musical instrument | nữ trang | jewelry |
| nhạc giao hưởng | symphony | nứa | yellow bamboo |
| nhanh chóng | fast | nước khoáng | mineral water |
| nhạt | to be bland, not salty enough | nướng | to bake, charcoal broil |

----- **Ô** -----

| ô | umbrella |
| ô nhiễm | pollution |
| ôm | to hug |
| ồn ào | to be noisy |
| ổn định | to be stable |
| ông bà ngoại | maternal grandparents |
| ông bà nội | paternal grandparents |

| nhắc nhở | to remind |
| nhấc điện thoại ( lên) | to pick up the phone |
| nhân | fillings |
| nhân dịp | on the occasion of |
| nhân vật | character |
| nhân viên | employee |
| nhẫn | ring |
| nhận | to receive |
| nhận diện | to identify |
| nhận ra | to recognize |
| nhất định | to be determined |
| nhật báo | daily newspapers |

----- **P** -----

| phàn nàn | to complain |
| phát âm | to pronounce |
| phát hành | to publish |
| phát thanh viên | broadcaster |
| phát thanh viên thể thao | sports broadcaster |
| phát triển | to develop |
| phạt | to fine |
| phân | centimeter |
| phân vai | to role play |
| (đức) Phật | Buddha |
| Phật giáo | Buddhism |
| Phật Giáo Hoà Hảo | Hoà Hảo Buddhism |
| phê bình | to critique, criticize |
| phì nhiêu | to be fertile (land) |
| phiêu lưu | adventure |
| phim bộ | mini-series |
| phim câm | silent movie |
| phim hài | comedy (movie) |
| phim mầu | color film/movie |
| phim tài liệu | documentary |
| phim tình cảm | romantic movie |
| phim thời sự | newsreel |
| phim trắng đen | black-and-white film/movie |
| phim trinh thám | detective movie |
| phong bì | envelope |
| phong tục | custom |
| phóng sự | report |

| nhậu | to eat appetizers and drink alcohol |
| nhẩy đầm | dancing |
| nhẹ | light, not serious |
| nhiếp ảnh | photography |
| nhiệt độ | temperature |
| nhìn ra | to look out |
| nhỏ bé | to be petite |
| nhọn | to be pointed |
| nhổ (răng) | to pull (a tooth) |
| nhuộm tóc | to dye hair |
| nhút nhát | to be shy, timid |
| nhử | to lure |
| nhựa | plastic |
| nhựa xốp | foam |
| nĩa | fork |
| niên học | school year |
| no đến tận cổ | to be stuffed |
| nói dối | to lie |
| nói đùa | to kid |
| nón lá | conical hat |
| nóng tính | to have a hot temper |
| nối | to connect |
| nồi cơm điện | electric rice cooker |
| nổi tiếng | to be well-known |

| | | | |
|---|---|---|---|
| phóng viên | reporter | ra đi ô | radio |
| phòng đôi | double room | rao vặt | classified ads |
| phòng đơn | single room | rán | to fry |
| phòng vệ sinh | toilet | rau muống | Vietnamese watercress |
| phỏng vấn | to interview | rằm | 15th day of the lunar |
| phỏng vấn xin việc | job interview | | calendar |
| phổi (lá) | lung | răng | tooth |
| phơi (quần áo) | to air dry clothes | răng cửa | front tooth |
| phù dâu | bridesmaid | răng giả | false tooth |
| phù rể | best man | răng hàm | molar |
| phù sa | silt, alluvium | răng khôn | wisdom tooth |
| phủ | to cover | răng nanh | canine |
| phụ đề | subtitle | răng sâu | decayed tooth |
| phụ tá | assistant | răng vẩu | buck teeth |
| phục hồi | to restore | râu | beard, mustache |
| phủi bụi | to dust | rẽ ngôi | to part hair |
| phúng | to offer a wreath or | ren | lace |
| | ritual objects to the | reo hò | to cheer |
| | deceased | rét | to be cold |
| | | rể | in-law (male) |
| phức tạp | to be complicated | rõ ràng | clearly |
| | | rốn | navel |
| | | rồng | dragon |
| **————— Q —————** | | rộng | to be large |
| qua đời | to pass away | rộng lượng | to be generous |
| quan hệ | relationship | rộng rãi | to be spacious |
| quan Lạc Tướng | Lord serving under the | rơi | to fall |
| | King, military branch | rủ | to ask...to join |
| quan niệm | opinion | rùa thần | sacred turtle |
| quan trọng | to be important | rụng | to fall |
| quản lý | to manage | rụng răng | to lose teeth |
| quảng cáo | to advertise | ruộng (thửa) | rice field |
| quạt máy | electric fan | ruột | biological |
| quay | to roast | | (relationship) |
| quay phim | to shoot a movie | | |
| quay số điện thoại | to dial | rút tiền | to withdraw money |
| quân địch | enemy | rửa | to wash |
| quân lính | soldier | rừng (cánh, khu) | forest |
| quần bò | jeans | rước đèn | lantern parade |
| quần gin | jeans | | |
| quần soóc | shorts | **————— S —————** | |
| quần tắm | swimming trunks | sách bỏ túi | pocket book |
| quần tây | trousers | sạch sẽ | to be clean |
| quận (Q.) | district | sàn nhà | floor |
| quảng cáo thương mại | business ad | sáng lập | to establish |
| quét | to sweep | sao (ngôi) | star |
| quốc tế | international | sao băng | shooting star |
| quý | esteemed | sao Hoả | Mars |
| quỳ | to kneel | say mê | to be passionate |
| quyền Anh | boxing | sắc | to be sharp |
| quyết định | to decide | sắp thứ tự | to arrange in order |
| | | sắp xếp | to arrange |
| **————— R —————** | | sắt | iron |

| | | | |
|---|---|---|---|
| sấm | thunder | | height |
| sân | courtyard | tân trang | to give the latest fash- |
| sân bay | airport | | ion, to modernize |
| sân khấu | stage | tầng | floor, story |
| sân vận động | stadium | tập | to practice |
| séc | check | tập thể dục | to work out |
| sẹo | scar | tất cả | all |
| sét | lightning | tây ba-lô | Western backpacker |
| sinh học | biology | tem (con) | stamp |
| so sánh | to compare | ten nít | tennis |
| so với | compared with | tế nhị | to be subtle |
| soạn | to prepare | tên đệm | middle name |
| số | size | tên hiệu | pseudonym |
| số máy | telephone number | thả diều | to fly a kite |
| sông (con, dòng) | river | thác (ngọn) | waterfall |
| sống | to be uncooked | thạc sĩ | M.A. |
| sống lâu trăm tuổi | to live to 100 years | Thái Bình Dương | Pacific Ocean |
| sơ đồ | diagram | thái độ | attitude |
| sơ yếu lý lịch | résumé, CV | tham dự | to participate |
| sở thích | preference, hobby | thảm | carpet |
| sợ | to be afraid | than phiền | to complain |
| sơn | to paint | thang máy | elevator |
| sơn mài | pumice lacquer | thanh bình | peace |
| suối (con, dòng) | spring | thanh mảnh | to be slender |
| sư phạm | pedagogy | thành công | to be successful |
| sứ | porcelain | thành thật | sincere |
| sử dụng | to use | thảo luận | to discuss |
| sưng | to swell | thạo | to be fluent, skillful |
| sương mù | fog | thay phiên | to take turns |
| sưu tầm | to collect | thay quần áo | to change clothes |
| | | thay thế | to substitute |

----- 7 -----

| | | | |
|---|---|---|---|
| | | thắng | to win |
| tả | to describe | thắt lưng | belt |
| tài chính | finances | thần | spirit |
| tài khoản tiền gửi | checking account | thần linh | spirit |
| tài khoản tiết kiệm | savings account | thận (quả) | kidney |
| tài liệu giảng dạy | teaching materials | thấp bé | to be short and small |
| tài trợ | grant, to fund | thất nghiệp | to be unemployed |
| tài tử xi-nê | movie star | thầy bói | fortuneteller |
| tại chỗ | on location | thè lưỡi | to stick out tongue |
| tàn | wither | thẻ tín dụng | credit card |
| tang phục | mourning clothes | theo đạo | to follow a religion |
| tang quyến | bereaved family | thế giới | world |
| tạo | to create | Thế Vận Hội | Olympic Games |
| tạp chí | magazine | thể hiện | to express, display |
| tạt vào | to stop by | thể thao | sports |
| tàu hoả | train | thi đua | to compete |
| tàu thuỷ | boat | thi sĩ | poet |
| tăng | to increase | thị thực | visa |
| tắt | to turn off | thị trường | marketplace |
| tâm lý (học) | psychology | thìa | spoon |
| tầm thước | to be of average | thìa cà phê | teaspoon |
| | | thìa xúp | tablespoon |

| | | | |
|---|---|---|---|
| thìa và nĩa bằng nhựa | plastic spoons and forks | thư trong nước | domestic mail |
| thích hợp | to be appropriate | thứ hạng | rank |
| Thiên Đàng | Paradise | thực hiện | to realize |
| thiên nhiên | nature | thước | meter |
| thiếp cưới | wedding announce-ment | thước vuông | square meter |
| | | thương mại | commerce |
| | | thường | to be ordinary |
| thiệt hại | damage | thưởng thức | to enjoy |
| thiếu | to lack | tỉa | to trim |
| thím | wife of chú | tiệc cưới | wedding banquet |
| thỉnh thoảng | sometimes | tiệc trà | tea party |
| thịnh hành | to be popular (not for people) | tiêm | to give an injection |
| | | tiên | fairy |
| thịnh vượng | to be prosperous | tiến sĩ | Ph.D. |
| thịt kho | meat braised in nước mắm | tiền công | labor |
| | | tiền điện | electric bill |
| thỏ | rabbit | tiền điện thoại | telephone bill |
| thọ | to live long | tiền mặt | cash |
| thoải mái | to be comfortable | tiền nhà | rent, house payment |
| thoáng mát | spacious and cool | tiền nước | water bill |
| thổi (gió) | to blow (wind) | tiện/tiện lợi | to be convenient |
| thôn quê | countryside | tiện nghi | convenience/comfort |
| thông dụng | commonly used | tiếp | to serve food to guests |
| thông tin | information | | |
| thông thường | to be ordinary, common | tiếp khách | to receive guests |
| | | tiếp thị | marketing |
| thờ | to worship | tiêu | to spend |
| thở | to breathe | tiêu chí thống kê | statistical criterion |
| thời gian biểu | time schedule | tiêu chuẩn | criterion |
| thu băng | to record a tape | tiêu diêu | to wander |
| thu nhập | income | tiêu dùng | to spend |
| thu vi đê ô | to videotape | (người) tiêu dùng | consumer |
| thú đặc biệt | special interest | tiểu học | elementary school (gr. 1-5) |
| thú vị | interesting | | |
| thủ công | handicraft | tiểu sử | biography |
| (bị) thua | to lose | tim (quả) | heart |
| thuê | to hire | tím | purple |
| thùng thư | post office mailbox | tím than | navy blue |
| thuốc | medication | tìm ra | to locate |
| thuốc bổ | vitamins | tin | to believe |
| thuốc nước | liquid medicine | tin giật gân | sensational news |
| thuốc phiện | opium | tin giờ chót | latest news |
| thuốc viên | pill | tin học | computer information system |
| thuỷ triều | tide | | |
| thuyền | boat | tin ngắn | brief news |
| thuyết phục | to convince | tin tức | news |
| thuyết trình | to report, to present | tin vịt | false information (slang) |
| thư (lá/bức) | letter | | |
| thư bảo đảm | registered mail | tinh thần | spirit, spiritual |
| thư điện tử | e-mail | tỉnh | province, city |
| thư máy bay | air mail | to lớn | to be tall and big |
| thư nhanh | express mail | tò mò | to be curious |
| thư thường | regular mail | toà án | court |

| | | | |
|---|---|---|---|
| toà soạn | editorial board | trung học cơ sở | middle school |
| toán | mathematics | | (grades 6-9) |
| tóc bạc | white hair | trung học phổ thông | high school |
| tóc dày | thick hair | | (gr. 10-12) |
| tóc quăn | curly hair | trung tâm | downtown |
| tóc rậm | thick hair | trúng số độc đắc | to win the lottery |
| tóc thẳng | straight hair | truyền bá | to spread |
| tóc thưa | thin hair | truyền đạo | to preach a religion |
| tóm tắt | to summarize | truyện | story |
| tổ chức | to organize | truyện cổ tích | folktale |
| tổ tiên | ancestor | trước công nguyên | before Christ (B.C.) |
| tốc độ | speed | trường hợp | situation |
| tốt nghiệp | to graduate | trượt băng | ice skating |
| tơ | silk | trượt tuyết | skiing |
| trán | forehead | tu thân | to improve oneself |
| trang đầu | front page | tủ lạnh | refrigerator |
| trang hoàng | to decorate | tuần báo | weekly magazine |
| tráng miệng | dessert | tụi này | we (informal, exclud- |
| tranh dân gian | folk painting | | ing listener) |
| tranh lụa | silk painting | (chạy) tung tăng | to run here and there |
| tranh mầu nước | watercolor painting | tuổi thọ | life expectancy |
| tranh sơn đầu | oil painting | tùy | it depends |
| tranh sơn mài | lacquer painting | tuyết | snow |
| tránh | to avoid | tuyển | to recruit |
| trăng tròn | full moon | từ | word, term |
| trần nhà | ceiling | từ vựng | vocabulary |
| trận | classifier for heavy | tử tế | to be nice |
| | rain | tự lập | to be independent |
| trận đấu | match | tự tin | to be self-confident |
| trâu | water buffalo | tự tử | to commit suicide |
| trầu cau | betel leaf and areca | tựa | title |
| | nut | tương đương | equivalent |
| trẻ con | children | tường (cái, bức) | wall |
| treo | to hang | tướng | general |
| trèo núi | to hike | tưởng tượng | to imagine |
| trích | to excerpt | tượng | statue |
| triết học | philosophy (the study) | tượng trưng | to symbolize |
| triết lý | philosophy | tỷ số | score |
| trình bầy | to present | | |
| trình diễn | to perform | | |
| trình tự | order | | ━━━ 𝓤 ━━━ |
| trọng thể | solemnly | | |
| bird+ trống | male bird | uốn tóc | to get a perm |
| trôi chảy | fluently | uống thuốc | to take medicine |
| trồng | to plant | | |
| trồng trọt | to plant | | ━━━ 𝓤 ━━━ |
| trở lên | upward | | |
| trở thành | to become | ưa thích nhất | favorite |
| trời đẹp | good weather | ứng viên | applicant |
| trời nhiều mây | it's cloudy | ước mơ riêng | personal dream |
| trời u ám | overcast skies | | |
| trời xấu | bad weather | | |
| trung bình | average | | |

##### ▬▬ 𝒱 ▬▬

| | |
|---|---|
| va li | suitcase (valise) |
| vai | shoulder |
| vai trò | role |
| vải | fabric |
| vạn sự như ý | everything as one wishes |
| vay | to borrow |
| váy | skirt |
| văn hoá | culture |
| văn học | literary studies |
| văn phòng du lịch | travel office |
| văn sĩ | writer |
| vắn tắt | briefly |
| vặn | to turn |
| vắng | uncrowded |
| vận động viên | athlete |
| vé hai chiều | round-trip ticket |
| vé khứ hồi | round-trip ticket |
| vé một chiều | one-way ticket |
| vẽ | to draw |
| về hưu | to retire |
| vị | honorific classifier |
| vị thần | genie |
| vịnh | bay, gulf |
| vịt đực | drake |
| võ nghệ | martial arts |
| voi | elephant |
| vòng | bracelet |
| vọng lại | to echo |
| vô lễ | to be impolite |
| vở | classifier for plays |
| vở kịch | a play |
| vỡ | to be broken |
| vũ trụ | universe |
| vua | king |
| vui tính | to be light-hearted |
| vừa | to fit well |
| vườn | garden |
| vườn bách thú | zoo |

##### ▬▬ 𝒳 ▬▬

| | |
|---|---|
| xã hội (học) | sociology |
| xám | grey |
| xanh da trời | sky blue |
| xanh lá cây | green |
| xanh lơ | blue |
| xanh nước biển | sea blue |
| xào | to stir-fry |
| xảy ra | to happen |

| | |
|---|---|
| xăng ti mét | centimeter |
| xăng đan | sandals |
| xâm chiếm | to invade |
| xâm lược | to invade |
| xây | to build |
| xe lửa | train |
| xe tải | truck |
| xếp | boss |
| xếp hạng | to rank |
| xích đạo | equator |
| xiếc | circus |
| xin | to apply for |
| xin phép (subject +__) | May + subject |
| xin việc | to apply for a job |
| xoay quanh | to revolve |
| xôi | steamed sweet rice |
| xơi | to eat or drink |
| xuất hát | show |
| xuất thân | to come from |
| xuất thế | to leave the world |
| xuống (máy bay, xe) | to get off |
| xuyên Việt | trans-Viet |
| xử thế | to behave |
| xưng | to refer to oneself |
| xưng hô | to address one another |
| xương | bone |

##### ▬▬ 𝒴 ▬▬

| | |
|---|---|
| y khoa | medicine |
| y tế | medical |
| ý chính | main idea |
| ý kiến | idea, opinion |
| yên tĩnh | to be quiet |

# Grammar Index

**bị**
review of, #57, ch. 22

**bỏ sót**
indicating omission, #40, ch. 15

**cả**
use of, #51, ch. 19

**các**
pluralizer, #9, ch. 3

**càng... càng**
expressing increase in intensity, #35, ch. 14

**chắc**
guessing #21, ch. 9

**chẳng được**
asking rhetorical questions, #28, ch. 11

**cho bằng được**
indicating stubborn determination, #41, ch. 15

**chứ**
affirming and emphasizing, #15, ch. 6

**có**
summary of, #30, ch. 13

**có họ như thế nào?**
asking about family ties, #14, ch. 5

**có lẽ**
guessing, #21, ch. 9

**còn**
use of, #5, ch. 2

**cũng**
indefinites+cũng, #3, ch. 2

**cứ**
encouraging and giving permission, #10, ch. 5

**dở**
indicating incomplete action, #38, ch. 15

**dù**
contrasting ideas, #47, ch. 18

**đã**
final particle, #2, ch. 2

**đáng lẽ**
use of, #11, ch. 5

**đau**
indicating state of health, #34, ch. 14

**đâu**
negation, #12, ch. 5

**để**
different meanings of, #52, ch. 19

**đi**
verb of change, #37, ch. 14

**đông**
quantifier, #4, ch. 2

**CD #1**: Vocabulary and Dialogues or Readings of Each Main Chapter (excluding review chapters 4, 8, 16, 20 and 24); total time: 76.52

| | | |
|---|---|---|
| Track 1 | Chapter 1 | 03:40 |
| Track 2 | Chapter 2 | 07:12 |
| Track 3 | Chapter 3 | 07:58 |
| Track 4 | Chapter 5 | 11:15 |
| Track 5 | Chapter 6 | 07:59 |
| Track 6 | Chapter 7 | 07:32 |
| Track 7 | Chapter 9 | 09:50 |
| Track 8 | Chapter 10 | 10.01 |
| Track 9 | Chapter 11 | 07:21 |
| Track 10 | Chapter 13 | 04:58 |

**CD #2**: Vocabulary and Dialogues or Readings of Each Main Chapter (excluding review chapters 4, 8, 16, 20 and 24); total time: 78.11

| | | |
|---|---|---|
| Track 1 | Chapter 13 (cont) | 04:07 |
| Track 2 | Chapter 14 | 09:21 |
| Track 3 | Chapter 15 | 06:50 |
| Track 4 | Chapter 17 | 08:57 |
| Track 5 | Chapter 18 | 08:50 |
| Track 6 | Chapter 19 | 08:45 |
| Track 7 | Chapter 21 | 11:00 |
| Track 8 | Chapter 22 | 07:57 |
| Track 9 | Chapter 23 | 12:36 |

**CD #3**: Listening Activities and Dictation (chapters 2 - 23); total time: 48:50

| Track 1 | Listening Activities - Chapter 2 | 02:09 |
|---|---|---|
| Track 2 | Listening Activities - Chapter 3 | 00:35 |
| Track 3 03:44 | Dictation - Chapter 4 | |
| Track 4 | Listening Activities - Chapter 5 | 01:26 |
| Track 5 | Listening Activities - Chapter 6 | 01:11 |
| Track 6 | Listening Activities - Chapter 7 | 01:08 |
| Track 7 04:56 | Dictation - Chapter 8 | |
| Track 8 | Listening Activities - Chapter 9 | 01:00 |
| Track 9 | Listening Activities - Chapter 10 | 01:20 |
| Track 10 | Listening Activities - Chapter 11 | 01:10 |
| Track 11 05:30 | Dictation - Chapter 12 | |
| Track 12 | Listening Activities - Chapter 13 | 01:46 |
| Track 13 | Listening Activities - Chapter 14 | 01:05 |
| Track 14 | Listening Activities - Chapter 15 | 00:40 |
| Track 15 05:06 | Dictation - Chapter 16 | |
| Track 16 | Listening Activities - Chapter 17 | 01:37 |
| Track 17 | Listening Activities - Chapter 18 | 01:09 |
| Track 18 | Listening Activities - Chapter 19 | 01:18 |
| Track 19 05:17 | Dictation - Chapter 20 | |
| Track 20 | Listening Activities - Chapter 21 | 01:36 |